ജലസ്പർശങ്ങൾ

Jalasparshangal
Memories

Balakrishnan

CHINTHA PUBLISHERS
Thiruvananthapuram

First Edition
April 2023

Published
Chintha Publishers, Thiruvananthapuram

Typesetting
Sreebhadra, Thiruvananthapuram

Cover Design
Vinod Mangoes

ISBN : 978-93-94753-96-9

CO - 3264 / 6458

Email: chinthapublishers@gmail.com
Website: www.chinthapublishers.com

A version is available at National Libraries
Kolkata, Mumbai, Chennai and Delhi

Distribution
DESHABHIMANI BOOKHOUSE
H O Thiruvananthapuram 695035

Branch
Head Office Kunnukuzhi • Statue Thiruvananthapuram
KSRTC Bus Terminal Thampanoor • Saphalyam Complex Thiruvananthapuram
KSRTC Bus Station Alappuzha • KSRTC Bus Station Ernakulam
Machingal Lane Thrissur • IG Road Kozhikode
Mavoor Road Kozhikode • NGO Union Building Kannur
Central Bus Terminal Complex Thavakkara Kannur

ജലസ്പർശങ്ങൾ

ബാലകൃഷ്ണൻ

ചിന്ത പബ്ലിഷേഴ്സ്
തിരുവനന്തപുരം-695 035

ബാലകൃഷ്ണൻ

1938 ഒക്ടോബർ 9 ന് ഇരിങ്ങാലക്കുടയ്ക്കടുത്ത് മുരിയാട് എന്ന ഗ്രാമത്തിൽ ജനനം. അച്ഛൻ: എ പി നാരായണ മേനോൻ, അമ്മ: ജാനകിയമ്മ.

മുരിയാട് പ്രൈമറി സ്കൂൾ, കൊടകര നാഷണൽ ഹൈ സ്കൂൾ, ശ്രീ കേരളവർമ്മ കോളേജ് തൃശൂർ എന്നിവിടങ്ങളിൽ വിദ്യാഭ്യാസം. രസതന്ത്രത്തിൽ ബിരുദവും ഭൗതിക ശാസ്ത്രത്തിൽ ബിരുദാനന്തര ബിരുദവും.

1964 മുതൽ ഭാഭാ പരമാണു ഗവേഷണകേന്ദ്രത്തിൽ ജോലി. 1998 ൽ സീനിയർ സയന്റിഫിക് ഓഫീസറായി വിരമിച്ചു. *ആയിരം സൂര്യന്മാർ, നഗരത്തിന്റെ മുഖം, മൃഗതൃഷ്ണ, കുതിര, ഫർണസ്സ്, ആൽബം, ഭാഗ്യാന്വേഷികൾ, ഉന്മാദത്തിന്റെ മുറിവുകൾ* മുതലായ പതിനാല് നോവലുകളും അഞ്ച് നോവലെറ്റുകളും ഏഴ് ചെറുകഥാസമാഹാരങ്ങളും പുസ്തകരൂപത്തിൽ പ്രസിദ്ധീകരിച്ചിട്ടുണ്ട്. ചില കഥകൾ കന്നഡയിലേക്കും തെലുങ്കിലേക്കും മറാത്തിയിലേക്കും മൊഴിമാറ്റം നടത്തിയിട്ടുണ്ട്. *കുതിര* എന്ന നോവലിന് കുങ്കുമം നോവൽ മത്സരത്തിൽ പ്രത്യേക സമ്മാനവും (1979) സാഹിത്യപ്രവർത്തനങ്ങൾക്കുള്ള ബോംബെ കേരളീയ കേന്ദ്രസംഘടനയുടെ ഹരിഹരൻ പൂഞ്ഞാർ സാഹിത്യ അവാർഡും (1999) ലഭിച്ചിട്ടുണ്ട്. മുംബൈ സാഹിത്യവേദിയുടെ വി ടി ഗോപാലകൃഷ്ണൻ സ്മാരകപുരസ്കാരം 2010 ലും സമഗ്ര സാഹിത്യ സംഭാവനകൾക്കുള്ള മലയാളം ഫൗണ്ടേഷൻ പുരസ്കാരം 2014 ലും ലഭിച്ചു.

വിലാസം : 17 ഫീനിക്സ്, സൊസൈറ്റി
ബി വിങ്, പ്ലോട്ട് നമ്പർ 23, സെക്ടർ 9 എ
വാഷി, നവി മുംബൈ, 400703

ഫോൺ : 9322233012

ഉള്ളടക്കം

പ്രസാധകക്കുറിപ്പ്

ഓർമ്മയുടെ അറകൾ തുറക്കുമ്പോൾ അനുഭവത്തിന്റെ മുത്തും പവിഴവും കിട്ടും. ഒപ്പം കണ്ണീരിന്റെയും കിനാവുകളുടെയും നെഞ്ചുരുക്കങ്ങളും. മുംബൈയിൽ ജീവിക്കുമ്പോൾത്തന്നെ തന്റെ നാടുമായുള്ള പൊക്കിൾക്കൊടി ബന്ധം അറ്റുപോകാതെ സൂക്ഷിക്കുന്നവരിൽ ഒരാളാണ് ബാലകൃഷ്ണൻ. പോയൊരു കാലത്തെ ഓർക്കുമ്പോൾ നാം ചരിത്രത്തെക്കൂടിയാണ് ഓർക്കുന്നത്. മാറിമറിയുന്ന ലാന്റ്സ്കേപ്പുകളുടെ നൈരന്തര്യത്തെ ഒരു കാലിഡോസ്കോപ്പ് കാഴ്ചയാക്കാനും ഇത്തരം ഓർത്തെടുക്കലുകൾക്ക് കഴിയും. എങ്ങനെ ജീവിക്കുന്നുവെന്നതല്ല എന്ത് ഓർത്തെടുക്കുന്നു എന്നതാണ് എഴുത്തിന്റെ മണ്ഡലത്തിൽ പ്രധാനം. അതീവ ഹൃദ്യമായ ശൈലിയിൽ ബാലകൃഷ്ണൻ ഓർത്തെടുക്കുന്നത് നമ്മുടെ ഓരോരുത്തരുടെയും ഓർമ്മകളെക്കൂടിയാണ്.

ചിന്ത പബ്ലിഷേഴ്സ്

അമ്മാവന്മാരും മദ്രാസ് മിലിട്ടറി ഹോട്ടലും

ഈ വഴിയേ ഞാൻ നടന്നുപോയിട്ട് എഴുപതിലേറെ കൊല്ലങ്ങളായി എന്ന് പറഞ്ഞപ്പോൾ എന്റെ കൊച്ചുമകൾ പൂജ 'വൗ' എന്ന് ഒരാശ്ചര്യ ശബ്ദം പുറപ്പെടുവിച്ചു.

എനിക്കത് വിശ്വസിക്കാനാവുന്നില്ല എന്ന് അവൾ കൂട്ടിച്ചേർത്തു.

എന്നാൽ അതാണ് വാസ്തവം, ഞാൻ പറഞ്ഞു. അതിനുശേഷം ഇതുവരെ ഈ വഴി വന്നിട്ടില്ല. അത് എനിക്കുപോലും അത്ഭുതമായി തോന്നിയെങ്കിലും പിന്നീട് ഞാൻ നടന്നവഴികളെയും പോയ ഇടങ്ങളെയും സന്ദർശിച്ച രാജ്യങ്ങളെയുംകുറിച്ച് ഓർത്തപ്പോൾ വീണ്ടും ഈ വഴി വരാത്തതിനെക്കുറിച്ച് ഖേദം തോന്നിയില്ല.

ഞങ്ങൾ സഞ്ചരിച്ചിരുന്ന കാറ് റെയിൽവേ ഗേറ്റിലെത്തിയിരുന്നു. ആ ഗേറ്റ് വണ്ടി വരാറാവുമ്പോൾ അടച്ചിടുന്നു എന്നുള്ളത് ആശ്വാസകരമായ പുരോഗതിയായിരുന്നു.

ഞങ്ങൾ പഠിക്കുന്ന കാലത്ത് പാറക്കാട്ടുകരയിൽനിന്നും വെള്ളിലക്കരയിൽനിന്നും വരുന്ന കുട്ടികൾ റെയിൽവേ ഗേറ്റിലെത്തുമ്പോൾ ഇരുവശത്തേക്കും നോക്കി ഒരോട്ടമാണ്. അന്ന് പക്ഷേ, ഈ പാതയിൽക്കൂടി മൂന്നോ നാലോ മെയിൽ വണ്ടികളും ഒന്നോ രണ്ടോ സാമാനവണ്ടികളും മാത്രമേ പോയിരുന്നുള്ളൂ. ഇന്ന് അതല്ല സ്ഥിതി. വണ്ടികളുടെ എണ്ണം വളരെ കൂടിയിരിക്കുന്നു. യാത്രാസൗകര്യം വർദ്ധിച്ചിരിക്കുന്നു. മലയാളികൾ സഞ്ചാരപ്രിയരായി മാറിയിരിക്കുന്നു. പണ്ടുകാലത്ത് അവർ ധാരാളമായി ചെന്നെത്തിയിരുന്ന ദൂരസ്ഥലം മദിരാശിയായിരുന്നു. വളരെ അപൂർവ്വം പേർ ഡൽഹിയിലോ ബോംബെയിലോ പോയിരുന്നു.

എന്റെ അമ്മാവന്മാർ പണ്ട്, മദ്രാസിൽ ഹോട്ടലുകൾ നടത്തിയിരുന്നു. ഇന്ന് പറയുന്നതുപോലെ ഗമയിൽ പറഞ്ഞാൽ അതിഥിസൽക്കാരം.

ആദ്യത്തെ അന്നപൂർണ്ണ ഹിന്ദു മിലിട്ടറി ഹോട്ടൽ ചൂളൈയിൽ വെപ്പേരി എന്ന സ്ഥലത്തായിരുന്നു.

എന്താണ് മിലിട്ടറി ഹോട്ടൽ എന്ന് എന്റെ മകൾ സംഗീതയുടെ ചോദ്യം.

അതിന് മിലിട്ടറിയും പട്ടാളവുമായി ബന്ധമൊന്നുമില്ല. തമിഴ്നാട്ടിൽ നോൺ വെജിറ്റേറിയൻ ഭക്ഷണം കിട്ടുന്ന ഹോട്ടലുകളെ മിലിട്ടറി ഹോട്ടൽ എന്നാണ് പൊതുവെ പറയാറ്. എന്തുകൊണ്ടാണെന്ന് എനിക്കും അറിയില്ല. അതിനുശേഷം അവർ ആനക്കവുണിയിൽ (എലിഫന്റ് ഗേറ്റ്) മറ്റൊരു ഹോട്ടലും തുടങ്ങി.

എനിക്ക്, പഞ്ചപാണ്ഡവന്മാരെപ്പോലെ, അമ്മാവന്മാർ അഞ്ചുപേരായിരുന്നു. രണ്ടുപേർ മദ്രാസിൽ ഹോട്ടലുകളുടെ മേൽനോട്ടം നടത്തുമ്പോൾ രണ്ടുപേർ ഭാര്യാസുഖം അനുഭവിച്ചുകൊണ്ട് നാട്ടിലുണ്ടാവും. മദ്രാസിൽ ഹോട്ടൽ നടത്തുന്നവർ മാസാമാസം കുടുംബച്ചെലവിന് അയയ്ക്കുന്ന പണം വെലവീര്യം ചെയ്തിരുന്നത് മൂത്ത ആളായ വല്യമ്മാൻ.

ചെറിയ അമ്മാവന്മാർ മദ്രാസിൽനിന്ന് വരുന്ന വരവ് ഇന്നും മനസ്സിൽ തെളിഞ്ഞ ചിത്രങ്ങളായി നില്ക്കുന്നു.

അമ്മാവന്മാർ മദ്രാസിൽനിന്ന് വരുന്ന വിവരം കിട്ടിയാൽ ഉടനെ വല്യമ്മാമ വേലരാമനെ വിളിക്കും. "രാമാ നീ ഇന്ന ദിവസം എവിടേം പണിക്ക് പോണ്ട. നമ്മക്ക് കല്ലേറ്റുംകര റേൽവേ സ്റ്റേഷനിൽ പോണം. പരമേശ്വരൻ (അല്ലെങ്കിൽ കുമാരൻ അല്ലെങ്കിൽ ഗോയ്ന്ദൻ അതുമല്ലെങ്കിൽ നാരായണൻ) മദിരാശീന്ന് വര്ണ്ണ്ട്."

അതോടെ രാമന് കാര്യം മനസ്സിലായി. അന്ന് മറ്റെവിടെയും പണിക്ക് പോണ്ട. കല്ലേറ്റുംകരെ നിന്ന് എടുക്കാച്ചുമടായ ട്രങ്ക്പെട്ടി തലയിൽ ചുമന്ന് കൊണ്ടുവരണം.

വാർത്ത രാമൻ നാടുനീളെ വിതരണം ചെയ്തോളും. നാല് കാശ് കടം വേണ്ടവരും പിള്ളേരെ ആരെയെങ്കിലും ഹോട്ടൽ പണിക്ക് മദിരാശിക്ക് അയയ്ക്കാമെന്ന് കരുതുന്നവരും മനസ്സിൽ വേട്ടെക്കൊടത്തെ ഓട്ടൽ മൊതലാളി വരുന്ന ദിവസം കൃത്യമായി മനസ്സിൽ കുറിച്ചിടും.

അങ്ങനെ കാത്തിരുന്ന ദിവസം എത്തുമ്പോൾ വല്ല്യമ്മാൻ രാമനെയും കൊണ്ട് വണ്ടി വരുന്നതിന് വളരെ മുമ്പുതന്നെ രാജൻപിള്ളയുടെ കടയിൽനിന്ന് ഒരു ചായയും രണ്ട് പരിപ്പുവടയും കഴിച്ച് സ്റ്റേഷനിൽ ഹാജരാവും. രാമന് ചായ വേണ്ട. നല്ല പൊകല കൂട്ടി സായ്വിന്റെ കടയിൽനിന്ന് ഒന്ന് മുറുക്കിയാൽ മതി.

എന്റെ പഴങ്കഥയെ മുറിച്ചുകൊണ്ട് വടക്കുനിന്ന് ഒരു ആൾ വണ്ടി തെക്കോട്ട് പോയി.

റെയിൽവേ ഗേറ്റ് തുറക്കുന്നതിനു മുമ്പുതന്നെ കഥയുടെ ചുരുളഴിക്കാൻ കൊച്ചുമകൾ ധൃതി കൂട്ടി. ഞാൻ എന്റെ ഓർമ്മകളിലേക്ക് മടങ്ങി.

അമ്മാവന്മാരുടെ വരവ് ഒരു വരവ് തന്നെയായിരുന്നു. നല്ല അരവിന്ദ് ഡബ്ബിൾ, മുഴുകൈയൻ വെള്ള ഷർട്ട്, അതിന് മീതെ ഒരു കോട്ട്.

കോട്ടിന്റെ പോക്കറ്റിൽ സുഗന്ധം വിതറുന്ന കർചീഫ്. ഇന്നത്തെ കോർപ്പറേറ്റ് ഹോഞ്ചോമാർ പോലും അവരെ കണ്ടാൽ നാണിച്ച് മാറിനിന്നേനേ.

അക്കാലത്ത് ഇന്നത്തെപ്പോലെ ഓട്ടോകളോ ടാക്സി കാറുകളോ ഇല്ലാത്തതുകൊണ്ട് അമ്മാവന്മാർ കോട്ടഴിച്ച് കൈത്തണ്ടയിലിട്ട് വല്ല്യമ്മാന്റെ പുറകെ വലിഞ്ഞ് നടക്കുകയാണ് പതിവ്. ട്രങ്ക്പെട്ടിയുടെ കനം കൊണ്ട് രാമന്റെ കഴുത്ത് ഒടിയുമോ എന്ന് കാണുന്നവർക്ക് ഭയം തോന്നും.

ഞങ്ങൾ കുട്ടികൾ ആ പെട്ടിയൊന്ന് തുറക്കുന്നതു കാണാൻ അക്ഷമയോടെ ചുറ്റും കാത്തുനില്ക്കയാവും. ഒരു കഷണം തുണിയോ ഒരു കൂട് ബിസ്കറ്റോ പുറത്തുവരുന്നതും കാത്തുള്ള ആ നില്പിന്റെ ആകാംക്ഷ പിന്നീട് ജീവിതത്തിലുണ്ടായിട്ടുണ്ടോ എന്ന് സംശയമാണ്.

അമ്മാവന്മാരുടെ വരവും പോക്കും നാട്ടിൽ അലകളുയർത്തിയിരുന്ന ആ കാലത്ത് അച്ഛൻ എന്തുകൊണ്ട് മദ്രാസിൽ പോയി പഠിച്ചില്ല എന്ന് മകൾ. എന്റെ അച്ഛൻ ഒരു എയ്ഡഡ് സ്കൂളിലെ മാഷായിരുന്നതുകൊണ്ട് വലിയ മോഹങ്ങളൊന്നും വളർത്തിയില്ല. അതുകൊണ്ടാവാം അച്ഛൻ അവസാന ദിവസം വരെ ജോലി ചെയ്തിരുന്ന പ്രൈമറി സ്കൂളിൽത്തന്നെ ഭാഷയുടെ ആദ്യാക്ഷരങ്ങൾ പഠിക്കുവാൻ എന്നെ കൊണ്ടുചെന്നാക്കിയത്. ഈ റെയിൽവേ ഗേറ്റ് കടന്നാൽ ആ സ്കൂളായി.

മുരിയാട് പ്രൈമറി സ്കൂൾ

മുരിയാട് പ്രൈമറി സ്കൂളിന്റെ മുന്നിൽ കാറ് നിർത്തി. എന്റെ കൂടെ ഉണ്ടായിരുന്ന ഇമ ബാബു എന്ന പ്രസിദ്ധ ക്യാമറാമാൻ (*പക്ഷിസങ്കേതം* എന്ന ഹ്രസ്വചിത്രത്തിന്റെ ക്യാമറാവർക്കിന് അടുത്തിടെയാണ് ഇദ്ദേഹത്തിന് ഒരു പുരസ്കാരം ലഭിച്ചത്) സ്കൂളിന്റെ 'മുരിയാട് ലോവർ പ്രൈമറി സ്കൂൾ' എന്ന ബോർഡ് ഒപ്പിയെടുത്തു.

ഏഴ് പതിറ്റാണ്ടിനു മുമ്പ് ഞാൻ പഠിക്കുമ്പോൾ ബോർഡൊന്നും ഉണ്ടായിരുന്നില്ല. തീവണ്ടിയൊച്ചയിൽ മുങ്ങിപ്പോകാത്ത കുട്ടികളുടെ ശബ്ദകോലാഹലങ്ങൾ മാത്രമായിരുന്നു സ്കൂളിന്റെ സാന്നിദ്ധ്യം അറിയിച്ചിരുന്നത്. സാധാരണക്കാരിൽ സാധാരണക്കാരായ ഗ്രാമവാസികളുടെ കുട്ടികൾക്ക് നാലക്ഷരം പഠിക്കാൻവേണ്ടി ആ സ്കൂൾ തുടങ്ങിയത് തൃട്ടേലിൽ പത്മനാഭപിള്ള എന്ന എന്റെ മുത്തച്ഛനായിരുന്നു. മുത്തച്ഛൻ അകാലത്തിലുണ്ടായ ഭാര്യാവിയോഗം സഹിക്കാനാവാതെ നാഴിയും ഇടങ്ങഴിയും പോലെയുള്ള നാല് ആൺമക്കളുമായി മഞ്ഞപ്രയിൽനിന്ന് (കാലടിക്കടുത്തുള്ള മഞ്ഞപ്ര) ഞങ്ങളുടെ നാട്ടിലേക്ക് കുടിയേറിപ്പാർത്തതാണ്. കുടിയേറിപ്പാർക്കാൻ കണ്ട ഒരു സ്ഥലം! ഒരു സ്കൂൾപോലും ഇല്ലാത്ത സ്ഥലം.

ഇവിടത്തെ നാട്ടുപ്രമാണിയായിരുന്ന മഠത്തിൽ ശങ്കരൻ നായരും തോണിയിൽ വേലു നായരും മറ്റും സ്ഥലം കൊടുത്തു സഹായിച്ചതുകൊണ്ടാണ് എന്റെ പ്രാഥമിക വിദ്യാലയം തുടങ്ങിയതെന്ന് ഞാൻ കേട്ടിരുന്നു. മാത്രമല്ല, എന്റെ ഓർമ്മ ശരിയാണെങ്കിൽ മുത്തച്ഛന്റെ ഒരു ഛായാചിത്രം സ്കൂളിന്റെ പൂട്ടിക്കിടക്കുന്ന ഏതോ ഒരു മുറിയിലുണ്ട്. മുന്നറിയി

പ്പൊന്നും ഇല്ലാതെ വന്നുചേർന്നതുകൊണ്ട് അത് കാണിച്ചുതരാൻ അവിടെ ആരും ഉണ്ടായിരുന്നില്ല. അഥവാ ഇനി ആരെങ്കിലും ഉണ്ടായിരുന്നെങ്കിൽതന്നെ എന്നെ തിരിച്ചറിയുമായിരുന്നില്ല. കാലത്തിന്റെ കുത്തൊഴുക്കിൽപ്പെട്ട ഒരു കരിയിലയാണല്ലോ ഞാൻ.

എന്റെ കൊച്ചുമകൾക്ക് ചെറിയതെങ്കിലും അനാഡംബരമായ ആ സ്കൂൾ കണ്ടപ്പോൾ കണ്ണുകളിൽ അത്ഭുതം നിറഞ്ഞു. വിദേശത്ത് അവൾ പഠിക്കുന്ന പ്രസിദ്ധമായ സ്കൂളിനോട് താരതമ്യപ്പെടുത്തുമ്പോൾ ഇതിന് ഒരു കാലിത്തൊഴുത്തിന്റെ നിലവാരം പോലുമില്ല.

എന്നാൽ അവൾക്ക് സ്കൂളിന്റെ അനാർഭാടമായി വെള്ള വലിച്ച ചുമരുകളും തട്ടികമറകളും തുറന്നു കിടന്ന ക്ലാസ്മുറികളും മുറ്റത്ത് പടർന്ന് കിടന്നിരുന്ന കയ്പവല്ലരിയും നനുത്ത കൂമ്പുകളുമായി നിന്ന വാഴയും ചേതോഹരമായി തോന്നി.

ഞങ്ങൾ എല്ലാവരുംകൂടി ഒഴിഞ്ഞൊരു ക്ലാസ്മുറിയിൽ ചെന്നിരുന്നത് ബാബു ചിത്രത്തിലാക്കി.

ആ ക്ലാസ്മുറിയിൽ കഴിച്ച അല്പം നിമിഷങ്ങളിൽ ഞാൻ എന്റെ സഹപാഠികളെ ഓർക്കാൻ ശ്രമിച്ചു. ചുരുളൻ മുടിയും മനോഹര കൈയക്ഷരവുമുണ്ടായിരുന്ന വേലായുധൻ, ഒരു കാലിന് അല്പം ഞൊണ്ടലുണ്ടായിരുന്നതുകൊണ്ട് ഞൊണ്ടി എന്ന് വിളിച്ചാലും പരിഭവിക്കാത്ത ദേവസ്സി, ഏത് സമയത്തും വായ തുറന്ന് പിടിച്ചിരുന്ന തിരുതായി ഔസേപ്പ്. ഔസേപ്പിന്റെ കവിളുകളിലെ ഏത്തായിപ്പാടുകൾ ഒരു ചിത്രത്തിലെ പോലെ ഓർമ്മയിൽ തെളിഞ്ഞു.

ഔസേപ്പിന്റെ അപ്പന് പാറക്കാട്ടുകരയിൽ ചെറിയ പലചരക്കുകടയുണ്ടായിരുന്നു. അതുകൊണ്ട് കണക്കു ചെയ്യാൻ സഹായിച്ചാൽ ഔസേപ്പ് ഞങ്ങൾക്ക് നാരങ്ങാസത്തും പല്ലിമുട്ടായിയും അന്നുകാലത്തുതന്നെ കൈക്കൂലിയായി തരാറുണ്ടായിരുന്നു. കോൾഗേറ്റിനും 2 ജി സ്കാമിനും എത്രയോ കാലം മുമ്പുതന്നെ കോഴ കൊടുക്കുന്ന ശീലം നാട്ടിൽ നിലവിലുണ്ടായിരുന്നു. ചിലർക്ക് തിരഞ്ഞെടുപ്പിന് സീറ്റ് നല്കാത്തതുകൊണ്ടോ, ചിലരെ തിഹാർ ജയിലിൽ അടച്ചതുകൊണ്ടോ നമ്മുടെ സ്വഭാവം മാറുമെന്ന് ഞാൻ വിശ്വസിക്കുന്നില്ല.

സ്കൂൾമുറികളിലൂടെ നടക്കുമ്പോൾ ഞാൻ എന്റെ പഴയ മാഷമ്മാരെ ഓർത്തെടുക്കാൻ ശ്രമിച്ചു.

തൊട്ടിപ്പാൾ നിന്ന് ഒന്നോ രണ്ടോ ബസുകൾ മാറിക്കയറി വിയർത്തൊലിച്ച് നരച്ച കാലൻകുട നിവർത്തിപ്പിടിച്ച് ഒരാട്ടത്തോടെ നടന്നുവരാറുള്ള ഹെഡ്മാസ്റ്റർ തുരുത്തിക്കാട്ടിൽ നാരായണമേനോൻ, കവിതാവാസനയുള്ള ശങ്കരൻകുട്ടിവാരിയർ, കുട്ടികൾ രഹസ്യമായി തുരപ്പൻ എന്ന് വിളിച്ചിരുന്ന അച്യുതമേനോൻ, എപ്പോഴും രണ്ടാംമുണ്ട് ധരിച്ചിരുന്ന കണയത്ത് കേശവമേനോൻ, പ്രസിദ്ധമായ തളിയത്ത് കുടുംബത്തിലെ റോസാടീച്ചർ. റോസാടീച്ചർ വെണ്മയെ തന്നെ വെല്ലുന്ന വെളുത്ത വസ്ത്രങ്ങളും സ്വർണ്ണ ഫ്രെയിമുള്ള കണ്ണടയുമാണ് ധരിക്കാറ്. മെലിഞ്ഞ

ശരീരപ്രകൃതിയായതിനാലാവാം മുമ്പോട്ട് അല്പം വളഞ്ഞാണ് റോസാ ടീച്ചർ നടക്കുക. അച്യുതമേനോന്റെ ഭാര്യാസഹോദരിയായ രാധാമണി ടീച്ചറായിരുന്നു എന്റെ തൊട്ടടുത്ത ക്ലാസിലെ ടീച്ചർ. ഇത് കൂടാതെ അഞ്ച് കുട്ടികളെ കൈത്തൊഴിൽ പഠിപ്പിക്കാനും പരിശീലിപ്പിക്കാനും വേണ്ടി ചർക്ക, തക്ലി, കൈത്തറി മുതലായ ഗാന്ധിയൻ ഉപകരണങ്ങളുള്ള ഒരു നെയ്ത്തുക്ലാസും ഉണ്ടായിരുന്നു. നെയ്ത്ത് പഠിപ്പിച്ചിരുന്നത് കുഞ്ഞച്ഛ നായിരുന്നു. അച്ഛന്റെ അനിയൻ അമ്മുണ്ണിനായർ. ആൾ കോൺഗ്രസു കാരനും പഞ്ചായത്ത് മെമ്പറും പൊതുകാര്യപ്രവർത്തകനും ആയിരുന്ന തുകൊണ്ട് നല്ലനേരം നോക്കിയേ ക്ലാസിലുണ്ടാവൂ. ഞങ്ങളുടെ നാട്ടിൽ ഒരു വായനശാല തുടങ്ങിയത് കുഞ്ഞച്ഛനാണ്. എന്നെ വായനയിലേക്ക് അടുപ്പിച്ചത് കുഞ്ഞച്ഛനും വായനശാലയുമാണ്.

ഏത് തരത്തിലുള്ള പുസ്തകങ്ങളാണ് മുത്തച്ഛൻ വായിച്ചിരുന്നത് എന്ന് പൂജ ചോദിച്ചപ്പോൾ അതെങ്ങനെ അവളെ പറഞ്ഞു മനസ്സിലാക്കും എന്ന ചിന്താക്കുഴപ്പത്തിലായിരുന്നു, ഞാൻ.

കുഞ്ചൻനമ്പ്യാരുടെ തുള്ളൽക്കഥകളായിരുന്നു വായിച്ചു തുടങ്ങിയത്. പിന്നീട് അത് അപസർപ്പക നോവലുകളിലേക്കും തകഴി, കേശവദേവ്, പൊൻകുന്നം വർക്കി, പൊറ്റെക്കാട്ട്, ബഷീർ, ഉറൂബ് മുതലായവരുടെ കൃതികളിലേക്കും വളർന്നു. കവിതകൾ അന്നൊക്കെ ചങ്ങമ്പുഴയിൽ ഒതുങ്ങിനിന്നു. *രമണ*നും *സ്വരരാഗസുധ*യും *വാഴക്കുല*യും കാണാതെ പഠിച്ച് നടന്നകാലം.

പഠിക്കുന്ന കാലത്തെ പല അനുഭവങ്ങളും ആ പരിസരത്തിൽ നില്ക്കുമ്പോൾ മനസ്സിൽ പൂത്തുലഞ്ഞു.

അച്ഛൻ സ്കൂളിലായാലും വീട്ടിലായാലും എപ്പോഴും എന്തെങ്കിലും എഴുതിക്കൊണ്ടിരിക്കുന്നതായേ എന്റെ ബാല്യം കണ്ടിട്ടുള്ളൂ. അച്ഛൻ എഴുതിയിരുന്നത് കഥയും കവിതയും നോവലുമൊന്നും ആയിരുന്നില്ല. സ്കൂളിലാണെങ്കിൽ ട്രഷറിയിൽ കൊണ്ടുപോകാനുള്ള ശമ്പളബില്ലുകൾ. വീട്ടിൽ വന്നാൽ വരവുചെലവുകണക്കുകളും സഹകരണ സംഘത്തിലെ നാൾവഴി കണക്കുകളും. പുക പരത്തുന്ന കമ്പിറാന്തലിന്റെ അരണ്ട വെളിച്ചത്തിലിരുന്ന് അച്ഛൻ എഴുതിക്കൂട്ടാറുള്ള കണക്കുകൾ. അച്ഛൻ ഒരു ദിവസം ആ സ്കൂളിന്റെ ഏഡ്മാഷാവുമെന്ന് (ഹെഡ്മാസ്റ്റർ) അച്ഛനും ഞങ്ങളും മറ്റു മാഷന്മാരും നാട്ടുകാരും കരുതിയിരുന്നു. ഇതിൽ ഒരാൾക്ക് മാത്രം വിയോജിപ്പുണ്ടായിരുന്നു. അച്യുതമേനോൻ മാഷ്ക്ക്. അത് കേവലമായ അസൂയയോ കണ്ണുകടിയോ ആയിരുന്നില്ല. എ പിയേക്കാൾ സീനിയോറിറ്റി തനിക്കാണെന്ന് എങ്ങനെയോ അദ്ദേഹം കണക്കുകൂട്ടിയിരുന്നു. അതനുസരിച്ച് അദ്ദേഹം വിദ്യാഭ്യാസവകുപ്പിലേക്ക് പരാതിയും നല്കിയിരുന്നു.

ഇവിടെ ഒരു ചെറിയ വിശദീകരണം. എ പി നാരായണമേനോൻ എന്ന് പേരുള്ള അച്ഛനെ പലരും എ പി മാഷ് എന്നാണ് വിളിച്ചിരുന്നത്. അച്ഛന്റെ അടി കൊള്ളാറുള്ള പിള്ളേർ പരിഹാസത്തിൽ 'ഏപി ഓപ്പൻ ആപ്പൻ കുണാപ്പൻ' എന്നൊരു പാട്ടും രഹസ്യമായി പാടിയിരുന്നു.

സീനിയോറിറ്റി തർക്കം നിലനിന്നിരുന്നെങ്കിലും രണ്ടുപേരും അത് ശത്രുതയായി കണക്കാക്കിയില്ല.

അച്യുതമേനോൻ മാഷ്ക്ക് എന്നോട് സ്നേഹമായിരുന്നു. മാഷ് വീട്ടിൽനിന്ന് കൊണ്ടുവന്നിരുന്ന അപ്പവും അടയും മറ്റും മേശ തുറന്നു പിടിച്ച് എന്നെക്കൊണ്ട് തീറ്റിക്കാറുണ്ട്. മറ്റു കുട്ടികൾ കാണാതെയും അറിയാതെയും. അച്യുതമേനോന് ആൺകുട്ടികൾ ഇല്ലാത്തതാണ് ഈ പ്രത്യേക വാത്സല്യത്തിന് കാരണമെന്ന് ആരോ പറയുകയുണ്ടായി. എന്നോട് മാത്രമല്ല, നല്ലവണ്ണം പഠിക്കുന്ന വേറെ ചില കുട്ടികളോടും മാഷ്ക്ക് പ്രത്യേകതയുണ്ടായിരുന്നു. എന്നാൽ അവർക്കൊന്നും മാഷ് പലഹാരം കൊടുക്കാറില്ല. പഠിക്കാത്ത കുട്ടികൾക്ക് അച്യുതമേനോൻ നല്ല ചൂരൽക്കഷായമാണ് കൊടുക്കാറ്. അങ്ങനെ അടികൊണ്ട വേദനയിലും നീറ്റത്തിലും പുളഞ്ഞുകൊണ്ടാണ് വിശ്വംഭരൻ, മാഷെ തുരപ്പനെന്ന് വിളിച്ചത്. കോങ്കണ്ണും ചുണ്ടുകൾക്കിടയിലൂടെ പുറത്തേക്ക് തല കാട്ടുന്ന പല്ലുകളും അച്യുതമേനോന് ഒരു തുരപ്പൻ ഛായ നല്കിയിരുന്നു എന്നത് നേര്. അതെന്തായാലും വിശ്വംഭരൻ അച്യുതമേനോൻ മാഷ്ടെ ക്ലാസിൽ നിന്ന് കരകേറാനാവാതെ പഠിപ്പ് നിർത്തുകയാണുണ്ടായത്. അച്ഛനെ ഏഡ്മാഷാക്കിക്കൊണ്ടുള്ള ഉത്തരവ് വിദ്യാഭ്യാസ വകുപ്പിൽനിന്ന് വന്ന ദിവസം അച്യുതമേനോൻ കിണറ്റിൽനിന്ന് കയറ്റിയ മൂരിയെപ്പോലെയായിരുന്നു എന്ന് പറഞ്ഞുകേട്ടിട്ടുണ്ട്. അച്ഛന് ഏഡ്മാഷാവാൻ കഴിഞ്ഞതുകൊണ്ടുള്ള നേട്ടം അമ്പതുറുപ്പികയായിരുന്നു. അതും ഒരു കൊല്ലം തികച്ച് കിട്ടിയില്ല. അതിനുമുമ്പേ പെട്ടെന്നൊരു ദിവസം കാലത്ത് അച്ഛൻ കുഴഞ്ഞുവീണുമരിച്ചു. കുട്ടികൾ ഓരോ റോസാപ്പൂക്കളുമായി വന്ന് അച്ഛന് അന്ത്യോപചാരമർപ്പിച്ചു. മാഷമ്മാരുടെ കൂട്ടത്തിൽ ദുഃഖം രേഖപ്പെടുത്താനും അമ്മയെ സമാധാനിപ്പിക്കുവാനുമായി അച്യുതമേനോൻ മാഷും വന്നിരുന്നു. എന്നാൽ ആ സമയത്ത് ഞാനെത്തിയിരുന്നില്ല. ബോംബെയിലായിരുന്നു.

അച്ഛന് സുഖമില്ല എന്ന ടെലഗ്രാം എന്റെ കൈയിലെത്തുന്നത് അച്ഛൻ മരിച്ച ദിവസം വൈകുന്നേരമാണ്. സുഹൃത്തുക്കളോടാലോചിച്ച് കാശ് കടം വാങ്ങി വിമാനത്തിൽ യാത്ര തിരിച്ചത് പിറ്റേദിവസം കാലത്ത്. യാത്രയ്ക്കിടയിൽ അച്ഛന്റെ അസുഖം ഭേദമായിട്ടുണ്ടാവും എന്ന് സ്വയം സമാധാനിപ്പിച്ചുകൊണ്ട് ഞാനിരുന്നു. ഞാനെത്തുമ്പോൾ ചിത കത്തിയമർന്നിരുന്നു. പിന്നീട് ആലോചിച്ചപ്പോൾ ആ ദിവസത്തിന് കാര്യമായ പന്തികേടുണ്ടായിരുന്നു എന്ന് മനസ്സിലായി.

ഭാഭാ പരമാണുഗവേഷണ കേന്ദ്രത്തിലെ പ്ലൂട്ടോണിയം പ്ലാന്റിൽ നൈറ്റ് ഷിഫ്റ്റിലായിരുന്ന ഞാൻ എന്തോ അത്യാവശ്യത്തിന് സെക്യൂരിറ്റിയിൽനിന്നും താക്കോൽ വാങ്ങി എന്റെ മേലധികാരിയുടെ ഓഫീസ് മുറി തുറന്നിരുന്നു. ആവശ്യം കഴിഞ്ഞ് താക്കോൽ സെക്യൂരിറ്റിക്ക് തിരിച്ചുകൊടുക്കാൻ ഞാൻ മറന്നു. ആ കൃത്യവിലോപത്തെക്കുറിച്ച് ഓർമ്മ വരുന്നത് പിറ്റേദിവസം കാലത്ത് വീട്ടിലേക്ക് പകുതി ദൂരം യാത്ര ചെയ്തതി

നുശേഷമാണ്. മേലധികാരിയുടെ മുറി തുറക്കേണ്ടത് ഞങ്ങളുടെ പ്രവർത്തനങ്ങൾക്ക് അത്യാവശ്യമാണ്. താക്കോലിന്റെ കാര്യമോർത്ത് ഞാൻ വല്ലാതെ പരിഭ്രമിക്കുകയും അസ്വസ്ഥനാവുകയും ചെയ്തു. ആ നിമിഷത്തിലായിരിക്കണം അച്ഛൻ മരിച്ചതെന്ന് പിന്നീട് ഞാൻ തിരിച്ചറിഞ്ഞു. സിന്ധി ക്യാമ്പിൽ ബസ് നിറുത്തി ഞാൻ താഴെയിറങ്ങി. ഓഫീസ് സമുച്ചയത്തിന്റെ പുറത്തുവരെ പോകുന്ന ബി ഇ എസ് ടി ബസിൽ കയറി ഓഫീസിലേക്ക് തിരിച്ചുപോയി. താക്കോൽ സെക്യൂരിറ്റിയിൽ നിക്ഷേപിച്ച് ഷട്ടിൽ പിടിച്ച് മെയിൻഗേറ്റിലെത്തിയപ്പോഴേക്കും ഞാൻ മാനസിക വ്യഥകൾകൊണ്ട് പരിക്ഷീണനായിരുന്നു. എങ്കിലും പോസ്റ്റോഫീസിൽ പോയി അച്ഛന്റെ പേർക്ക് പതിവായി അയയ്ക്കാറുള്ള മണിയോർഡർ അയച്ചു. കൺപോളകളിൽ ഉറക്കത്തിന്റെ കനം. വീട്ടിലെത്തിയതും ഞാൻ കിടന്നുറങ്ങി. വൈകുന്നേരം സുഹൃത്ത് രവി വിളിച്ചുണർത്തി ഒന്നും പറയാതെ ടെലഗ്രാം കൈയിൽ തന്നു.

'ഫാദർ സീരിയസ്. സ്റ്റാർട്ട് ഇമ്മീഡിയറ്റ്ലി.'

കാര്യം നിസ്സാരമല്ല എന്ന് തോന്നി. അത്യാസന്ന നിലയിലല്ലെങ്കിൽ ടെലഗ്രാം അയയ്ക്കുമായിരുന്നില്ല. രാത്രി നാട്ടിലേക്ക് പറക്കുന്ന വിമാനങ്ങൾ ആ കാലത്ത് ഉണ്ടായിരുന്നില്ല. പിറ്റേദിവസം ആദ്യത്തെ ഫ്ളൈറ്റിൽ പോകാനുള്ള ടിക്കറ്റ് കസ്റ്റംസ് ഉദ്യോഗസ്ഥനായ ഷേണായി വാങ്ങിക്കൊണ്ടുവന്നുതന്നു. അങ്ങനെ വീട്ടിലെത്തിയപ്പോൾ എന്നെ സ്വാഗതം ചെയ്തത് മരണത്തിന്റെ ഘനീഭവിച്ച തണുപ്പും ദുഃഖത്തിൽ തേങ്ങുന്ന വീടുമായിരുന്നു. അച്ഛന് മരിക്കാനുള്ള പ്രായമായിരുന്നില്ല. അനിയന്മാരുടെ വിദ്യാഭ്യാസം കഴിഞ്ഞിരുന്നില്ല. അനിയത്തിമാരുടെ വിവാഹവും.

എനിക്ക് വളരെ നേരത്തേക്ക് അമ്മയെ അഭിമുഖീകരിക്കുവാനുള്ള ധൈര്യം കിട്ടിയില്ല. ഇറയത്ത് തൂണും ചാരി അനിശ്ചിതമായ ഭാവിയിലേക്ക് നോക്കി എത്രനേരം ഇരുന്നു എന്ന് ഇപ്പോൾ പറയാനാവില്ല.

ഞാൻ പറഞ്ഞുനിർത്തിയപ്പോൾ എന്റെ ഭാര്യയും മകളും കൊച്ചുമകളും നിശ്ശബ്ദരായിരുന്നു.

അച്ഛൻ അവസാനദിവസം വരെ ജോലി ചെയ്ത ആ സ്കൂളും മുളം തട്ടികകൾകൊണ്ട് വേർതിരിച്ചിരുന്ന ക്ലാസ്മുറികളും അനാർഭാടമായി വസ്ത്രം ധരിച്ചിരുന്ന കുട്ടികളും അവരുടെ മുറിസ്ലേറ്റുകളും ചട്ട കീറിയ പാഠപുസ്തകങ്ങളും ഒരു പഴയ ബ്ലാക്ക് ആന്റ് വൈറ്റ് ചലച്ചിത്രത്തിലെന്നപോലെ എന്റെ മനസ്സിൽ ചലിച്ചുകൊണ്ടിരുന്നു.

ഞാൻ എഴുപതു കൊല്ലം മുമ്പ് പഠിച്ച ആ പഴയ സ്കൂൾ എന്റെ മകളുടെയും കൊച്ചുമകളുടെയും വിചാരങ്ങളിൽ എങ്ങനെ പ്രതിഫലിച്ചിട്ടുണ്ടാവും എന്ന് എനിക്കറിഞ്ഞുകൂടാ. എന്തായാലും അത് കാണാൻ കഴിഞ്ഞതിലെ ചാരിതാർത്ഥ്യം അവരുടെ മുഖത്തും കണ്ണുകളിലുമുണ്ടായിരുന്നു.

സ്കൂൾ വിട്ടതിനുശേഷം ഒരിക്കലും ഇവിടെ വന്നിട്ടില്ലേ എന്നറിയാനായി പൂജയ്ക്ക് ആകാംക്ഷ.

ഞാൻ ഓർമ്മകളുടെ പഴയ മേച്ചിൽപ്പുറങ്ങളിൽ അലയുമ്പോൾ ഒരു നാടകത്തിന്റെ ഓർമ്മപ്പച്ചയിലെത്തി. ആ സ്കൂളിന്റെ മുറ്റത്ത്, സ്കൂൾ പഠിപ്പ് കഴിഞ്ഞ് വർഷങ്ങൾക്കുശേഷം, ഒരു നാടകം അരങ്ങേറിയതിന്റെ ഓർമ്മകൾ, ഞാനാവശ്യപ്പെടാതെതന്നെ മനസ്സിൽ പറന്നിറങ്ങി കലമ്പൽ കൂട്ടി.

അത് പത്താം ക്ലാസൊക്കെ കഴിഞ്ഞതിനുശേഷമാണെന്ന് തോന്നുന്നു. ഏഴാം ക്ലാസിൽ പഠിക്കുമ്പോൾ മുതൽ സാഹിത്യവുമായി ഒരു നേർത്ത ബന്ധം സ്ഥാപിക്കാൻ ഞാൻ തീവ്രശ്രമം നടത്തിയിരുന്നു. അതിനിടയിൽ സ്കൂളിലെ സാഹിത്യസമാജത്തിന്റെ പ്രവർത്തനങ്ങളിൽ സജീവമായിരുന്നു. 'ഉഷസ്സ്' എന്നൊരു കൈയെഴുത്ത് മാസികയും നടത്തി, കുറച്ചുകാലം. സ്കൂളിലെ സാഹിത്യമത്സരങ്ങളിൽ പങ്കുകൊണ്ട് ചില സമ്മാനങ്ങളും കിട്ടി. എന്റെ സാഹിത്യ പരിശ്രമങ്ങൾക്ക് വെള്ളവും വെളിച്ചവും നല്കിയിരുന്നത് ഞങ്ങളെ സയൻസ് പഠിപ്പിച്ചിരുന്ന സുമുഖനും സഹൃദയനുമായിരുന്ന എൻ വി ഈശ്വരവാരിയരായിരുന്നു. എൻ വി കൃഷ്ണവാരിയരുമായി ഇദ്ദേഹത്തിന് ബന്ധമുണ്ടെന്ന് കേട്ടിരുന്നു. അത് വാസ്തവമാണോ എന്ന് ഞാൻ അന്വേഷിച്ചിട്ടില്ല. അതെന്തായാലും മാഷ് മനോഹരമായി വയലാർ കവിതകൾ ചൊല്ലുന്നതു കേട്ടിട്ടാണ് സാഹിത്യത്തിൽ എന്റെ കൗതുകം വളർന്നതെന്ന് ഞാൻ വിശ്വസിക്കുന്നു. വയലാറിന്റെ *മുളങ്കാടും ആയിഷ*യുമൊക്കെ എത്ര മനോഹരമായാണ് മാഷ് ചൊല്ലാറുള്ളതെന്ന് പറഞ്ഞറിയിക്കാൻ വിഷമമാണ്. ആ സ്വരമാധുരി പെട്ടെന്ന് നിലച്ചുപോകത്തക്കവണ്ണം ഗുരുതരമായ ഒരു ദുരന്തമുണ്ടായി എന്നുള്ളതാണ് പിന്നീട് വളരെക്കാലം എന്നെ അലട്ടിയത്. വർഷങ്ങൾക്കു മുമ്പ്, വരന്തരപ്പിള്ളിയിൽ ഒരു കമ്യൂണിസ്റ്റ് ജാഥയ്ക്കിടയിലുണ്ടായ അക്രമത്തിൽ ചിലർ കൊല്ലപ്പെടുകയും പ്രതികളുടെ കൂട്ടത്തിൽ എന്റെ മാഷു കൂടി അറസ്റ്റ് ചെയ്യപ്പെടുകയുമുണ്ടായി. അതിനുശേഷം എനിക്കദ്ദേഹത്തെ കാണാൻ കഴിഞ്ഞിട്ടില്ല. മാഷെക്കുറിച്ച് പിന്നീട് ഞാൻ *ജനയുഗം* വാരികയിൽ 'സാക്ഷാൽ ഈശ്വരൻ' എന്നൊരു ലേഖനം എഴുതുകയുണ്ടായി. ഇതൊക്കെ എന്റെ അല്ലറ ചില്ലറ സാഹിത്യപ്രവർത്തനങ്ങളിൽ പെടുന്നു. അതിന്റെ തുടർച്ചയെന്നോണം നാടകഗന്ധമോ അഭിനയശേഷിയോ ഒന്നുമില്ലാത്ത ഞാൻ ഒരു നാടകത്തിൽ അഭിനയിച്ചതിന്റെ കഥയാണ് പൂജയെ വിസ്മയിപ്പിച്ചത്.

ആദ്യത്തെ നാടകയജ്ഞം

നാട്ടിൽ പത്താംക്ലാസ് കഴിഞ്ഞ് പ്രത്യേകിച്ച് ജോലിയൊന്നുമില്ലാതെ ഊണും ഉറക്കവും വായനശാലയുമായി കഴിയുന്ന കുറെ ചെറുപ്പക്കാരുണ്ടായിരുന്നു. അരവിന്ദൻ, ഗോവിന്ദൻകുട്ടി, സച്ചു, രാധാകൃഷ്ണൻ, ഞാൻ തുടങ്ങി ചിലർ.

എല്ലാവരുടെയും പേരു പറയാൻ പൂജ നിർബ്ബന്ധിച്ചെങ്കിലും എനിക്ക് ഓർത്തെടുക്കാനാവുന്നില്ല. ഞങ്ങൾ ഒരു ദിവസം വായനശാലയിൽ ഒത്തു

കൂടിയപ്പോൾ കൂട്ടത്തിൽ ആരോ ചോദിച്ചു: "നമുക്കൊരു നാടകം തട്ടിക്കൂട്ടിയാലോ?"

"അതിനൊക്കെ ഒത്തിരി പണച്ചെലവാകില്ലേ?"

"നമുക്ക് ടിക്കറ്റ് വച്ച് കളിച്ചുകൂടേ?"

"ഓ, പിന്നേയ്, നമ്മള് കെ പി എ സിയല്ലേ?"

"എടോ കെ പി എ സിയും ഇതുപോലൊക്കെത്തന്നെയാവും തുടങ്ങിയിരിക്കുക."

"നമ്മടെ നാടകം കാണാൻ പട്ടി വരും."

"പട്ട്യേങ്കി പട്ടി വരുമല്ലോ. നമുക്കതു മതി" നാടകക്കമ്പം തലയ്ക്കുപിടിച്ച സച്ചു പറഞ്ഞു.

"എടോ വലിയ ടിക്കറ്റൊന്നും വേണ്ട. നമ്മുടെ നാട്ടുകാർക്ക് ഒരു നേരമ്പോക്കിന് ചെലവാക്കാവുന്ന ചെറിയ സംഖ്യയുടെ ടിക്കറ്റുകൾ." ഗോവിന്ദൻകുട്ടിയുടെ പ്രായോഗിക നിർദ്ദേശം.

"അതൊക്കെ വിട്, നടക്കാവുന്ന വല്ല കാര്യോണ്ടെങ്കി പറേന്റിഷ്ടാ." രാധാകൃഷ്ണൻ ക്ഷമയറ്റതുപോലെ പറഞ്ഞു.

അവസാനം എല്ലാവരുംകൂടി മാണിക്യത്തെ ഉണ്ണികൃഷ്ണ മേനോനെ പോയി കാണാൻ തീരുമാനിച്ചു. എറണാകുളത്തും തിരുവനന്തപുരത്തുമൊക്കെ നാടകാഭിനയവും അരങ്ങുമായി അടുത്ത ബന്ധം പുലർത്തുന്ന ആൾ. പൊൻകുന്നം വർക്കിയും തോപ്പിൽ ഭാസിയും എസ്സെൽപുരവുമൊക്കെയായി പരിചയമുണ്ടത്രെ. ഈയിടെയാണ് നെല്ലായിൽ താമസം തുടങ്ങിയത്.

ഒരു ഞായറാഴ്ച നാടകമോഹവുമായി ഞങ്ങൾ അദ്ദേഹത്തെ കാണാൻ പോയി. കഷണ്ടിയും കറുത്ത കട്ടിമീശയും എപ്പോഴും പൊടി വലിക്കുന്നതുകൊണ്ട് ജലദോഷമുള്ളവർ സംസാരിക്കുന്നതുപോലെയുള്ള ശബ്ദവും. അതേസമയം നാടകത്തിലെ രംഗസംവിധാനം, സജ്ജീകരണം, ചമയങ്ങൾ, ശബ്ദനിയന്ത്രണം തുടങ്ങി എല്ലാ കാര്യങ്ങളിലും വ്യത്യസ്തത പുലർത്തുന്ന ഒരാളാണ് ഉണ്ണികൃഷ്ണമേനോൻ എന്ന് ആരും ആദ്യത്തെ കൂടിക്കാഴ്ചയിൽ തന്നെ തിരിച്ചറിയും. ഞങ്ങളുടെ വരവിന്റെ ഉദ്ദേശ്യം അറിയിച്ചപ്പോൾ അദ്ദേഹം പറഞ്ഞു:

"നാടകം അഭിനയിക്കുന്നതൊക്കെ നന്ന്. പക്ഷേ, അതൊരാവേശത്തിന്റെ പ്രേരണയാലുള്ള എടുത്തുചാട്ടമോ ഒഴിവുകാല വിനോദമോ ആവരുത്. നാടകത്തിനോടുള്ള അടങ്ങാത്ത അഭിനിവേശമായിരിക്കണം നിങ്ങളെ നയിക്കുന്നത്. അരങ്ങിൽ കയറി പ്രോംപ്റ്റർ പിന്നിൽ നിന്ന് പറയുന്ന വാക്കുകൾ തത്തമ്മേ പൂച്ച പൂച്ച എന്നതുപോലെ ഉരുവിട്ടാൽ നാടകമാവില്ല. പ്രേക്ഷകർ നിങ്ങളെ കൂവി ഓടിക്കും. ഒരു നാടകം ചെയ്യാൻ തുടങ്ങുന്നതു മുതൽ നിങ്ങൾ നിങ്ങളല്ലാതാവണം. അഭിനയിക്കുന്ന കഥാപാത്രമായി മാറണം. നിങ്ങളുടെ ശരീര.......... ഇരിപ്പും നടപ്പും എല്ലാം നിങ്ങളഭിനയിക്കുന്ന കഥാപാത്രത്തിന്റെയാവണം. ഇത് ഒരു ദിവസം കൊണ്ടോ ഒരു നാടകം കൊണ്ടോ നേടിയെടുക്കാനാവില്ല. നിരന്തര പരി

ശ്രമം തന്നെ വേണം.”

അദ്ദേഹം പറയുന്നതുകേട്ട് എല്ലാവരും നിശ്ശബ്ദരായിരുന്നു.

“കട്ടിറ്റ് ഷോർട്ട്”

പൂജ അക്ഷമ പ്രകടിപ്പിച്ചു.

“എന്നിട്ട് നിങ്ങൾ ഡ്രാമ അഭിനയിച്ചോ?”

“യെസ്. വി ഡിഡ്.”

“എന്തായിരുന്നു അതിന്റെ പേര്?”

പൊടുന്നനെ എനിക്ക് ഓർമ്മ വന്നില്ല. കുറച്ചുകഴിഞ്ഞപ്പോൾ പിടി കിട്ടി, ‘പിൻഗാമി.’

“മുത്തച്ഛന്റെ റോളെന്തായിരുന്നു?”

“ഹീറോ”

അത് കേട്ടപ്പോൾ എന്റെ മോളും കൊച്ചുമോളും പരിസരം മറന്ന് ഉറക്കെ ചിരിച്ചു.

“മോത്സിനെ ഒരു നായകനായി സങ്കല്പിക്കാനാവുന്നില്ല.” (മുത്തച്ഛനെ പൂജ ലോപീകരിച്ചതാണ് മോത്സ്).

“ആരായിരുന്നു ഹീറോയിൻ?” അടുത്ത ചോദ്യം.

അതോർത്തപ്പോൾ എനിക്കും ചിരിക്കാതെ വയ്യെന്നായി. അരവിന്ദനായിരുന്നു പെൺവേഷം. അന്നുതന്നെ അരവിന്ദനെ കഷണ്ടി ആക്രമിച്ചു തുടങ്ങിയിരുന്നു. പല്ല് പൊന്തിയിരുന്നു. അരവിന്ദന്റെ മുഖത്ത് സന്തോഷം വന്നാലും സന്താപമായാവും ഒരേ ഭാവമാണ്. അന്നേ തടിയനായ എന്റെ കൂടെ ഒരു ഉണക്ക മനുഷ്യനെ പെണ്ണാക്കി നിർത്തിയ ഡയറക്ടറെ കൊല്ലാനുള്ള ദേഷ്യം എനിക്കുണ്ടായിരുന്നു. എന്റെ കാഴ്ചപ്പാടിൽ ആ വേഷത്തിനിണങ്ങിയത് രാധാകൃഷ്ണനായിരുന്നു. പക്ഷേ, ഡയറക്ടറുടേതാണല്ലോ അവസാന വാക്ക്.

“വേറെ ആരൊക്കെയുണ്ടായിരുന്നു?”

സച്ചു വേലക്കാരൻ. ഗോവിന്ദൻകുട്ടി പ്രതിനായകൻ. രാധാകൃഷ്ണൻ വേലക്കാരി. ഞാൻ ബാങ്ക് ഓഫീസറോ മാനേജരോ മറ്റോ ആയിരുന്നു. ബാങ്കിലെ പണം തിരിമറി ചെയ്ത് കുഴപ്പത്തിൽ ചാടിയപ്പോൾ ഓഫീസർ ആത്മഹത്യ ചെയ്തു. മകൻ കെട്ടിത്തൂങ്ങുന്നതു കാണാൻ വിഷമമായതുകൊണ്ട് നാടകം കഴിയുന്നതിനു മുമ്പ് അച്ഛൻ സ്ഥലംവിട്ടു.

“നാടകം കാണാൻ ആൾക്കാരുണ്ടായിരുന്നോ?”

“പിന്നേ! ഈ മുറ്റം നിറയെ ക്ലാസ്മുറികളിൽനിന്ന് പിടിച്ചിട്ട ബഞ്ചുകളിൽ ഞങ്ങളുടെ നാട്ടിൻപുറത്തെ ആദ്യത്തെ നാടകം കാണാൻ ജനം നിറഞ്ഞിരുന്നു.”

“പിന്നെയും നാടകങ്ങളുണ്ടായോ?” പൂജ ചോദിച്ചു.

ഇവിടെയുണ്ടായില്ല. അപ്പോഴേക്കും ഗോവിന്ദൻകുട്ടിയും അരവിന്ദനും മറ്റും ചെറിയ ജോലികളുമായി എറണാകുളത്തേക്കും തിരുവനന്തപുരത്തേക്കും പോയി. എന്നാൽ ഇതേ നാടകം പറപ്പൂക്കരെ അരങ്ങേറിയപ്പോൾ ബാങ്കുദ്യോഗസ്ഥനായ വിനയനായി അഭിനയിച്ചിരുന്ന ആൾക്ക്

ചിക്കൻപോക്സ് പിടിച്ചു. അപ്പോൾ ഉണ്ണികൃഷ്ണമേനോൻ എന്നെ കൈയോടെ പിടിച്ചുകൊണ്ടുവരാൻ ആളെ അയച്ചു. ഞങ്ങൾ രണ്ടുപേരും സൈക്കിൾ ചവിട്ടിപ്പോയി പറപ്പൂക്കരെ നാടകം അഭിനയിച്ചു. അത് അവസാനത്തെ നാടകമായിരുന്നു. പിന്നീട് ഞാൻ അരങ്ങത്തോ ജീവിതത്തിലോ അഭിനയിച്ചിട്ടില്ല. വേഷം മാറുന്നതിനെയും അഭിനയിക്കുന്നതിനെയും ഞാൻ വെറുത്തു. ഞാനെന്താണോ അതു മാത്രമായിരിക്കാൻ ശ്രമിച്ചു.

സ്കൂൾ കണ്ട് പുറത്തുകടന്നപ്പോൾ എന്റെ മനസ്സിലെ ഓർമ്മകളുടെ വൈക്കോൽ തുറുവിൽ തീപിടിച്ചിരിക്കുന്നതായി തോന്നി.

ഞാൻ മുരിയാട് സ്കൂളിൽ പ്രിപ്പേരറ്ററി ക്ലാസുവരെയാണ് പഠിച്ചത്. ഇംഗ്ലീഷ് പഠിക്കുന്നതിനുള്ള തയ്യാറെടുപ്പാണ് പ്രിപ്പേരറ്ററി ക്ലാസുകൊണ്ട് ഉദ്ദേശിച്ചിരുന്നത്. കടിച്ചു മുറിച്ച് പ്രിപ്പേരറ്ററി എന്നു പറയുന്നതിനു പകരം കുട്ടികൾ അതിനെ നാലര ക്ലാസാക്കി. നാലര ക്ലാസ് എന്നു കേട്ടപ്പോൾ മക്കൾക്ക് ചിരിയടക്കാനായില്ല.

മദിരാശി യാത്ര

നാലാം ക്ലാസ് കഴിഞ്ഞതോടെ എനിക്ക് ഏതെങ്കിലും ഹൈസ്കൂളിൽ ചേരണം.

ഇരിങ്ങാലക്കടെ ഹൈസ്കൂളുകളുണ്ട്. എന്നാൽ ദിവസവും നടന്നു പോകുന്നത് പ്രായോഗികമായിരുന്നില്ല. ബസിനു പോകാമെന്നു വെച്ചാൽ അന്ന് ബസ് സർവ്വീസ് ഇന്നത്തെപ്പോലെ വ്യാപകമായിരുന്നില്ല.

ഞങ്ങളുടെ നാട്ടിൽക്കൂടി ആദ്യമായി ഇരിങ്ങാലക്കുടയ്ക്ക് ബസ് ഓടിയത് നെല്ലായിക്കാരൻ ഒരു സ്വാമിയുടെ കരിവണ്ടിയാണ്. അതിൽ പോയാൽ നേരത്തിനും സമയത്തിനും സ്കൂളിലെത്താൻ ബുദ്ധിമുട്ടാണ്. ചിലപ്പോഴൊക്കെ ഇറങ്ങി തള്ളേണ്ടിയും വരും.

അങ്ങനെയുള്ള ആലോചനകൾക്കിടയിലാണ് ഗോവിന്ദമ്മാൻ ഒരു നിർദ്ദേശം കൊണ്ടുവന്നത്. കൊടകര നാഷണൽ ഹൈസ്കൂളിൽ ചേരുക. അമ്മാമന്റെ താമസം സ്കൂളിനടുത്തായതുകൊണ്ട് അവിടെ താമസിച്ച് പഠിക്കാം. അതിന് അച്ഛനും അമ്മയ്ക്കും വലിയ സമ്മതമുണ്ടായിരുന്നില്ല. മൂത്തപുത്രനെ വേർപിരിഞ്ഞ് താമസിക്കാൻ അമ്മയ്ക്ക് ഇഷ്ടമുണ്ടായിരുന്നില്ല. അമ്മയേക്കാളേറെ വിഷമം അമ്മൊമ്മയ്ക്കായിരുന്നു. അമ്മൊമ്മയ്ക്ക് കാലത്ത് എന്നെ കണികാണണമെന്നത് നിർബ്ബന്ധമായിരുന്നു. അമ്മൊമ്മയുടെ കട്ടിലിനു താഴെയാണ് ഞാൻ കിടന്നുറങ്ങാറ്. വീട്ടിലെ സ്വാതന്ത്ര്യവും സുഖവും എനിക്ക് നഷ്ടമാവുമെന്നുള്ള ഭയം എന്നെ പിന്നോക്കം വലിച്ചിരുന്നു. അതേസമയം എന്നേക്കാൾ ഒരു വയസ്സുമാത്രം കൂടുതലുള്ള അമ്മാമന്റെ മകന്റെ സാമീപ്യവും ചങ്ങാത്തവും പഠിക്കാനും കളിക്കാനും സഹായകമാവുമല്ലോ എന്ന ആശ്വാസവും ഉണ്ടായിരുന്നു. അതിൽ ഒരു ചെറിയ സാങ്കേതികക്കുഴപ്പവും ഉണ്ടായിരുന്നു. ഞങ്ങളെ

രണ്ടുപേരെയും വീട്ടിൽ അപ്പു എന്നാണ് വിളിച്ചിരുന്നത്. അതുകൊണ്ട് അപ്പു എന്നു വിളിക്കുമ്പോൾ ആർ വിളി കേൾക്കണമെന്ന് ആശയക്കുഴപ്പമുണ്ടാക്കി. പിന്നെ വല്ല്യേ അപ്പു എന്ന് വിളിക്കുമ്പോൾ അമ്മാമന്റെ മകനും ചെറ്യേ അപ്പു എന്ന് വിളിക്കുമ്പോൾ ഞാനും വിളി കേൾക്കാമെന്നായി ധാരണ. ഇവിടെയും ഒരു ചെറിയ പന്തികേട് ഉണ്ടായിരുന്നു. എന്നേക്കാൾ പൊക്കവും വണ്ണവും കുറഞ്ഞ ആളെ വല്ല്യേ അപ്പു എന്ന് വിളിക്കുന്നത് പലർക്കും വിരോധാഭാസമായി തോന്നി. അത് കാര്യമായ ഒര സൗകര്യമല്ല എന്ന ധാരണയിൽ അവസരോചിതമായി മാത്രം ഞങ്ങളുടെ വലിപ്പ ചെറുപ്പ വിശേഷണങ്ങൾ ചേർത്തു. അല്ലെങ്കിൽ സന്ദർഭം മനസ്സിലാക്കി ഞങ്ങൾ പ്രതികരിച്ചുപോന്നു.

ഗോയ്മ്മാന് കൊടകരയിൽ കണ്ണായ സ്ഥലത്ത് ഒരു റൈസ് മിൽ ഉണ്ടായിരുന്നു.

മദിരാശിയിലെ ഒരു ഹോട്ടൽ വിറ്റ പണംകൊണ്ടാണ് റൈസ് മിൽ വാങ്ങിയത്. ഇത് താഴെയുള്ള അമ്മാവന്മാർക്ക് ഇഷ്ടമായില്ല. ഹോട്ടലിന്റെ വിഹിതം അവകാശപ്പെടാവുന്ന നാരായണമ്മാൻ ഇതിനകം മരിച്ചതുകൊണ്ട് ദേഷ്യവും അമർഷവും പുകഞ്ഞു കത്തിയില്ല.

നാരായണമ്മാന്റെ മരണം ഇരുട്ടടിപോലെയാണ് വന്നത്.

ഗോവിന്ദമ്മാൻ കൊടകരയിൽ പുതിയ വീട് പണിതപ്പോൾ മദിരാശിയിലേക്ക് വണ്ടി കയറുന്നതിനുമുമ്പ് അതൊന്ന് കാണാമെന്ന് ജ്യേഷ്ഠനായ നാരായണമ്മാന് തോന്നി.

"അച്ഛന് ആ അങ്കിളിനെ കണ്ട ഓർമ്മേണ്ടോ" എന്ന് മകൾ ചോദിച്ചു.

"പിന്നെല്ല്യേ, മറ്റെല്ലാ അമ്മാമമാരേക്കാളും പൊക്കവും വണ്ണവും തലയെടുപ്പം ഉള്ള ആളായിരുന്നു. സ്വർണ്ണഫ്രെയ്മുള്ള കണ്ണട, കഴുത്തിൽ ഉരുണ്ടു കളിക്കുന്ന സ്വർണ്ണമാല, തുളച്ചുകയറുന്ന നോട്ടം. ആരും ഒന്ന് നോക്കിപ്പോകും."

നാരായണമ്മാനെക്കൊണ്ടാണ് കുടുംബം കര കേറീതെന്ന് മുത്തശ്ശി പറ്യാറുണ്ട്. അതിന്റെ കഥയിങ്ങനെ.

മുത്തശ്ശിക്ക് ജീവിച്ചിരിക്കുന്നവരായി ആറ് മക്കളായിരുന്നു എനിക്കോർമ്മവയ്ക്കുമ്പോൾ. മൂന്നോ നാലോ പേർ മരിച്ചുപോയി എന്നും കേട്ടിട്ടുണ്ട്.

രണ്ടു ഭർത്താക്കന്മാരുണ്ടായിരുന്നു, മുത്തശ്ശിക്ക്. ആദ്യ ഭർത്താവിലുണ്ടായതാണ് വല്ല്യമ്മാൻ. ഹ്രസ്വമായിരുന്നു ആ ദാമ്പത്യം.

പിന്നെയാണ് തൃപ്രയാർ പടിഞ്ഞാറെ ഷാരത്തെ കുഞ്ഞുകൃഷ്ണ പിഷാരടി പുടമുറി കഴിച്ചത്. പടിഞ്ഞാറെ ഷാരത്തെ എന്ന പെരുമയെയാണ് മുത്തശ്ശി ഏറ്റെടുത്തത്. അതിലുണ്ടായ സമ്പാദ്യമാണ് അമ്മയടക്കമുള്ള അഞ്ചു സന്തതികൾ. മൂന്നോ നാലോ പേർ മരിച്ചുപോയി എന്നും കേട്ടിട്ടുണ്ട്. മക്കളെ പോറ്റാനും നിത്യനിദാനങ്ങൾക്കും അരിഷ്ടി

ക്കുന്ന കുടുംബത്തിന്റെ ചിത്രം എന്റെ ഓർമ്മയിലില്ല. മുത്തശ്ശി പറഞ്ഞു തന്ന അറിവാണത്.

കഴിഞ്ഞുകൂടാൻ നന്നേ ബുദ്ധിമുട്ടായിരുന്നു. സഹായത്തിന് ആരുമില്ല. അമ്മയുടെ കഷ്ടപ്പാടും ബുദ്ധിമുട്ടും മനസ്സിലാക്കിയിരുന്നത് നാരായണൻ മാത്രം. അവൻ അമ്മയോടൊപ്പം വെളുപ്പാൻകാലത്ത് എഴുന്നേല്ക്കും. അടുക്കളജോലികളിൽ സഹായിക്കും. അന്നത്തെ ഭക്ഷണക്രമവും ജീവിതരീതികളും ഇന്ന് നമുക്ക് ഊഹിക്കാനാവില്ല. കാലത്ത് ഒരു ചുക്കുകാപ്പി മാത്രം. ചിലപ്പോൾ കടിച്ചുകൂട്ടാൻ ഒരച്ച് ശർക്കര. പ്രാതൽ കഞ്ഞിയാണ്. ഉച്ചയ്ക്കും കഞ്ഞിതന്നെ മിക്കവാറും. ഓണത്തിനും വിഷുവിനുമൊക്കെയേ ചോറ് വിളമ്പാറുള്ളൂ.

ഒരുദിവസം നേരം പരപരെ വെളുക്കുമ്പോൾ നാരായണമ്മാൻ കോണകവാല് വളച്ചുവച്ച് തെങ്ങിൻതടത്തിലിരുന്ന് വെണ്ണീറുകൊണ്ട് എച്ചിൽപ്പാത്രങ്ങൾ കഴുകുകയായിരുന്നു. എന്തോ ആവശ്യത്തിന് അവിടെ കയറിവന്ന കോടമുക്കിലെ അമ്മട്ട്യേമ്മ മൂക്കത്ത് വിരൽ വച്ചുകൊണ്ട് പറഞ്ഞുപോലും:

“ആയി ആയ്. തറവാട്ടീപെറന്ന ആങ്കുട്ട്യോള് എച്ചിപ്പാത്രം മോറ്വേ? നാണക്കേട്... നാണക്കേട്.”

അവരുടെ പരിഹാസം നാരായണമ്മാനെ നാണിപ്പിക്കുക മാത്രമല്ല, മനസ്സിന് മുറിവേല്പിക്കുകയും ചെയ്തു.

ഉടനെ അവിടുന്ന് എണീറ്റ് അകത്തേക്കോടി. വേഗം കുളത്തിൽ പോയി മുങ്ങിക്കുളിച്ച് കൈയിൽ കിട്ടിയ മുണ്ടും ഷർട്ടും എടുത്തിട്ട് അമ്മയോട് പറഞ്ഞു:

“അമ്മേ, ഞാൻ പോണു.”

“എവിടേക്കാ മോനേ?”

“അതൊന്നും എനിക്കറീല്ല്യ. ഞാൻ പോണു. വിധീണ്ടെങ്കിൽ എന്നെങ്കിലും കാണാം.”

അമ്മയുടെ നെഞ്ചിടിപ്പുകൾക്കോ കണ്ണീരിനോ നാരായണനെ പിടിച്ചു നിർത്താനായില്ല.

നാരായണമ്മാൻ പോയ വഴികളോ സ്ഥലങ്ങളോ ചെയ്ത ജോലികളോ ആർക്കും അറിയില്ല. വർഷങ്ങളുടെ അലച്ചിലുകൾക്കും അന്വേഷണങ്ങൾക്കും ശേഷം തന്റെ കാൽക്കീഴിൽ ഒരു തറയുണ്ടെന്ന് ഉറപ്പു വരുത്തിയതിനുശേഷമാണ് നാരായണമ്മാൻ തന്റെ നാടിന്റേയും അമ്മയുടെയും മുഖം കാണാനെത്തുന്നത്.

വന്നപാടെ പെട്ടി ഇറയത്തുവച്ച് ആൾ അമ്മുട്ട്യേമ്മയെ കാണാനോടി. അവരുടെ കാല്ക്കൽ ചില നോട്ടുകൾ വച്ച് നമസ്കരിച്ചു.

“നിങ്ങടെ പരിഹാസവാക്കുകൾ എനിക്ക് കരുത്തായി. അതെന്റെ ചെവിയിൽ മുഴങ്ങിക്കൊണ്ടിരുന്നപ്പോൾ എനിക്ക് വീറും വാശിയും കൂടി. എനിക്കിപ്പോ എന്റെ കാലിൽ നിവർന്നുനില്ക്കാമെന്നായി.”

അതുകേട്ട് അവർ പൊട്ടിക്കരഞ്ഞു.

“ന്റെ മോനേ ഞാനത് മോനെ ദെണ്ണിപ്പിക്കാൻ പറഞ്ഞതല്ല. വെറുതെ നേരംപോക്കായി പറഞ്ഞതാ.”

അവരും തന്നെപ്പോലെ പറഞ്ഞതോർത്ത് ദുഃഖിക്കുകയായിരുന്നു എന്നറിഞ്ഞപ്പോൾ നാരായണമ്മാനും ഖേദം തോന്നി. എന്തായാലും അതുകൊണ്ട് ആർക്കും ദോഷമൊന്നും വന്നില്ലല്ലോ. നന്മയേ ഉണ്ടായിട്ടുള്ളൂ. അതുകൊണ്ട് നമുക്ക് സന്തോഷിക്കാം.

നാരായണമ്മാൻ മദിരാശിയിൽ രണ്ടു ടീക്കടകൾ വാടകയ്ക്കെടുത്ത് നടത്താൻ തുടങ്ങിയിരുന്നു. ചായയും റസ്ക്കും ബിസ്കറ്റും മാത്രം വില്ക്കുന്ന വളരെ കുറച്ച് വാടക മാത്രം കൊടുക്കേണ്ട ചെറിയ കടകളാണ് ടീക്കടകൾ. പിന്നീട് ഈ ടീക്കടകളിൽ നിന്നാണ്, ഹോട്ടലിലേക്കുള്ള വളർച്ച.

അന്നപൂർണ്ണ ഹിന്ദു മിലിട്ടറി ഹോട്ടലിന്റെ ഉടമയായ നാരായണമ്മാനാണ് അതികാലത്തുതന്നെ കുളിച്ച് ഇസ്ത്രിയുലയാത്ത മുണ്ടും ഷർട്ടും ധരിച്ച് കൊടകരയ്ക്ക് പുറപ്പെട്ടത്. വീട്ടിൽ ഉണ്ടായിരുന്ന ബി എസ് എ സൈക്കിളിലാണ് യാത്ര. വല്ലക്കുന്നിൽ ബസ് കാത്തുനില്ക്കുന്നതിനേക്കാൾ വേഗത്തിൽ കൊടകരയെത്താം.

ഞങ്ങൾ പതിവുപോലെ സ്കൂളിൽ പോയോ എന്നെനിക്ക് ഓർമ്മയില്ല. എന്തായാലും ഉച്ചയായതോടെ വീട്ടിലെ അന്തരീക്ഷമാകെ ഇരുണ്ടു. മുറ്റത്തും പടിപ്പുരയിലും ആളുകൾ കൂടിനിന്ന് അടക്കിപ്പിടിച്ച് സംസാരിച്ചിരുന്നത് ഓർമ്മയുണ്ട്.

വീട്ടിൽനിന്ന് പുറപ്പെട്ടു പോയ നാരായണമ്മാന് കല്ലേറ്റുംകരെ എത്തിയപ്പോഴേക്കും ദേഹാസ്വാസ്ഥ്യം തോന്നിയത്രെ. രാജൻപിള്ളയുടെ കടയ്ക്കു മുന്നിൽ സൈക്കിൾ നിർത്തി ഒരു ചായ കുടിച്ചത് മുഴുവൻ മുകളിലേക്ക് തേട്ടി. പെട്ടെന്ന് ഛർദ്ദിയും വയറിളക്കവും ഉണ്ടായി.

രാജൻപിള്ള പറഞ്ഞയച്ച് ആരോ വന്ന് വിവരം പറഞ്ഞപ്പോഴേക്കും അമ്മൊമ്മ നെഞ്ചത്തടിച്ച് കരയാൻ തുടങ്ങി. ഒപ്പം വീട്ടിലുള്ളവരെല്ലാം കൂട്ടക്കരച്ചിലായി.

മൂന്ന് നാല് ആളുകൾ കൂടി താങ്ങിപ്പിടിച്ച് നാരായണമ്മാനെ കയ്യാലയിലെ തളത്തിൽ കൊണ്ടുകിടത്തി.

മക്കൾക്ക് കയ്യാല എന്തെന്ന് അറിയണം.

വീടിനോട് ചേർന്ന് ഒരു ഔട്ട്ഹൗസ് എന്ന് കരുതിയാൽ മതി എന്ന് ഞാൻ പറഞ്ഞു.

മക്കളുടെ മുഖത്ത് സംശയം പാടകെട്ടിയപ്പോൾ ഞാൻ കൂട്ടിച്ചേർത്തു.

വിശാലമായ ഒരു ഹാളും രണ്ട് കിടപ്പുമുറികളുമായിരുന്നു കയ്യാലയക്ക്.

നെല്ല് സൂക്ഷിക്കുന്ന പത്തായവും അവിടെത്തന്നെയായിരുന്നു.

“നാരായണമ്മാന്റെ കാര്യം പറയൂ”

ആദ്യം കൊണ്ടുവന്നത് ഇരിങ്ങാലക്കുടയിൽനിന്നും പാപ്പു ഡോക്ടറെയാണ്. പാപ്പു ഡോക്ടർ എം ബി ബി എസ് ആയിരുന്നില്ല. അതിലും താഴെ എൽ എം പി ആയിരുന്നു.

എന്നുവച്ചാൽ എന്താണ്? – കുട്ടികൾ ചോദ്യരൂപേണ എന്നെ നോക്കി.

ലൈസൻഷ്യേറ്റ് മെഡിക്കൽ പ്രാക്ടീഷണർ. എന്നുവച്ചാൽ പ്രാഥമിക ചികിത്സയൊക്കെ ചെയ്യാം. ഓപ്പറേഷനൊന്നും ചെയ്യാൻ പാടില്ല.

പാപ്പു ഡോക്ടർ രോഗിയെ പരിശോധിച്ച് എന്താണ് പറഞ്ഞതെന്ന് എനിക്കറിയില്ല. ചില മരുന്നുകൾ കുറിച്ചുകൊടുത്തു.

മരുന്നുകളൊന്നും ഫലിച്ചില്ല. രോഗിയുടെ സ്ഥിതി കൂടുതൽ വഷളായിക്കൊണ്ടിരുന്നു.

അപ്പോൾ വലിയ ഡോക്ടറായ ഐപ്പുവിനെ കൊണ്ടുവരാൻ ആളു പോയി.

എന്റെ ഓർമ്മയിൽ മായാതെ കിടക്കുന്ന ചില ദൃശ്യങ്ങളുണ്ട്.

അല്പം ഉയരത്തിൽ തൂക്കിയ ഒരു കുപ്പിയിൽനിന്ന് അമ്മാമന്റെ കൈത്തണ്ടയിലേക്ക് ഘടിപ്പിച്ചിരിക്കുന്ന ഒരു ട്യൂബ്. അത് ഗ്ലൂക്കോസ് ഡ്രിപ്പായിരുന്നിരിക്കാം എന്ന് ഇപ്പോൾ ഞാൻ ഊഹിക്കുന്നു.

കുപ്പിയിലെ ദ്രാവകത്തിന്റെ വിതാനം നിശ്ചലമായപ്പോൾ മ്ലാനമായ ഡോക്ടറുടെ മുഖം.

തുടർന്ന് ഡോക്ടറോട് അനിയനെ എങ്ങനെയെങ്കിലും രക്ഷപ്പെടുത്തണമെന്ന് യാചിക്കുന്ന വല്യമ്മാന്റെ ദയനീയ ചിത്രം.

ഡോക്ടർ ബാഗുമെടുത്ത് പടികടന്നപ്പോഴുണ്ടായ കൂട്ടക്കരച്ചിൽ.

വീടും പരിസരങ്ങളും ആളുകളും എപ്പോഴാണ് ശാന്തമായി മരണത്തിന്റെ തണുപ്പ് ഏറ്റുവാങ്ങിയതെന്ന് എനിക്ക് ഓർമ്മയില്ല.

ഒരു വെളുത്ത മുണ്ട് തലയിലിട്ട് മക്കളോടൊപ്പം പടിയിറങ്ങിയ കോടമുക്കിലെ അമ്മായിയുടെ തിരിച്ചറിയാനാവാത്ത മുഖഭാവം ഓർമ്മയിലുണ്ട്. അവർ പിന്നീടൊരിക്കലും ഞങ്ങളുടെ വീട്ടിൽ വന്നിട്ടില്ല.

നാരായണമ്മാന്റെ വിയോഗം ഒരാളുടെ നഷ്ടം മാത്രമായിരുന്നില്ല. ഒരു കുടുംബബന്ധത്തിന്റെ തകർച്ചയായിരുന്നു. കുടുംബത്തിന്റെ തകർച്ചയായിരുന്നു.

അത് ഒരു നീണ്ട വഴക്കിനും വെറുപ്പിനും ശത്രുതയ്ക്കും വഴിവയ്ക്കുകയും ചെയ്തു.

നാരായണമ്മാന്റെ യോഗ്യതയ്ക്കും പൗരുഷത്തിനും ചേർന്നവളായിരുന്നില്ല കോങ്കണ്ണിയായ ലക്ഷ്മിക്കുട്ടി.

മുത്തശ്ശി അത് ഇടയ്ക്കിടെ പറഞ്ഞ് ദുഃഖിക്കാറുണ്ട്.

“ന്റെ മോനെ ആ കോങ്കണ്ണി എന്ത് കൂടോത്രം ചെയ്താ വശപ്പെടുത്ത്യേന്ന് ദൈവത്തിന് മാത്രേ അറീള്ളൂ.”

നാരായണമ്മാൻ മരിച്ച് പുലകുളിയും അടിയന്തിരവും കഴിഞ്ഞ

ഉടനെതന്നെ അമ്മായി ഭർത്താവിന്റെ സ്വത്തിനുവേണ്ടി ഇരിങ്ങാലക്കുട മുൻസിഫ് കോടതിയിൽ കേസ് കൊടുത്തു. വക്കീൽ നോട്ടീസ് കൈപ്പറ്റിയപ്പോൾ കാർന്നോരും മുത്തശ്ശിയും ഒരുമിച്ച് എച്ചുമ്മു അമ്മായിയെ പ്രാകി.

"ന്റെ മോന്റെ ചെതേലെ തീകെടുന്നേന് മുമ്പന്നെ ആ രാക്ഷസി അവന്റെ സ്വത്തിന് കേസ് കൊടുത്തിരിക്കുന്നു. ഈശ്വരാ അവളതനുഭവിക്കാതെ പോട്ടെ."

കേസ് കൊടുത്ത ദേഷ്യത്തിൽ അമ്മായിയെ നിശിതമായിത്തന്നെ കാർന്നോരും മുത്തശ്ശിയും അധിക്ഷേപിച്ചു. തള്ളയും മോനും ഏകസ്വരത്തിൽ സംസാരിക്കുന്നതും ഒരു പൊതുശത്രുവിനെ നേരിടാൻ ഒന്നാകുന്നതും കണ്ടപ്പോൾ എനിക്ക് ചിരിക്കണോ കരയണോ എന്ന് നിശ്ചയമില്ലാതെയായി.

അപ്പോഴേക്കും നാരായണമ്മാന് കാലത്തുതന്നെ മനംമാറ്റത്തിന് കൈവെഷം കൊടുത്തതുകൊണ്ടാണ് പെട്ടെന്ന് ഛർദ്ദിയും വയറിളക്കവും ഉണ്ടായതെന്നും ജീവഹാനി വന്നതെന്നും ഉള്ള നിഗമനത്തിലെത്തി മുത്തശ്ശിയും കാർന്നോരും. അവരത് ഒരു സംശയമായിട്ടല്ല പറഞ്ഞത്, തീർച്ചയായിട്ടായിരുന്നു. ഞങ്ങൾക്കാർക്കും എന്തുകൊണ്ടോ അത് വിശ്വസിക്കാൻ കഴിഞ്ഞില്ല. സ്വന്തം ഭർത്താവിന് ഏതെങ്കിലും സ്ത്രീ വിഷം കൊടുക്കുമോ? ഭർത്താവിന്റെ അകാലമരണംകൊണ്ട് നഷ്ടപ്പെടുന്നതിനേക്കാൾ എത്രയോ വലുതാണ് അദ്ദേഹം കുറെ നാൾ കൂടി ജീവിക്കുന്നത്. അത്രയും സാമാന്യബോധമില്ലാത്ത ഒരു സ്ത്രീയാണ് അവരെന്ന് തോന്നുന്നില്ല. എട്ടും പൊട്ടും തിരിയാത്ത അഞ്ചാറു പിഞ്ചുകുഞ്ഞുങ്ങളെ അച്ഛനില്ലാതെ വളർത്തിക്കോളാം, അങ്ങേരുടെ സ്വത്തുമാത്രം മതി എന്ന് തീരുമാനിക്കുന്ന മൂഢയും നിഷ്ഠുരയുമായ ഒരു സ്ത്രീയാണ് അവരെന്ന് സങ്കല്പിക്കാൻ എനിക്കു കഴിഞ്ഞില്ല. സംശയം അമ്മയോട് പറഞ്ഞപ്പോൾ അമ്മയും എന്നെ അനുകൂലിച്ചു. എന്നാൽ മുത്തശ്ശിയെയും കാർന്നോരെയും പേടിച്ച് ഞങ്ങളാരും അഭിപ്രായപ്രകടനം നടത്തിയില്ല.

രണ്ടു വീട്ടുകാരും അങ്ങോട്ടുമിങ്ങോട്ടും കടക്കാതെയായി. കണ്ടാൽ മിണ്ടാതെയായി. കളിച്ചും ചിരിച്ചും പരസ്പരം കൂടിച്ചേർന്നു കഴിയേണ്ട കുട്ടികളുടെ ഇളംമനസ്സുകളിൽ ശത്രുതയുടെ വിഷം പടർന്നു. രണ്ടു വീട്ടുകാരും പരസ്പരം പറഞ്ഞുപരത്തുന്ന അപവാദങ്ങളിൽ സത്യത്തിന്റെ കണികയുണ്ടോ എന്ന് ആരും അന്വേഷിച്ചില്ല.

എന്റെ സമപ്രായക്കാരായ ഭാസ്കരനും കരുണനും സ്കൂളിൽ വച്ചോ പുറത്തെവിടെയെങ്കിലും വച്ചോ കണ്ടാൽ കണ്ട ഭാവം നടിക്കാതെ മുഖം തിരിച്ച് നടന്നു.

ഞാനും കൂട്ടുകാരും ചേർന്ന് കോട്ടയും കിളിമാസും കളിക്കുമ്പോഴോ കുറ്റിയും കോലും കളിക്കുമ്പോഴോ അവർ കാണികളെപ്പോലെ അകലെ മാറിനിന്നു. എനിക്കത് തീർത്തും അരോചകമായി തോന്നി. എന്നെങ്കിലും

എപ്പോഴെങ്കിലും ഇതിന് ഒരറുതി വരുത്തണം എന്ന് മനസ്സിൽ കുറിച്ചിട്ടു.

പിന്നീട് വളരെ വർഷങ്ങൾക്കുശേഷം അമ്മ പറഞ്ഞുകൊടുത്ത് വിശാലം എഴുതിയ കത്തിൽ എന്നെ ഏറ്റവും സന്തോഷിപ്പിച്ച ആ വാർത്ത യുണ്ടായിരുന്നു.

“ഇപ്പൊ നാരായണമ്മാന്റെ മക്കളും നമ്മളും തമ്മിൽ ലോഹ്യത്തിലാണ്. പിറന്നാളുകൾക്കും കല്യാണത്തിനുമൊക്കെ രണ്ടുകൂട്ടരും ക്ഷണിക്കുകയും പോവുകയും ചെയ്യും. വഴക്കും വക്കാണവുമായി കഴിഞ്ഞിരുന്ന തലമുറ കുറ്റിയറ്റുപോയിരിക്കുന്നു. ഇപ്പോഴുള്ളവർ മാട്ട്, മാരണം, മന്ത്രവാദം, ആഭിചാരക്രിയകൾ, കൈവിഷം മുതലായവയിൽ വിശ്വസിക്കുന്നില്ല.”

ശത്രുതയ്ക്ക് അന്ത്യം വരുത്താൻ മുൻകൈയെടുത്തത്, നാട്ടുകാർ കുചേലൻ എന്നു വിളിക്കാറുള്ള ഭാസ്കരേട്ടനായിരുന്നു. സുഭിക്ഷമായ ഭക്ഷണവും സൗകര്യങ്ങളും ഉണ്ടായിട്ടും ഭാസ്കരന്റെ വാരിയെല്ലുകൾ തെളിഞ്ഞുകാണാമായിരുന്നു. മുന്നോട്ട് വളഞ്ഞുള്ള നടത്തം. ഇവനൊരു കുചേലജന്മമാണല്ലോ എന്ന് നാരായണമ്മാൻ മദ്രാസിൽനിന്നു വരുമ്പോഴൊക്കെ സങ്കടപ്പെട്ടു. ഭാസ്കരൻ വളരെക്കാലം ഗൾഫ് രാജ്യങ്ങളിൽ ജീവിക്കുകയും കഷ്ടപ്പെടുകയും ചെയ്തതിന്റെ ഫലമായി അയാളുടെ ചിന്തകളും പ്രവൃത്തികളും പരിഷ്കരിക്കപ്പെടുകയും തരളമാവുകയും ചെയ്തു. നാട്ടിൻപുറങ്ങളിൽ കുശുമ്പും കുന്നായ്മയുമായി കഴിയുന്നവർക്ക് ഇടുങ്ങിയ മനഃസ്ഥിതിയും ദുർവിചാരങ്ങളുമായിരിക്കും എന്ന് ഞാൻ എന്നോ മനസ്സിലാക്കിയിരുന്നു.

മുത്തച്ഛൻ മദ്രാസിൽ പോയിട്ടില്ലേ എന്ന് കൊച്ചുമകൾക്ക് അറിയണം.

അവൾ കേരളവും മുംബൈയും ഗൾഫ് രാജ്യങ്ങളും സിങ്കപ്പൂരും ന്യൂസിലാന്റും യൂറോപ്പും അമേരിക്കയുമൊക്കെ പതിനേഴു വയസ്സാകുമ്പോഴേക്കും സന്ദർശിച്ചുകഴിഞ്ഞു. ഇന്ത്യയിൽത്തന്നെ ഡൽഹിയും കൊല്ക്കത്തയും നൈനിത്താളും ഡാർജിലിങ്ങും കണ്ടുകഴിഞ്ഞു. എന്നാൽ മദ്രാസിൽ പോയിട്ടില്ല. അതുകൊണ്ടാണ് ഞാൻ പോയിട്ടുണ്ടോ എന്നറിയാൻ താല്പര്യം.

എനിക്ക് പത്തുവയസ്സുള്ളപ്പോൾ അച്ഛനോടും അമ്മയോടുമൊപ്പം മദിരാശിയിൽ പോയിട്ടുണ്ടെന്ന് പറഞ്ഞു. ആ മദിരാശിയാത്രയുടെ ഓർമ്മകൾ ഞാൻ ചികഞ്ഞെടുക്കാൻ ശ്രമിച്ചു.

നാരായണമ്മാന്റെ മരണശേഷമായിരുന്നു യാത്ര.

അന്ന് ഹോട്ടലുകൾ നടത്തിയിരുന്നത് കുമാരമ്മാനും പരമേശ്വരമ്മാനും കൂടിയായിരുന്നു.

മദിരാശി യാത്രയാണ് എന്റെ ആദ്യ തീവണ്ടിയാത്രയും. ആ അനുഭവത്തിന്റെ തീവ്രമായ ആഹ്ലാദവും അനുഭൂതിയും ഒരുപക്ഷേ, മറ്റൊരിക്കലും അനുഭവിച്ചിട്ടില്ല. ഒരു പത്തു വയസ്സുകാരന്റെ സ്വപ്നങ്ങൾക്കും

മോഹങ്ങൾക്കും അതിർത്തികളില്ല. ഞങ്ങൾ പോകാൻ തീരുമാനിച്ചതു മുതൽ ഞാൻ ഒരപ്പൂപ്പൻതാടി പോലെ പറന്നു നടക്കുകയായിരുന്നു. വിസ്മയങ്ങളും അത്ഭുതക്കാഴ്ചകളും നിറഞ്ഞ ഒരു ലോകത്തിന്റെ വാതിൽ എന്റെ മുന്നിൽ തുറക്കുന്നത് ഞാൻ അക്ഷമയോടെ കാത്തിരുന്നു. വിരലിൽ ദിവസങ്ങളെണ്ണി. അന്ന് മനസ്സിലുണ്ടായ ആഹ്ലാദവും ഉത്സാഹവും ഉന്മേഷവും ഇപ്പോൾ പുനഃസൃഷ്ടിക്കാനാവില്ല. പറഞ്ഞു ഫലിപ്പിക്കാനും കഴിയില്ല. എനിക്ക് പത്തുവയസ്സുള്ളപ്പോൾ ഒരു കുട്ടിയുടെ മനസ്സായിരുന്നു. ഇന്നാകട്ടെ വാർദ്ധക്യം ബാധിച്ച മനസ്സും. നിങ്ങൾ മനസ്സിൽ കരുതുന്നതാണ് നിങ്ങളുടെ പ്രായം എന്നൊക്കെ പറയാറുണ്ട്. എനിക്കതിനോട് യോജിപ്പില്ല. എഴുപത്തഞ്ച് കഴിഞ്ഞ എനിക്ക് മനസ്സിൽ പതിനാറുകാരനാവാം. പക്ഷേ, അതുകൊണ്ട് കാര്യമായില്ലല്ലോ. മനസ്സെത്തുന്നിടത്ത് ശരീരമെത്താത്ത അവസ്ഥയുണ്ടെന്ന് ഇപ്പോൾ എനിക്ക് നന്നായിട്ടറിയാം. ശരീരത്തിന്റെ പ്രായവും പരാധീനതകളും വിസ്മരിച്ചുകൊണ്ട് നമുക്കൊരു പ്രായം സങ്കല്പിക്കാനാവില്ല. അതുകൊണ്ട് പത്തുവയസ്സിൽ മദിരാശി എന്ന മഹാനഗരത്തെക്കുറിച്ച് ഞാൻ ഭാവനയിൽ വരച്ചുചേർത്ത ചിത്രങ്ങളെക്കുറിച്ച് ഇപ്പോൾ ഒരു ധാരണയുമില്ല. ഓർമ്മകൾക്കും മങ്ങലേറ്റിട്ടുണ്ടാവാം.

എന്നാൽ ചില ഓർമ്മകൾ മനസ്സിൽ തങ്ങിനില്ക്കുന്നുമുണ്ട്.

എന്റെ ഏറ്റവും വലിയ ഹരം തീവണ്ടിയാത്ര തന്നെയായിരുന്നു. അച്ഛന്റെ വീടിന്റെ പടിക്കൽ ചെന്നുനിന്ന് അതിവേഗം കുതിച്ചുപായുന്ന തീവണ്ടികളെ കണ്ടുനിന്ന ബാല്യത്തിന്റെ വിസ്മയം മുഴുവൻ മനസ്സിൽ കരുതിക്കൊണ്ടാണ് ഞാൻ മദിരാശിയിലേക്ക് പോകുന്ന തീവണ്ടിയിൽ കല്ലേറ്റുംകര സ്റ്റേഷനിൽനിന്ന് കയറിയത്. ആ നിമിഷം മുതൽ പിറ്റേദിവസം മദിരാശിയിലെ അതിഗംഭീരമായ സെൻട്രൽ സ്റ്റേഷനിൽ വണ്ടിയിറങ്ങുന്നതുവരെ ഞാനേതോ സ്വപ്നലോകത്തായിരുന്നു. സ്റ്റേഷനിൽ കുമാരമ്മാനാണോ പരമേശ്വരമ്മാനാണോ കാത്തുനിന്നിരുന്നതെന്ന് ഓർമ്മയില്ല.

അവരിലൊരാളാണ് എന്നത് തീർച്ച തന്നെ. ഞങ്ങളെല്ലാവരുംകൂടി ഒരു ജഡ്ക്കയിലാണ് കയറിയത്. ജഡ്ക്ക എന്നത് ഒരു ചാവാലിക്കുതിര വലിക്കുന്ന കുതിരവണ്ടിയായിരുന്നു. തീവണ്ടിയാത്ര പോലെ കുതിരവണ്ടിയിലുള്ള യാത്രയും എനിക്ക് പുത്തൻ അനുഭവമായിരുന്നു. കുതിരയുടെ ദേഹപുഷ്ടിയോ കുതിരവണ്ടിക്കാരന്റെ കനത്ത മീശയോ ഞാൻ ശ്രദ്ധിച്ചില്ല. എന്റെ ശ്രദ്ധ മുഴുവൻ കുതിരവണ്ടിക്കാരന്റെ കുതിരയുടെ വേഗം കൂട്ടാൻ ഉണ്ടാക്കിക്കൊണ്ടിരുന്ന ഒരു പ്രത്യേക ശബ്ദത്തിലും കുതിരക്കുളമ്പടികളുടെ താളത്തിലും കുടമണിയൊച്ചകളിലുമായിരുന്നു. അതുകൂടാതെ തെരുവിൽ തിങ്ങി നീങ്ങുന്ന ജനസഞ്ചയത്തിലും.

സ്റ്റേഷനിൽ നിന്ന് ചൂളൈയിലെ വെപ്പേരി എന്ന സ്ഥലത്തേക്കാണ് ഞങ്ങൾ പോയത്. അവിടെയായിരുന്നു ഹോട്ടലും താമസസ്ഥലവും.

രണ്ടു കിടപ്പുമുറികളും കിടപ്പുമുറിയേക്കാൾ വിശാലമായ ടെറസ്സുമുള്ള ഒരു തമിഴ്നാടൻ വീട്. വീടിനു താഴെയാണ് വീട്ടുടമസ്ഥനും കുടുംബവും പശുക്കളും താമസിക്കുന്നത്. കടന്നുചെല്ലുന്ന സ്ഥലത്തിന് കൂടം എന്നാണത്രെ പറയുക. കൂടത്തിൽ നൂൽബന്ധമില്ലാതെ ഇരുന്നാണ് സ്ത്രീകളുടെ കുളി. നീരാട്ടം ആഴ്ചയിൽ രണ്ടു ദിവസമാണെന്ന് തോന്നുന്നു. പിന്നെ മുഖത്ത് മഞ്ഞൾ തേക്കുന്ന ദിവസങ്ങളിലും. ആ സമയം പുരുഷന്മാർക്ക് വീടിന്റെ നാലയലത്തുപോലും പ്രവേശനമില്ല.

എന്റെ മകളും കൊച്ചുമകളും കേൾക്കാതെ വായനക്കാരോട് ഒരു രഹസ്യം പറയാം:

വർഷങ്ങൾക്കുശേഷം ഞാൻ ഡിഗ്രിയെടുത്ത് മദ്രാസിൽ ഭാഗ്യപരീക്ഷണം നടത്തുകയുണ്ടായി. അന്ന് കാശ് മുടക്കി ലോഡ്ജിലും മറ്റും താമസിക്കാനുള്ള പരിതഃസ്ഥിതിയുണ്ടായിരുന്നില്ല. അതുകൊണ്ട് നാട്ടുകാരനായ നാരായണൻ നായരുടെ രണ്ട് ബന്ധുക്കളുടെ കൂടെ കൂടി. നാരായണൻ നായരും കുടുംബവും അടുത്ത തെരുവിൽ. നാരായണൻ നായരെ ഞാൻ എളുപ്പത്തിനുവേണ്ടി നാനാ എന്നാണ് വിളിച്ചിരുന്നത്. നാനായ്ക്ക് നൈറ്റ് ഷിഫ്റ്റുള്ള ദിവസം ഞാൻ കാലത്തു ചെന്ന് പുള്ളിയുടെ ഉറക്കം കെടുത്താറുണ്ട്.

ഒരു ദിവസം അങ്ങനെ ചെന്നപ്പോൾ വീടിന്റെ തെരുവിലേക്കുള്ള വാതിൽ അടഞ്ഞുകിടക്കുന്നു. സാധാരണ പതിവില്ലാത്തതാണ് അത്. ഞാൻ തെല്ലിട സംശയിച്ചു നിന്നു. വീട്ടുടമസ്ഥരോട് അവരെവിടെ എന്നന്വേഷിക്കാമെന്ന് കരുതി വാതിൽ തള്ളിത്തുറന്നു.

ദൈവമേ, അപ്പോൾ കണ്ട കാഴ്ച, ഒരു സ്ത്രീ പൂർണ്ണ നഗ്നയായി അലറിക്കൊണ്ട് അകത്തേക്കോടുന്നു. ഞാൻ തെല്ലിട ചലനമറ്റ് നിന്നു. ഒരു സ്ത്രീയുടെ തത്സ്വരൂപം ഞാൻ ആദ്യമായി കാണുകയായിരുന്നു. അത് എന്റെ മനസ്സിൽ നിറച്ചത് ഭയം മാത്രമായിരുന്നു. അതിനുശേഷം നാനായുടെ ഉറക്കം കെടുത്താനും സൊറ പറയാനും ഞാനവിടെ പോയിട്ടില്ല.

വീടിന് മുന്നിലുള്ള ചെറിയ തെരുവിൽ സദാ ജനസഞ്ചാരമുണ്ട്. ചെറിയ തെരുവ് ചെന്നുചേരുന്നത് ചൂളൈ ഹൈറോഡ് എന്ന വലിയ തെരുവിലാണ്. അവിടെയാണ് അമ്മാമന്മാരുടെ ഹോട്ടലായ അന്നപൂർണ്ണ ഹിന്ദു മിലിട്ടറി ഹോട്ടൽ. അന്ന് ഇന്ത്യക്ക് സ്വാതന്ത്ര്യം കിട്ടിയിട്ടില്ല എന്നാണ് എന്റെ ഓർമ്മ. സാമാന്യം ഭേദപ്പെട്ടതെന്നല്ലാതെ അന്നത്തെ നിലയ്ക്കും അത് ഒരു മുന്തിയ ഹോട്ടലായിരുന്നില്ല. ചൂരൽകൊണ്ടാണെന്ന് തോന്നുന്നു, വളച്ചുണ്ടാക്കിയ കസേരകളും മാർബിൾ മേശകളുമായിരുന്നു അവിടെ. പിന്നീട് ഇങ്ങനെയുള്ള കസേരകളും മേശകളും ഞാൻ കാണുന്നത് ബോംബെയിലെ ഇറാനി ഹോട്ടലുകളിലാണ്.

ഞാൻ ഹോട്ടൽ വിഭവങ്ങളിൽ ഏറ്റവും ഇഷ്ടപ്പെട്ടത് ഓംലെറ്റാണ്. ഇഡ്ഡലിയും ദോശയുമൊക്കെ വീട്ടിലും കിട്ടുന്നതാണല്ലോ. ഹോട്ടലിൽ

ചെന്നാൽ നേരെ അടുക്കളയിലേക്ക് നടക്കുന്നത് എന്റെ പതിവായി. അവിടെ ചെന്നാൽ പാചകക്കാരൻ ദാമോദരന് അറിയാം എനിക്ക് എന്താ വേണ്ടതെന്ന്. അയാൾ ഉടനെ ഒരു മുട്ട പൊട്ടിച്ച് ഉള്ളിയും പച്ചമുളകും കറിവേപ്പിലയും കൊത്തിയരിഞ്ഞ് വച്ചിരിക്കുന്നതിൽ നിന്ന് കുറച്ച് വാരിയിട്ട് നിമിഷങ്ങൾക്കകം ദോശ പോലെ ഓംലെറ്റ് ചുട്ടെടുക്കുന്നു. ചൂടോടെ ഞാനതകത്താക്കുന്നു. പലപ്പോഴും ഒന്നിന്മേൽ അവസാനിക്കാറില്ല. പത്തോ പതിനഞ്ചോ ദിവസത്തെ മദിരാശിവാസത്തിൽ ഞാൻ തിന്നുതീർത്ത ഓംലെറ്റിന് കണക്കില്ല. അതുകൊണ്ടാവാം പില്ക്കാലത്ത് എനിക്ക് കൊളസ്ട്രോൾ നിയന്ത്രിക്കാൻ മരുന്ന് കഴിക്കേണ്ടിവന്നത്. എന്റെ നിഗമനം ശരിയാവണമെന്നില്ല. വളർന്നതിനുശേഷം കൊഴുപ്പ് കൂടുതലുള്ള ഭക്ഷണം കഴിച്ചതുകൊണ്ടുമാവാം സ്റ്റാറ്റിൻ എന്ന മരുന്നിനെ ആശ്രയിക്കേണ്ടിവന്നത്.

ചൂളൈയിലുള്ള അന്നപൂർണ്ണ ഹോട്ടൽ കൂടാതെ, ആനക്കവുണിയിൽ മറ്റൊരു ഹോട്ടലും ഉണ്ടായിരുന്നു. ആനക്കവുണി എന്ന് തമിഴിൽ പറയുന്ന സ്ഥലത്തിന് ഇംഗ്ലീഷിൽ എലിഫന്റ് ഗെയ്റ്റ് എന്നാണ് പറയുക. ആനക്കവുണിയിലെ ഹോട്ടലിന്റെ പേർ ഇപ്പോൾ ഓർമ്മയിലില്ല. അന്നപൂർണ്ണേശ്വരി മിലിട്ടറി ഹോട്ടൽ എന്നായിരുന്നില്ലേ എന്ന് അവ്യക്തമായ സംശയമുണ്ട്. തീർത്തുപറയാനാവില്ല. ചൂളൈമേട്ടിലെ ഹോട്ടലിനേക്കാൾ മുന്തിയതായിരുന്നു ആനക്കവുണി ഹോട്ടൽ. അവിടെ മിക്കവാറും സമയങ്ങളിൽ മദ്രാസ് പൊലീസിലെ ഹെഡ് കോൺസ്റ്റബിൾ തൃപ്രയാർകാരൻ ഗോപാലൻ നായർ ഗല്ലാവിനടുത്ത് (പണപ്പെട്ടി) തന്നെ ഒരു കസേരയിൽ രക്ഷകന്റെയും നിയമപാലകന്റെയും സമ്മിശ്രഭാവത്തിൽ ഇരിക്കുന്നുണ്ടാവും. അതുകൊണ്ട് ചൂളൈയിലെപ്പോലെ സോമ്പേരികളെ (റൗഡികളെ) ക്കൊണ്ടുള്ള ശല്യം ഇല്ല. ഒരുത്തനും വയറുമുട്ടെ തിന്ന് കാശു കൊടുക്കാതെ ഇറങ്ങിപ്പോകാൻ ധൈര്യപ്പെടില്ല. അതുകൊണ്ടുതന്നെ ആനക്കവുണി ഹോട്ടലിന്റെ പ്രവർത്തനം കൂടുതൽ കാര്യക്ഷമമാണ്. അതിന്റെ മുഴുവൻ ക്രെഡിറ്റും തനിക്കാണെന്ന് ഇംഗ്ലീഷിൽ വലിച്ചുനീട്ടി ഒപ്പിടാനറിയാവുന്ന മാനേജർ മൂക്കണാൻ മാധവമേനോൻ അവകാശപ്പെടുന്നു.

പറഞ്ഞുവരുമ്പോൾ മൂക്കണാൻ നമ്മുടെതന്നെ വീട്ടിലെയാണ്. മറ്റൊരു താവഴിയാണെന്നു മാത്രം. എട്ടാം ക്ലാസോ ഒമ്പതാം ക്ലാസോ വരെ പഠിച്ചിട്ടുണ്ട്. കുറെക്കാലം മദിരാശിയിൽ ഏതോ ഒരു ധ്വര (വെള്ളക്കാരൻ സായ്പിനെ തമിഴന്മാർ ദൊരൈ അല്ലെങ്കിൽ ധ്വര എന്ന് പറയുന്നു.) യുടെ വീട്ടിൽ ജോലിക്കു നിന്നിട്ടുണ്ട്. മദിരാശി ഈസ്റ്റിന്ത്യാ കമ്പനിയുടെ പ്രധാനപ്പെട്ട ഭരണകേന്ദ്രങ്ങളിലൊന്നായിരുന്നതുകൊണ്ട് മദിരാശിയിൽ ധാരാളം വെള്ളക്കാർ താമസിച്ചിരുന്നു. അവരിൽനിന്ന് വീണുകിട്ടിയ ഇംഗ്ലീഷിന്റെ പൊട്ടും പൊടിയുംകൊണ്ട് ചിലരൊക്കെ സാമാന്യം ഭേദപ്പെട്ട ജോലികളിലേർപ്പെട്ടിരുന്നു. മൂക്കണാൻ മാധവമേ

നോന് അത് തരപ്പെടാതിരുന്നതിന് രണ്ടു കാരണങ്ങളുണ്ട്. ഒന്ന്, ശരിയായി ചെവി കേൾക്കായ്ക. രണ്ട്, മൂക്കുകൊണ്ടുള്ള സംസാരം. എന്നാൽ തനിക്കെന്തെങ്കിലും പോരായ്മകളുണ്ടെന്ന് മാനേജർ വിശ്വസിക്കുന്നില്ല.

ഞാൻ അദ്ദേഹത്തെ ആദരപൂർവ്വം മാധമ്മാൻ എന്ന് വിളിച്ചുതുടങ്ങിയതുകൊണ്ട് എന്റെ കാര്യങ്ങളിൽ മാധമ്മാൻ പ്രത്യേകം ശ്രദ്ധ വച്ചു. കുറച്ചു ദിവസങ്ങൾകൊണ്ട് മദിരാശിയെക്കുറിച്ച് ചിലതൊക്കെ അറിയാൻ അത് കാരണമായി. മാധമ്മാൻ ആദ്യമായി എന്നെ കൂട്ടിക്കൊണ്ടുപോയത് പ്യാരീസ് കോർണറിലേക്കാണ്. പ്യാരീസ് കോർണർ വരുന്നതിനു മുമ്പ് ബ്രിട്ടീഷുകാർ സ്ഥാപിച്ചത് സെന്റ് ജോർജ് കോട്ടയാണ് (ഫോർട്ട് സെന്റ് ജോർജ്). കോട്ടയ്ക്കുള്ളിൽ വെള്ളക്കാർ മാത്രം താമസിക്കുന്ന ജോർജ് ടൗൺ രൂപം കൊണ്ടു. കോട്ടയ്ക്കു പുറത്ത് ബ്രിട്ടീഷുകാരെ സേവിക്കാൻ വേണ്ടി നാട്ടുകാർ പാർപ്പിടങ്ങളുണ്ടാക്കി. അതിനെ സ്വാഭാവികമായും 'ബ്ലാക്ക് ടൗൺ അഥവാ കറുത്ത പട്ടണം' എന്നു വിളിച്ചു. മദ്രാസ് ഹൈക്കോർട്ട് സ്ഥാപിച്ചിരിക്കുന്നത് ജോർജ് ടൗണിലാണ്. ഇതിനു സമീപമാണ് ചൈനാ ബജാറും ബർമ്മാ ബജാറുമൊക്കെ. ബർമ്മാ ബജാർ വിദേശ നിർമ്മിത വസ്തുക്കളുടെ വ്യാപാരകേന്ദ്രമാണ്. അവിടെ കിട്ടാത്തതായി ഒന്നുമില്ല. ചൈനീസ് സാധനങ്ങൾക്ക് പ്രസിദ്ധി കേട്ട ചൈനാ ബജാറും ലൈറ്റ് ഹൗസുമൊക്കെ ഇവിടെ സ്ഥിതിചെയ്യുന്നു.

മാധമ്മാൻ പറഞ്ഞുതന്ന പേരുകൾ അപ്പാടെ ഓർത്തുവയ്ക്കാൻ എനിക്കായില്ല. പൊട്ടും പൊടിയുമായി ചിലതൊക്കെ മനസ്സിൽ തങ്ങിനിന്നു എന്നേയുള്ളു. മാധമ്മാൻ കൊണ്ടുപോയ മറ്റൊരു പ്രധാന സ്ഥലം കൊത്തുവാൾ ചാവടിയിലെ പച്ചക്കറി മാർക്കറ്റാണ്. നാട്ടിൽ പച്ചക്കറിക്കു മാത്രമായി ഒരു ചന്തയുണ്ടോ എന്നുപോലും എനിക്കറിയില്ല. നാട്ടിൽ കൂട്ടാൻ വയ്ക്കാൻ നേരത്ത് പറമ്പിലേക്കിറങ്ങി കണ്ണിൽ കാണുന്നത് പറിച്ചെടുക്കുന്നതായിരുന്നു അമ്മയുടെ സ്വഭാവം. അത് ഒരു പപ്പായയാവാം, ഒരു മൂട് ചേനയാവാം, ഒരു കട ചേമ്പാവാം, മുറ്റത്തുള്ള കടപ്ലാവിന്റെ ചക്കയാവാം, മാങ്ങയും ചക്കയും ഉള്ള കാലമാണെങ്കിൽ അതാവാം. ഇന്ന് ഇന്ന കൂട്ടാൻ വേണമെന്ന മുൻ നിശ്ചയങ്ങൾ പതിവില്ല. അതുകൊണ്ട് ഞങ്ങൾ പച്ചക്കറി വാങ്ങാറില്ല.

ഇവിടെ കൊത്തുവാൾ ചാവടിയിൽ ലോകത്തിലെ സകല മനുഷ്യർക്കും തിന്നാനുള്ള പച്ചക്കറിയുള്ളതായി എനിക്ക് തോന്നി. വട്ടാണയും കൊത്തവരയ്ക്കയും ചേമ്പും പയറും വഴുതിനങ്ങയും കൊച്ചു പർവ്വതങ്ങൾ പോലെ കുന്നുകൂടി കിടക്കുന്നു. കച്ചവടക്കാരിൽ പലരും മാധമ്മാന് വണക്കം പറഞ്ഞു. സ്വാതന്ത്ര്യദിനത്തിന് പരേഡ് നോക്കിക്കാണുന്ന ഒരു മന്ത്രിയുടെ ഗമയിൽ മാധമ്മാൻ നടന്നു. ഞാൻ പുറകെയും.

മാധമ്മാൻ ശരിക്കും അന്നുകാലത്ത് പത്താംക്ലാസ് പാസായിരുന്നെങ്കിൽ മദിരാശിയിൽ നല്ലൊരു ജോലി നേടിയെടുക്കാമായിരുന്നു.

"എന്തുചെയ്യാം. തലവിധി ഇങ്ങനെയായി. എന്നാലും ഹോട്ടലിലെ

ജോലിക്കാരെല്ലാം മാനേജരയ്യാ എന്ന് കൂപ്പിടുമ്പോൾ റൊമ്പം സന്തോഷം താനല്ലവാ?"

എത്രയോ കൊല്ലങ്ങൾക്കുമുമ്പ് ജഡ്ക്കാ വണ്ടിയിലും ട്രാമിലും കയറി അച്ഛനമ്മമാരോടൊപ്പം മദിരാശി കണ്ടതിന്റെ ഓർമ്മകൾ കാലത്തിന്റെ ചിതൽ തിന്ന് ദ്രവിച്ചുപോയിരിക്കുന്നു.

അന്നത്തെ ഫോട്ടോകളൊന്നുമില്ലേ എന്ന് പൂജയുടെ ചോദ്യം.

ഞാൻ ഉറക്കെ ചിരിച്ചുകൊണ്ട് പറഞ്ഞു.

ഇന്നത്തെപ്പോലെ കഴുത്തിൽ ക്യാമറയും തൂക്കി നടക്കുന്ന പതിവൊന്നും അക്കാലത്തില്ല.

എന്നാലും ഞങ്ങൾ ഒരു സ്റ്റുഡിയോയിൽ പോയി ഫോട്ടോ എടുത്തതായി ഓർമ്മയുണ്ട്. ട്രൗസറിൽ നില്ക്കുന്ന എന്റെ ഫോട്ടോ എനിക്കുതന്നെ ഇഷ്ടമായില്ല. ഫോട്ടോ എടുക്കുന്ന ആൾ ലൈറ്റുകളെല്ലാം തെളിയിച്ചപ്പോൾ എന്റെ കണ്ണടഞ്ഞുപോയി.

ഞാൻ കണ്ണടച്ചു നില്ക്കുന്ന ആ ഫോട്ടോ പിന്നീട് എവിടെ പോയി എന്ന് ഒരു പിടിയുമില്ല.

അതുകേട്ടപ്പോൾ പൂജയുടെ മുഖം ഖേദംകൊണ്ട് ചുവന്നു.

"പുവർ പുവർ മോത്സ്"

പതിനേഴ് വയസ്സ് തികയുന്ന പൂജയുടെ ആയിരക്കണക്കിന് ഫോട്ടോകളുണ്ട്. അവ ഫെയ്സ്ബുക്കിലും ഇന്റർനെറ്റിലും ചിരപ്രതിഷ്ഠ നേടിയിട്ടുണ്ട്.

അതൊരുകാലം. ഇത് മറ്റൊരുകാലം. ഇനിയും പുതിയ കണ്ടുപിടുത്തങ്ങളും മാറ്റങ്ങളുമായി കാലത്തിന്റെ ഒഴുക്ക് തുടർന്നുകൊണ്ടേയിരിക്കും. ഇന്ന് നാം ഉപയോഗിക്കുന്ന ഉപകരണങ്ങളും സംവിധാനങ്ങളും നമ്മൾതന്നെയും പുറന്തള്ളപ്പെടും. സ്കൂളിൽനിന്ന് മടങ്ങുമ്പോൾ കാലിൽ ചെരുപ്പിടാതെ കൂട്ടുകാരോടൊപ്പം പൂഴിമണ്ണ് പറപ്പിച്ച് വീട്ടിലേക്ക് തിരിച്ചുപോകാറുള്ള വഴിയിലൂടെയായിരുന്നു, ഞങ്ങളുടെ യാത്ര. കഴിഞ്ഞ അരനൂറ്റാണ്ടിൽ കാര്യമായ മാറ്റങ്ങളൊന്നുമില്ലാതെ കിടക്കുന്ന ചെമ്മൺ പാത. സ്കൂളിന്റെ പിൻവശത്ത് കന്നുകാലികളും മനുഷ്യരും ഒരേപോലെ ഇറങ്ങി കുളിക്കാറുള്ള ഒരു കുളം എന്റെ ഓർമ്മയിലുണ്ടായിരുന്നു. വീതിയേക്കാൾ നീളമുള്ള കുളം. അതവിടെ ഉണ്ടോ എന്ന് എനിക്കറിയില്ല. അതിനപ്പുറത്തുള്ള പുവ്വശ്ശേരിക്കാവ് അമ്പലത്തിന്റെ തൂവെള്ള ചുമരുകൾ ചിരിച്ചുകൊണ്ടു നിന്നു. പുതിയൊരു ദീപസ്തംഭം ആരോ സംഭാവന ചെയ്തതാവാം. പണ്ട് പുവ്വശ്ശേരിക്കാവിലെ താലപ്പൊലിക്ക് സംഭാവന പിരിക്കാൻ രശീതിപ്പുസ്തകങ്ങളുമായി ചെറുപ്പക്കാർ വൃശ്ചികമാസം മുതൽ ഇറങ്ങാറുണ്ട്. കുംഭമാസത്തിലാണ് താലപ്പൊലി. എന്റെ ഓർമ്മയിൽ താലപ്പൊലിക്ക് ഒരാനയേ പതിവുള്ളൂ. പിന്നീട് അത് മൂന്നും അഞ്ചുമായി വർദ്ധിച്ചതായി അറിഞ്ഞു. ഇപ്പോൾ പതിനഞ്ചാനയും വെടിക്കെട്ടും ഉണ്ടെന്ന് കേൾക്കുന്നു.

മുത്തച്ഛൻ താലപ്പൊലി കണ്ടിട്ടുണ്ടോ എന്ന് പൂജ ചോദിച്ചു.

പത്തറുപത് കൊല്ലംമുമ്പ്, ഞാൻ പറഞ്ഞു. അന്ന് പാടത്ത് പനമ്പുകൾ കൊണ്ട് മറച്ച ചെറിയ സ്റ്റാളുകളിൽ മെത്തപ്പായ, തഴപ്പായ, ചവിട്ടി, വിശറി മുതലായവ വില്ക്കാൻ കച്ചവടക്കാരെത്തും. വളക്കച്ചവടക്കാരും ആന – മയിൽ – ഒട്ടകം കളിക്കുന്നവരും കട്ടയുടച്ച പാടത്ത് പെട്രോമാക്സുകൾ കത്തിച്ച് നിരന്നിരിക്കും. നാട്ടിലെ കേഡികൾ അന്ന് വെള്ളമടിച്ച് വഴക്കുണ്ടാക്കാനുള്ള വഴികൾ നോക്കി നടക്കുന്നുണ്ടാകും. അന്നത്തെ പേരുകേട്ട കേഡികൾ മൂന്നുപേരായിരുന്നു. കാക്ക മാധവൻ, മേസ്ത്രിയുടെ മകൻ കൃഷ്ണൻകുട്ടി, ചോനേടൻ ലോനപ്പൻ. അവർ മൂന്നുപേരും ഒത്തുകൂടുന്നിടത്ത് അടി ഉറപ്പാണ്.

മുത്തച്ഛൻ അവരെ കണ്ടിട്ടുണ്ടോ എന്ന് പൂജ.

“കണ്ടിട്ടുണ്ട്.”

“അവർ കണ്ടാൽ പേടി തോന്നുംവിധം ഭയങ്കരന്മാരാണോ?”

മോൾടെ ചോദ്യം കേട്ട് ഞാൻ ചിരിച്ചു. ഭയമല്ല, സഹതാപമാണ് തോന്നുക. നാട്ടുകാരുടെയും പൊലീസിന്റെയും തല്ലുകൊണ്ട് അവരുടെ നല്ല എല്ലുകളെല്ലാം നുറുങ്ങിയിരുന്നു. കാക്ക മാധവന് മാത്രമാണ് തണ്ടും തടിയും കൊമ്പൻമീശയും ഉണ്ടായിരുന്നത്. കൃഷ്ണൻകുട്ടിക്ക് ഇടികൊണ്ട് ക്ഷയം വന്നിരുന്നു. ലോനപ്പൻ കാലത്ത് മുതൽ കുടിക്കുന്നതുകൊണ്ട് കാല് നിലത്ത് ഉറയ്ക്കാറില്ല. എങ്കിലും അവർ കേഡികളായതുകൊണ്ടും നാട്ടുകാരായതുകൊണ്ടും പലരും അവരുടെ വഴി മുടക്കാതെ ഒഴിഞ്ഞുമാറി.

ഒരു താലപ്പൊലിക്ക് അവരെ കമ്മിറ്റിക്കാർ ആദരിക്കാത്തതിനായിരുന്നു കലഹം. കമ്മിറ്റിയിൽ തെക്കുംമുറിയിൽ നിന്ന് തടിമിടുക്കുള്ള മൂന്നുനാല് ചെറുപ്പക്കാരും ഉണ്ടായിരുന്നു. മൂവർസംഘം അലമ്പുണ്ടാക്കിയാൽ അവരെ നേരിടാൻതന്നെ ചെറുപ്പക്കാർ തീരുമാനിച്ചിരുന്നു.

വൈകുന്നേരം ദീപാരാധനയ്ക്ക് നട അടച്ചപ്പോൾ ഭക്തന്മാരെല്ലാം അമ്പലത്തിലേക്ക് കടന്നു. താലപ്പൊലി കമ്മിറ്റിയിലെ തെക്കുംമുറിക്കാർ മാത്രം റൗഡികളുടെ വരവും കാത്തിരുന്നു. പ്രതീക്ഷിച്ചപോലെ നട തുറക്കുന്ന സമയം നോക്കി ത്രിമൂർത്തികൾ കയറിവന്നു. കമ്മിറ്റിക്കാരായ ചെറുപ്പക്കാർ അവരെ കണ്ട ഭാവം നടിച്ചില്ല. ഇരിക്കാൻ ക്ഷണിച്ചില്ല.

കാക്ക മാധവൻ കണ്ണു ചുവപ്പിച്ച് മീശ പിരിച്ചുകൊണ്ട് അലറി.

“മാന്യമ്മാരെ കണ്ടാലറിയില്ലേടാ തെണ്ടികളേ?”

അത് പറഞ്ഞു തീരുന്നതിനുമുമ്പ് തെക്കുമ്മുറിക്കാരൻ എണീറ്റ് കാലുമടക്കി മാധവനെ തൊഴിച്ചു. മാധവൻ പെട്ടെന്ന് ഇരുന്നുപോയി. അതു കണ്ടുനിന്ന കൃഷ്ണൻകുട്ടി ചാടി അടുത്തപ്പോഴേക്കും രണ്ടാമത്തെ ചെറുപ്പക്കാരൻ അയാളുടെ കരണത്ത് പടക്കം പൊട്ടിച്ചു. പിന്നെ തെല്ലിട അടിയുടെ ശബ്ദം മാത്രമേ കേട്ടുള്ളൂ. നിലത്ത് വിരിച്ചിരുന്ന ജമുക്കാളത്തിൽ

മുറുക്കിത്തുപ്പിയതുപോലെ ചോര വീണിരുന്നു. ദീപാരാധന കഴിഞ്ഞ് പുറത്തുവന്ന ഭക്തന്മാർ കണ്ടത് 'ശോണിതവുമണിഞ്ഞല്ലോ ശിവ ശിവ' എന്ന മട്ടിൽ കിടക്കുന്ന സ്ഥലത്തെ പ്രധാന റൗഡികളെയാണ്. നാട്ടുകാരിൽ ചിലർതന്നെ ഇടപെട്ട് അവരെ വീടുകളിലേക്കയച്ചു. നല്ലൊരു ദിവസമായിട്ട് കൂടുതൽ കുഴപ്പങ്ങൾ വേണ്ടെന്നുവച്ച് കമ്മിറ്റിക്കാരും ശാന്തരായി. പിന്നെ താലപ്പൊലി എഴുന്നള്ളിപ്പും പഞ്ചവാദ്യവും വെടിക്കെട്ടും പതിവുപോലെ നടന്നു.

വെളിച്ചപ്പാട്

അമ്പലത്തെപ്പറ്റി പറഞ്ഞുകൊണ്ടിരുന്നപ്പോൾ പൂജയ്ക്ക് ഒന്നിറങ്ങി കാണണമെന്ന് മോഹം. മുൻവശത്തുണ്ടായിരുന്ന ദീപസ്തംഭം അവൾക്ക് നന്നേ പിടിച്ചു. അതിൽ നിറയെ തിരിയിട്ട് കൊളുത്തിക്കഴിഞ്ഞാൽ മനോഹര ദൃശ്യമായിരിക്കുമെന്ന് പൂജ പറഞ്ഞു. അല്പം വടക്കോട്ടു മാറി ക്ഷേത്രക്കുളവും കാവുമുണ്ടായിരുന്നു. കുളത്തിന്റെ താഴ്ചയിൽ ഉടഞ്ഞ കുപ്പിച്ചില്ലുപോലെ പച്ച നിറമുള്ള വെള്ളം. വെള്ളത്തിൽ ചെറു ചലനങ്ങളുണ്ടാക്കുന്ന നീർക്കോലികളും തവളകളും ചെറുമത്സ്യങ്ങളും. കുളത്തിനു ചുറ്റുമായി പടർന്നുവളരുന്ന വെള്ളിലത്താളികളും കൊങ്ങണിപ്പൂക്കളും പച്ചത്തഴപ്പുകളും....

ഈ കാവും കുളവുമൊക്കെ എന്തിനാണെന്ന് കുട്ടിയുടെ ചോദ്യം....

കാവുകളും കുളങ്ങളും അമ്പലങ്ങളോട് ചേർന്നിരിക്കുന്നതുകൊണ്ട് ദൈവഭയം മൂലം കടന്നുകയറ്റവും കൈയേറ്റവും കുറവായിരിക്കും. മാത്രമല്ല, കേരളത്തിന്റെ പ്രകൃതിയുടെ ഭാഗമായി ഈ കാവുകളും കുളങ്ങളും തണ്ണീർത്തടങ്ങളും കാലാകാലങ്ങളായി നിലനിന്നുപോരുന്നുണ്ട്. നമ്മുടെ നാടിന്റെ പ്രകൃതിഭംഗിയും സന്തുലനവും നിലനിർത്തുന്നതിന് കാവുകളും കുളങ്ങളുമൊക്കെ പരിരക്ഷിക്കേണ്ടത് ആവശ്യമാണെന്ന് പരിസ്ഥിതിപ്രവർത്തകർ പറയുന്നു. അവർ ജാഗ്രത പുലർത്തുന്നതുകൊണ്ടാണ് ആറന്മുളയിലെ വിമാനത്താവളത്തിന്റെ കാര്യം ആശങ്കയിലായിരിക്കുന്നത്. തിരിച്ച് അമ്പലനടയിലെത്തിയപ്പോൾ പൂജ ചോദിച്ചു.

“ഈ അമ്പലത്തില് വെളിച്ചപ്പാടുണ്ടോ?”

പൊടുന്നനെ വെളിച്ചപ്പാട് അമ്പലത്തിൽനിന്നിറങ്ങി വരുന്നതായി

തോന്നി. അധികം നീളമില്ലാത്ത മുടി പിൻവശത്ത് കെട്ടിവച്ചിരിക്കുന്നു. നെറ്റിയിൽ ദേവിയുടെ രുധിരപ്രസാദം. തോളിൽ ഈറൻ തോർത്ത്. മടക്കിക്കുത്തിയ ഒറ്റമുണ്ട്. എന്റെ മനസ്സിൽ കൊത്തിവച്ചതുപോലെ ആ രൂപം പതിഞ്ഞിരിക്കുന്നതുകൊണ്ടാവാം വെളിച്ചപ്പാടിന്റെ ഇല്ലാത്ത സാന്നിദ്ധ്യം അനുഭവപ്പെട്ടത്. നടവരവ് കുറഞ്ഞ അമ്പലത്തിൽനിന്നു കിട്ടുന്ന നെല്ലുകൊണ്ടും ദക്ഷിണക്കാശുകൊണ്ടും മാത്രം ജീവിക്കാനാവില്ല. അതുകൊണ്ടാവാം വെളിച്ചപ്പാട് ഒഴിവുസമയങ്ങളിൽ മറ്റ് ജീവിതമാർഗ്ഗങ്ങൾ തേടിയത്. അതിലൊന്ന് നീർപ്പോളൻ, വസൂരി മുതലായ പകർച്ചരോഗങ്ങൾ പിടിപെടുന്നവരെ ശുശ്രൂഷിക്കലാണ്. 'നോട്ടക്കാരൻ' എന്നാണ് പറയാറ്. അത്തരം രോഗികൾക്ക് കഞ്ഞി കൊടുക്കുക, അവരെ ആര്യവേപ്പിൻ കൊമ്പുകൊണ്ട് വീശുക, കുളിക്കുന്ന ദിവസം വേണ്ട നിർദ്ദേശങ്ങൾ നല്കുക മുതലായവയായിരുന്നു നോട്ടക്കാരന്റെ ചുമതലകൾ. രോഗിയുടെ ധനസ്ഥിതി അനുസരിച്ചാണ് പ്രതിഫലം. എന്നാൽ ഈ രോഗങ്ങൾ ചൂടുകാലത്ത് മാത്രം വരുന്നതുകൊണ്ട് ഇതിനെ സ്ഥിരം വരുമാനമായി കണക്കാക്കാവുന്നതല്ല. നിസ്സഹായാവസ്ഥയിലാണ്, ഭഗവതിയുടെ കോമരത്തിനെ അച്ഛൻ അനുഗ്രഹിച്ചത്. സ്കൂൾ തുറന്നാൽ സദാസമയവും വെളിച്ചപ്പാട് അച്ഛന്റെ നിഴലാണ്. സ്കൂൾകുട്ടികൾക്ക് ഉച്ചക്കഞ്ഞി പാചകം ചെയ്തു കൊടുക്കുന്നതിന്റെ ചുമതല അച്ഛൻ വെളിച്ചപ്പാടിനെ ഏല്പിച്ചു. ഭഗവതീദാസനും കോമരവുമായ വെളിച്ചപ്പാട് ഒരു സാദാ സ്കൂൾമാഷ്ടെ സേവകനെപ്പോലെ നടക്കുന്നത് എനിക്ക് തമാശയായി തോന്നാറുണ്ട്. അച്ഛൻ വെളിച്ചപ്പാടിന്റെ മുമ്പിൽ ഭവ്യതയോടെ കൈയും കെട്ടിനില്ക്കുന്ന ഒരേയൊരു സന്ദർഭവുമുണ്ട്. അത് പൂവ്വശ്ശേരിക്കാവിലെ പറ വീടുതോറും എഴുന്നള്ളിച്ച് വരുമ്പോഴാണ്. ആ ദിവസം പറയെടുത്തു വരുന്നവർക്ക് അത്താഴം അല്ലെങ്കിൽ ഉച്ചയൂണ് അതാത് വീടുകളിലായിരിക്കും. നമ്മുടെ വീട്ടിൽ അത്താഴപ്പറയാണ് പതിവ്. പറ നിറച്ച് കോമരം കലി തുള്ളി പള്ളിവാളുമായി കല്പന പറയാൻ അച്ഛനെ സമീപിക്കുമ്പോൾ, അച്ഛൻ ഭവ്യതയോടെ കൈയും കെട്ടിനിന്ന് വെളിച്ചപ്പാടിന്റെ കല്പന കേൾക്കും. അടുത്തകൊല്ലവും സ്കൂളിലെ കഞ്ഞിവയ്പ് എനിക്കുതന്നെ തരണമെന്നാവും കോമരം കല്പിക്കുന്നതെന്ന് ഞങ്ങൾ അമ്മയോട് രഹസ്യമായി പറയാറുണ്ട്. "പോ പിള്ളേരെ...." എന്നു പറഞ്ഞ് അമ്മ ചിരിക്കാറേയുള്ളൂ. രണ്ടോ മൂന്നോ കൊല്ലങ്ങൾക്കുമുമ്പ് മാത്രമാണ് അച്ഛന്റെയും ഭഗവതിയുടെയും വിശ്വസ്ത സേവകൻ മരിച്ചുപോയി എന്ന വിവരം ഞാനറിഞ്ഞത്. കഴിഞ്ഞ അര നൂറ്റാണ്ടായി എനിക്ക് നാടും നാട്ടുകാരുമായി നിരന്തര ബന്ധമൊന്നുമില്ല. നാട്ടിലും വീട്ടിലുമൊക്കെ തലമുറകൾ തന്നെ മാറിയിരിക്കുന്നു. പുതുതലമുറയിലെ കുട്ടികളെയും ചെറുപ്പക്കാരെയും, അവർ കുടുംബാംഗങ്ങളാണെങ്കിലും തിരിച്ചറിയാൻ വിഷ

മമായിരിക്കുന്നു. ഞാൻ തികച്ചും ഒരന്യനായി മാറിക്കഴിഞ്ഞു എന്നെനിക്ക് തോന്നാറുണ്ട്. അതൊരു നല്ല കാര്യമല്ല. എന്നാൽ, എഴുപത്തഞ്ചാം വയസ്സിൽ നാട്ടിൽ ചെന്ന് വേരുകളുറപ്പിക്കാമെന്നോ, ബന്ധങ്ങൾ പുതുക്കാമെന്നോ കരുതുന്നില്ല. ഞാനിപ്പോൾ ജീവിക്കുന്ന ഈ നഗരത്തെ വല്ലാതെ സ്നേഹിക്കുന്നു. കാരണം എനിക്കൊരു ജീവിതം തന്നത് മുംബൈ എന്ന മഹാനഗരമാണ്. ആത്മാർത്ഥമായി സ്നേഹിക്കുന്ന മനുഷ്യരെ ഞാൻ കണ്ടെത്തിയതും തിരിച്ചറിഞ്ഞതും ഇവിടെയാണ്. ഒരു തരത്തിലുമുള്ള ഇടപെടലുമില്ലാതെ ഓരോരുത്തരെയും അവരവരുടെ നിലയ്ക്കും വിലയ്ക്കും ഇഷ്ടാനിഷ്ടങ്ങൾക്കും അനുസരിച്ച് ജീവിക്കാൻ അനുവദിക്കുന്ന ഒരു സ്ഥലം വേറെയുണ്ടോ എന്നെനിക്കറിയില്ല. വല്ലപ്പോഴും ഒരിക്കൽ ഒരു സന്ദർശകനായി നാട്ടിൽ പോകാനേ എനിക്ക് താല്പര്യമുള്ളൂ.

ഞങ്ങൾ അമ്പലമൊക്കെ കണ്ട് പ്രധാന നിരത്തിലേക്ക് കയറി. പണ്ട് ഇത് ചെമ്മൺ നിരത്തായിരുന്നു. ഇപ്പോൾ ടാറിട്ടിട്ടുണ്ട്. രണ്ടോ മൂന്നോ ബസുകൾ ഓടുന്നുണ്ട്. പഞ്ചായത്ത് ഓഫീസ് പുതുക്കിപ്പണിതു. ആളൂരും പുല്ലൂരും ഉള്ളതുപോലെ അണ്ടിക്കമ്പനി തുടങ്ങി. കാലത്ത് വല്ലക്കുന്നിൽ ബസിറങ്ങുന്ന പെണ്ണുങ്ങൾ ഒരു ജാഥ പോലെയാണത്രെ കമ്പനിയിൽ ജോലിക്ക് പോകുന്നത്. കമ്പനിയുടെ അടയാളമായി പുകക്കുഴലും ആകാശത്ത് ഇഴഞ്ഞുനടക്കുന്ന കറുത്ത പുകപ്പാമ്പുകളും ഞങ്ങൾ കാറിലിരുന്നുതന്നെ കണ്ടു. തെല്ലിട മുമ്പോട്ടു പോയപ്പോൾ ഗ്രാമീണ വായനശാലയുടെ ബോർഡ് തെളിഞ്ഞു.

“നമുക്കിവിടെ ഒന്നിറങ്ങണ്ടേ.” എന്ന് ഇമ ബാബു ചോദിച്ചു.

ഇറങ്ങാം എന്ന് ഞാൻ പറഞ്ഞു. എന്റെ വായനയുടെ തുടക്കം ഇവിടുന്നാണല്ലോ.

എന്റെ ഭാര്യയും കുട്ടികളും ഇറങ്ങുന്നില്ല എന്നു പറഞ്ഞു. നിരവധി ഓർമ്മകൾ തുളുമ്പുന്ന മനസ്സോടെ എത്രയോ ദശകങ്ങൾക്കുശേഷം ഞാൻ ഞങ്ങളുടെ നാട്ടിൻപുറത്തെ പഴയ വായനശാലയുടെ പടികൾ കയറി. പഴക്കമാർന്ന പുസ്തകങ്ങളുടെ മണം നുകർന്നുകൊണ്ട് അവിടത്തെ ഗ്രന്ഥശേഖരത്തിലൂടെ കണ്ണോടിച്ചു. ബാബു ചില ചിത്രങ്ങളെടുത്തു.

ഞാൻ പഠിച്ച കൊടകര നാഷണൽ ഹൈസ്കൂളിലേക്കും ഞങ്ങൾ പോവുകയുണ്ടായി. മുടക്കദിവസമായിരുന്നതുകൊണ്ട് സ്കൂൾ പൂട്ടിക്കിടക്കുകയായിരുന്നു. ഞാൻ പഠിക്കുമ്പോൾ അത് പ്രൈവറ്റ് സ്കൂളായിരുന്നു. മുടക്കദിവസമായാലും മാസപ്പടി രാമൻ നായരോ ചുരുളൻ മുടിക്കാരൻ നാരായണനോ അവിടെയുണ്ടാവും എന്നായിരുന്നു എന്റെ ധാരണ. മാസപ്പടി രാമൻ നായർ വയറൊട്ടി കണ്ണുതുറിച്ച ഒരു ദരിദ്രരൂപ

മായിരുന്നു. ഒരു വയറുവേദനക്കാരന്റെ സ്ഥായിയായ മുഖഭാവം. നാരായണൻ ചുറുചുറുക്കുള്ള ശൊങ്കനും. രണ്ടുപേരും കീരിയും പാമ്പും പോലെയായിരുന്നു. തൊട്ടതിനൊക്കെ വഴക്ക്.

കൊടകരയിൽ ഹൈസ്കൂൾ തുടങ്ങിയത് അവിടുത്തെ പ്രമാണിയും പൊതുകാര്യപ്രസക്തനുമായിരുന്ന അരിക്കാട്ട് വേലായുധ മേനോനായിരുന്നു. സ്കൂൾ കൂടാതെ അദ്ദേഹത്തിന് ദ്വാരക ടാക്കീസുമുണ്ടായിരുന്നു. ദ്വാരക ടാക്കീസിലെ തറ ടിക്കറ്റിലിരുന്നാണ് ഞാനും അപ്പുച്ചേട്ടനും സിനിമകൾ കാണാറ്. അമ്മാമനും കുടുംബവും മിക്കവാറും പിന്നിൽ കസേരകളിൽ ഉണ്ടാവും. ആദ്യഭാര്യ അർബുദം ബാധിച്ച് മരിച്ചതിനുശേഷം അമ്മാമൻ കൂടുതൽ യൗവനവും സൗന്ദര്യവുമുള്ള മറ്റൊരു സ്ത്രീയെ വിവാഹം ചെയ്തു. അവർ സിനിമാക്കമ്പക്കാരിയായിരുന്നു. പുതുമോടിയിൽ ഭാര്യയുടെ ആഗ്രഹങ്ങൾ നിറവേറ്റിക്കൊടുക്കാതെ വയ്യല്ലോ. വൈകുന്നേരം അവർ മേൽക്കഴുകി പുതിയ സാരിയുടുത്ത് മുല്ലപ്പൂ ചൂടിയാൽ ഞങ്ങൾക്കറിയാം, സിനിമാപ്രോഗ്രാം ഉണ്ടെന്ന്. അതോടെ ഞങ്ങളും ഉഷാർ. *മരുതനോട് ഇളവരശി, ആയിരം തലൈവാങ്കി, അപൂർവ്വ ചിന്താമണി, ചന്ദ്രലേഖ, അപൂർവ്വ സഹോദരന്മാർ, പരാശക്തി, വീരപാണ്ഡ്യകട്ടബൊമ്മൻ* തുടങ്ങി എത്രയെത്ര ചിത്രങ്ങൾ!

രഞ്ജനും ടി ആർ രാജകുമാരിയും എം ജി ആറും അഞ്ജലീദേവിയും പണ്ഡരീബായിയും എൻ എസ് കൃഷ്ണനും ടി എ മധുരവും എം ആർ മധുരയും ശിവാജി ഗണേശനും മറ്റുമായിരുന്നു ഞങ്ങളുടെ ആരാധനാപാത്രങ്ങൾ. ഞാൻ കണ്ട ആദ്യത്തെ മലയാള സിനിമ *വെള്ളിനക്ഷത്ര*മാണോ *ജീവിതനൗക*യാണോ എന്ന് തീർത്തുപറയാനാവില്ല. ദ്വാരക ടാക്കീസിൽ ആറുമണിയാവുമ്പോഴേക്കും റെക്കോഡുകളിട്ട് പാട്ട് തുടങ്ങും. പാട്ട് തുടങ്ങിയാൽ ടാക്കീസിന്റെ ഉടമസ്ഥനായ വേലായുധ മേനോൻ മല്ല് മുണ്ട് വയറിന്മേൽ കേറ്റി ഉടുത്ത് തോളിൽ രണ്ടാം മുണ്ടുമായി സിനിമാ കൊട്ടകയിലെത്തും. അപ്പോഴേക്കും അദ്ദേഹത്തിന് ഇരിക്കാനുള്ള ഈസിച്ചെയർ തയ്യാർ. ഒരു ദിവസം ഈസിച്ചെയറിൽ മലർന്നുകിടന്ന് പാട്ടുകൾ കേൾക്കുമ്പോഴാണ് ആരോ വന്ന് അദ്ദേഹത്തെ കുത്തിക്കൊന്നത്. കൊലയാളി ആരായിരുന്നുവെന്ന് ഇപ്പോൾ ഓർമ്മയില്ല. അയാളെ പിടികൂടുകയും ശിക്ഷിക്കുകയും ചെയ്തു എന്ന് അറിയാം. വേലായുധമേനോന്റെ മരണശേഷം കൊടകര നാഷണൽ ഹൈസ്കൂളിന്റെ പേര് അരിക്കാട്ട് വേലായുധ മേനോൻ മെമ്മോറിയൽ നാഷണൽ ഹൈസ്കൂൾ എന്നായി മാറി. AVMMNHS. ഒരു മുഴം നീളമുള്ള പേര്. അന്ന് അവിടെ ആൺകുട്ടികളും പെൺകുട്ടികളും പഠിച്ചിരുന്നു.

ഞാൻ പഠിച്ചിരുന്ന കാലത്തെ ഒരവിസ്മരണീയ സംഭവം *ജീവിതനൗക*യിൽ 'ആനത്തലയോളം വെണ്ണ തരാമെടാ ആനന്ദ ശ്രീകൃഷ്ണാ

വാ തുറക്ക്' എന്ന പാട്ട് പാടി നൃത്തം ചെയ്ത ബേബി ഗിരിജയുടെ അതേ നൃത്തപരിപാടിയായിരുന്നു. പരിപാടിയുടെ വിവരം അറിഞ്ഞതു മുതൽ സ്കൂളിൽ ആ പാട്ടിന്റെ മുളക്കം എപ്പോഴും മുഴങ്ങിനിന്നു. ബേബി ഗിരിജയുടെ നൃത്തപരിപാടിക്കുശേഷം ഞങ്ങളിൽ പലരും മൗനാനുരാഗത്തിന്റെ ഭാരം പേറി നടന്നു.

ഇപ്പോൾ അത് ആൺകുട്ടികൾക്കു മാത്രമുള്ള സർക്കാർ സ്കൂളാണ് – ഗവൺമെന്റ് നാഷണൽ ഹൈസ്കൂൾ ഫോർ ബോയ്സ്. അതുകൊണ്ടായിരിക്കണം, മുടക്കദിവസം അവിടെ ഒരീച്ചപോലും പറക്കാത്തത്. വലിയ താഴിട്ട് പൂട്ടിയിരുന്ന സ്കൂൾ ഗേറ്റിന്റെ അഴികൾക്കിടയിലൂടെ ഞാൻ തെല്ലിട നോക്കിനിന്ന് ഓർമ്മകളെ തിരിച്ചുപിടിക്കാൻ ശ്രമിച്ചു. എന്റെ സഹപാഠികളിൽ പലരെയും മറന്നെങ്കിലും ചിലരെല്ലാം ഇപ്പോഴും ഓർമ്മയിൽ തങ്ങിനില്ക്കുന്നുണ്ട്. സ്കോളർഷിപ്പോടുകൂടി പഠിച്ച കൃഷ്ണൻകുട്ടി ഇന്ന് പ്രസിദ്ധനായ കണ്ണുഡോക്ടറാണ്. തൃശൂരിലെ വിജയലക്ഷ്മി കണ്ണാശുപത്രി അദ്ദേഹത്തിന്റെയാണ്. ഏതാണ്ട് മുപ്പതുകൊല്ലം മുമ്പ് എന്റെ ഭാര്യാമാതാവിന്റെ കണ്ണുകൾ പരിശോധിക്കാൻ ഞാനവിടെ പോയതായും ഡോക്ടർ കൃഷ്ണൻകുട്ടിയെ കണ്ടതായും ഓർക്കുന്നു. സ്കൂളിൽ എന്റെ ഒരു കൊല്ലം സീനിയറായി പഠിച്ച ആളാണ് പേരാമ്പ്രക്കാരനും ഒപ്പം കൊടകരക്കാരനുമായ ലോനപ്പൻ നമ്പാടൻ. കേരള രാഷ്ട്രീയത്തിൽ ഉയരങ്ങളിലെത്തുകയും മന്ത്രിയാവുകയും ചെയ്ത അദ്ദേഹത്തെ 'നമ്മുടെ നമ്പാടൻ മാഷ്' എന്നാണ് ജനങ്ങൾ കരുതിയത്. ഞങ്ങളേക്കാൾ ഉയരമുണ്ടായിരുന്ന ലോനപ്പനെ ചിലർ കൊക്ക് ലോനപ്പൻ എന്ന് കളിയായി വിളിക്കാറുണ്ട്. അദ്ദേഹം ആറുതവണ കേരള അസംബ്ലിയിലേക്കും ഒരു തവണ പാർലമെന്റിലേക്കും തിരഞ്ഞെടുക്കപ്പെട്ടു. രണ്ടു തവണ മന്ത്രിയായി. നമ്പാടൻ മാഷ് എന്തും ഹാസ്യം ചേർത്തേ പറയൂ. അദ്ദേഹത്തിന്റെ എതിരാളികൾ പോലും ലോനപ്പന്റെ പ്രസംഗം കേൾക്കാനും ചിരിക്കാനുമായി അസംബ്ലിയിലും യോഗസ്ഥലങ്ങളിലും വന്നെത്താറുണ്ടായിരുന്നു. ഒരു യോഗത്തിൽ അധികം ഭാഷാ സ്വാധീനമില്ലാത്ത ഒരാളെ ഉദ്ധരിച്ചു കൊണ്ട് മാഷ് പറഞ്ഞു: "അതിനുവേണ്ട നടപടികൾ ഞാൻ എടുത്തിട്ടുണ്ട്. അതോർത്ത് ഇനി നിങ്ങൾ കുണ്ടി തപ്പേണ്ടതില്ല." സദസ്സിൽ പടർന്ന ചിരി അണയാൻ വളരെ നേരമെടുത്തു. കേരളത്തിലെ ഓഫീസുകളിൽ വ്യവഹാരഭാഷ മലയാളമാക്കുവാൻ നിരന്തരം പ്രവർത്തിച്ച ആളാണ് നമ്പാടൻ മാഷ്. വൃക്കരോഗബാധിതനായി ലോനപ്പൻ നമ്പാടൻ യാത്രയായത് 2013 ജൂൺ മാസത്തിലാണ്. അതിനുമുമ്പ് *നിങ്ങളുടെ സ്വന്തം നമ്പാടൻ* എന്ന പുസ്തകം അദ്ദേഹം പ്രസിദ്ധീകരിക്കയുണ്ടായി. പ്രസിദ്ധരായ രണ്ടുപേരുടെ സ്വച്ഛമായ ഓർമ്മകൾ കലക്കി മറിച്ചുകൊണ്ടാണ്

മാധവൻ കുറ്റിത്തലമുടി തടവിക്കൊണ്ട് അനുവാദം ചോദിക്കാതെ മനസ്സിലേക്കു കടന്നുവന്നത്. പഠിക്കുന്ന കാലത്ത് മുമ്പ് സൂചിപ്പിച്ച രണ്ടു പേരെക്കാളും ബുദ്ധിയും കഴിവും പ്രകടിപ്പിച്ച വ്യക്തിയാണ് മാധവൻ. ഏഴാം ക്ലാസ് മുതൽ സ്കോളർഷിപ്പോടെയാണ് പഠിച്ചത്. ഞങ്ങളൊരുമിച്ചാണ് പരീക്ഷ എഴുതിയതെങ്കിലും എനിക്ക് ഏഴയലത്തുപോലും എത്താനായില്ല. മാധവൻ കവിതാപാരായണത്തിലും മലയാളഭാഷ കൈകാര്യം ചെയ്യുന്നതിലും വളരെ സമർത്ഥനായിരുന്നു. സ്കൂൾ ആനിവേഴ്സറിക്ക് എത്രയെത്ര സമ്മാനങ്ങളാണ് വാരിക്കൂട്ടാറ്. അച്ഛൻ നമ്പൂതിരി ആയതുകൊണ്ടാവാം, മാധവന്റെ ഇരിപ്പിലും നടപ്പിലും പെരുമാറ്റത്തിലും സംസാരത്തിലും ധാരാളം നമ്പൂരിത്തമുണ്ടായിരുന്നു. പഠിക്കുന്ന കാലത്ത് ഞങ്ങൾ സഹപാഠികൾ മാത്രമായിരുന്നെങ്കിലും പിന്നീട് ബന്ധുക്കളായി. മാധവന്റെ ജീവിതത്തിലെ കയറ്റിറക്കങ്ങൾക്ക് ഞാൻ സാക്ഷിയായി. എന്നെ വളരെയേറെ അസ്വസ്ഥനാക്കുകയും ദുഃഖിപ്പിക്കുകയും ചെയ്ത വഴിത്തിരിവുകൾ മാധവന്റെ ജീവിതത്തിലുണ്ടായി. പത്താംക്ലാസ് കഴിഞ്ഞതിനുശേഷം, തൃശൂരിലെ മഹാരാജാസ് ടെക്നോളജിക്കൽ ഇൻസ്റ്റിറ്റ്യൂട്ടിൽ ഞാനും മാധവനും ഒരുമിച്ചാണ് അപേക്ഷകൾ കൊടുത്തത്. ഞങ്ങൾക്ക് രണ്ടുപേർക്കും പ്രവേശനം ലഭിച്ചെങ്കിലും ഞാൻ ഒരു ഡോക്ടറാവണമെന്ന മോഹം ഉള്ളിൽ സൂക്ഷിച്ചുകൊണ്ട്, സയൻസ് ഗ്രൂപ്പെടുത്ത് തൃശൂർ കേരളവർമ്മ കോളേജിലാണ് ചേർന്നത്. അതിമോഹത്തോടെ മെഡിക്കൽ പ്രവേശനത്തിന് ചില ശ്രമങ്ങൾ നടത്തിയെങ്കിലും നടന്നില്ല. അന്ന് കേരളത്തിലാകെ നൂറ് സീറ്റുകളേയുള്ളൂ. അതിൽപ്പെടാനുള്ള മാർക്ക് ഉണ്ടായിരുന്നില്ല. അങ്ങനെ ഒരു സാധാരണ ഡിഗ്രിയിലേക്ക് ആഗ്രഹം ഒതുങ്ങി. മാധവൻ പോളിടെക്നിക്കിൽ ചേർന്നു. ഡിപ്ലോമയെടുത്തു. എ എം ഐ ഇ പാസായി, എഞ്ചിനീയറായി. സന്ധ്യ കഴിഞ്ഞാൽ വീട്ടിൽനിന്ന് പുറത്തിറങ്ങാൻ ധൈര്യപ്പെടാത്ത മാധവൻ മിലിട്ടറിയിൽ കമ്മീഷന്റ് ഓഫീസറായി അസമിലേക്കും നാഗാലാന്റിലേക്കും പോയി. ഞങ്ങളൊക്കെ മാധവന്റെ വളർച്ചയിലും അദ്ദേഹം കൈവരിച്ച നേട്ടങ്ങളിലും സന്തോഷിച്ചു. മിലിട്ടറി സർവ്വീസ് അവസാനിച്ചതിനുശേഷം മാധവൻ ചേർത്തലയിൽ പി ഡബ്ല്യു ഡിയിൽ അസിസ്റ്റന്റ് എക്സിക്യൂട്ടീവ് എഞ്ചിനീയറായി ജോലിയിൽ പ്രവേശിച്ചു. അപ്പോഴേക്കും ഞാൻ ഗുജറാത്തിലും മറാത്താവാഡയിലും ചില കറക്കങ്ങളൊക്കെ കഴിഞ്ഞ് ബോംബെയിൽ കാലുറപ്പിക്കാനുള്ള ശ്രമത്തിലായിരുന്നു. അന്നൊരിക്കൽ നാട്ടിലെത്തിയപ്പോൾ മാധവൻ എന്നെ ചേർത്തലയിലേക്ക് ക്ഷണിച്ചു. ഞാനാദ്യമായി ചേർത്തലയിൽ പോയി. മാധവന്റെ കൂടെ താമസിച്ചു. കടുത്തുരുത്തിയിലോ കുറുപ്പംപടിയിലോ പോയി ഒരു സിനിമ കണ്ടു. കെ ജി ജോർജിന്റെ *സ്വപ്നാടനമാ*യിരുന്നോ എന്ന് സംശയമുണ്ട്. വ്യക്ത

മായ ഓർമ്മയില്ല. രണ്ടാമത്തെ സിനിമയായിരുന്നതുകൊണ്ട് തിരിച്ചുപോരുമ്പോൾ ബസൊന്നും ഇല്ലായിരുന്നു. പാതിരാസമയത്തെ ഏതെല്ലാമോ ഇടുങ്ങിയ വഴികളിലൂടെ ഏഴെട്ട് കിലോമീറ്റർ നടന്ന് വീടെത്തി. പിറ്റേദിവസം കാലത്ത് മാധവൻ എനിക്കൊരു പെണ്ണുകാണൽ ഏർപ്പെടുത്തിയിരുന്നു. ഒരു തീപ്പെട്ടിക്കമ്പനി മുതലാളിയുടെ മകൾ. ആഡംബരത്തിൽ ജീവിക്കുന്ന കറുത്തു മെലിഞ്ഞ ആ പെൺകുട്ടിക്ക് എന്റെ നിറപ്പകിട്ടില്ലാത്ത തുച്ഛജീവിതത്തിൽ പങ്കാളിയാവാനാവില്ലെന്ന് ഒറ്റനോട്ടത്തിൽ ഞാൻ തിരിച്ചറിഞ്ഞു. എനിക്കുവേണ്ടി ഇങ്ങനെ ഒരേടാകൂടം മാധവൻ ഉണ്ടാക്കിവച്ചത് അറിഞ്ഞിരുന്നെങ്കിൽ ഞാൻ ചേർത്തലയാത്ര ഒഴിവാക്കിയേനെ. പിന്നീട് മാധവൻ ചേർത്തലയിൽനിന്നുതന്നെയാണ് വിവാഹം കഴിച്ചത്. മാധവന്റെ മൂത്ത മകൻ കുട്ടിക്കാലത്തുതന്നെ ഒരു മാനസികരോഗിയായി. അവന്റെ ചികിത്സയ്ക്കുവേണ്ടി ചെലവഴിച്ച പണത്തിന് കണക്കില്ല. ഇപ്പോൾ അവൻ ഏതോ ശുശ്രൂഷാകേന്ദ്രത്തിലാണെന്ന് അറിയുന്നു. ആ കുട്ടിയുടെ ദുര്യോഗത്തിൽ മനംനൊന്താണ് ഞാൻ "ദൈവദത്തം" എന്ന കഥ എഴുതിയത്. *കലാകൗമുദി*യിൽ നമ്പൂതിരിയുടെ ചിത്രത്തോടൊപ്പം പ്രസിദ്ധീകരിച്ച ആ കഥയെ പരേതനായ പ്രശസ്ത നിരൂപകൻ ശ്രീ. എം കൃഷ്ണൻ നായർ വാരഫലത്തിൽ വിശേഷിപ്പിച്ചത് 'ഉദാത്തം' എന്നാണ്. മാധവന്റെ പത്നി അടുത്തകാലത്താണ് മരിച്ചത്. നാലഞ്ചുകൊല്ലങ്ങൾക്കു മുമ്പ് മാധവനും ഭാര്യയും മകളുമൊത്ത് നവി മുംബൈയിലെ എന്റെ വീട്ടിൽ വന്നിരുന്നു. ജീവിതം നിരന്തരമായി മാധവനോട് ക്രൂരത കാണിക്കുന്നതായി തോന്നിയെങ്കിലും ഞാൻ ഒന്നും ചോദിച്ചില്ല. മാധവൻ ഇപ്പോഴും എല്ലാ മാസവും ഒന്നാം തീയതി ഇരിങ്ങാലക്കുട ട്രഷറിയിൽ പോയി ഒപ്പിട്ടുകൊടുത്ത് പെൻഷൻ വാങ്ങുകയാണെന്ന് പറഞ്ഞപ്പോൾ ഞാൻ അന്തംവിട്ടിരുന്നു. എന്തുകൊണ്ട് ബാങ്ക് വഴി പെൻഷൻ വരുത്തുന്നില്ല എന്ന് ചോദിച്ചപ്പോൾ അതോടെ പഴയ ഓഫീസും സഹപ്രവർത്തകരുമായുള്ള ബന്ധം അറ്റുപോകില്ലേ എന്ന് മറുചോദ്യം. ഇപ്പോൾ ഒന്നാം തീയതി കുറേപ്പേരെയെങ്കിലും കാണുന്നു. അവരിൽ നിന്ന് മറ്റുള്ളവരുടെ വിശേഷങ്ങളറിയുന്നു. ഞങ്ങളെല്ലാവരും കൂടി ഒരു ദിവസം ഒരുമിച്ച് ഊണുകഴിച്ച് ചായ കുടിച്ച് പിരിഞ്ഞുപോകുന്നു. പിന്നെ അടുത്ത ഒന്നാം തീയതിയിലേക്ക് നോക്കിയിരിക്കുന്നു.

അതുകേട്ട് നിശ്ശബ്ദനായിരിക്കാനേ എനിക്ക് കഴിഞ്ഞുള്ളൂ.

ഒരുപക്ഷേ, സുഖകരമല്ലാത്ത കാര്യങ്ങൾ കേട്ടതുകൊണ്ടാവാം, പൂജ ചോദിച്ചു.

"മുത്തച്ഛന് ഹൈസ്കൂൾ ടീച്ചേഴ്സിനെ ആരെയെങ്കിലും ഓർമ്മയുണ്ടോ?"

ഞാൻ തെല്ലിട ആലോചിച്ചു. പലമുഖങ്ങളും മനസ്സിൽ തിരനോട്ടം

നടത്തി. ഹെഡ്മാസ്റ്ററിൽനിന്നുതന്നെ തുടങ്ങാം. ചേന്ദമംഗലത്തുകാരൻ ഭാസ്കരമേനോൻ. നീതിയും നിയമവും കർക്കശമായി പാലിക്കുന്നവനായിരുന്നു. ആദർശശാലിയും ലളിതജീവിതം നയിക്കുന്നവനുമായിരുന്നു. ഖദർമുണ്ടും മുഴുക്കൈയൻ ജുബ്ബ/ഷർട്ട് ആണ് ധരിക്കാറ്. പത്തുമണിക്ക് ബെല്ലടിച്ച് സ്കൂൾ കൂടിക്കഴിഞ്ഞാൽ മാഷ്ടെ ഒരു റോന്തുചുറ്റലുണ്ട്. അപ്പോൾ ജുബ്ബയുടെ കൈയിനുള്ളിൽ ഒരു ചൂരൽ ഒളിച്ചിരിക്കുന്നുണ്ടാവും. ഏതെങ്കിലും പിള്ളേർ കുസൃതി കാണിക്കുന്നതു കണ്ടാൽ ചൂരലിന്റെ സീൽക്കാരം സ്കൂൾ മുഴുവനും കേൾക്കും. മാഷ് എന്നെ പഠിപ്പിച്ചിട്ടില്ല. ജീവിതത്തിലെ എല്ലാ കാര്യങ്ങളെയും പക്വതയോടെയും ശാന്തതയോടെയും മാത്രമേ മാഷ് സമീപിക്കാറുള്ളൂ. ഭാസ്കരമേനോന്റെ ഭാര്യ, സുന്ദരി അമ്മ, ഞങ്ങളെ ചരിത്രവും ഭൂമിശാസ്ത്രവും പഠിപ്പിച്ചിട്ടുണ്ട്. അവർക്ക് എത്ര കുട്ടികളായിരുന്നു എന്ന് കൃത്യമായി ഓർക്കുന്നില്ല. അവരുടെ ഒരു മകൾ, സുശീല, ഞാൻ ജോലി ചെയ്തിരുന്ന ഭാഭാ പരമാണു ഗവേഷണകേന്ദ്രത്തിൽ ജോലി ചെയ്തിരുന്നു. അവരെ വിവാഹം ചെയ്തത് എന്റെ സുഹൃത്തും കലാ - സാംസ്കാരിക കാര്യങ്ങളിലും സംഗീതത്തിലും തല്പരനുമായിരുന്ന എ കെ ഗോവിന്ദനാണ്. നീണ്ട കാലത്തെ രോഗാവസ്ഥയ്ക്കൊടുവിൽ കഴിഞ്ഞ കൊല്ലം അദ്ദേഹം മരണമടഞ്ഞു.

എന്നെ ഏറ്റവുമധികം സ്വാധീനിക്കുകയും പ്രോത്സാഹിപ്പിക്കുകയും ചെയ്തിട്ടുള്ളത് ഞങ്ങളെ സയൻസ് പഠിപ്പിച്ചിരുന്ന ശ്രീ. എൻ വി ഈശ്വരവാരിയരാണ്. അദ്ദേഹം അവിടെ ഇല്ലായിരുന്നെങ്കിൽ സാഹിത്യത്തിന്റെ പേരിൽ ഞാൻ ഇങ്ങനെ ചില കൈക്രിയകൾ ചെയ്യുമായിരുന്നില്ല. നിങ്ങൾ രക്ഷപ്പെട്ടേനെ. ഈശ്വരവാരിയരെക്കുറിച്ച് മുമ്പേ സൂചിപ്പിച്ചിട്ടുള്ളതുകൊണ്ട് ആവർത്തിക്കുന്നില്ല. ആനുകാലികങ്ങൾ കാണുമ്പോൾ ഓർമ്മയിലേക്ക് കടന്നുവരാറുള്ള മാഷാണ്, പ്രസിദ്ധ രാഷ്ട്രീയ പ്രവർത്തകനും എഴുത്തുകാരനുമായ ശ്രീ. എം ആർ ചന്ദ്രശേഖരൻ. അദ്ദേഹം ഞങ്ങളെ പഠിപ്പിച്ചത് മലയാളം നോൺ ഡീട്ടെയിലാണ്. പി കെ പരമേശ്വരൻ നായരുടെ *ഭാവരശ്മികൾ*. എം ആർ സിയെക്കുറിച്ച് ഓർക്കുമ്പോൾ ഒരു ശ്ലോകമാണ് എന്റെ മനസ്സിൽ മുഴങ്ങുന്നത്.

"ചാലേ മാലിനിയും മരാളമിഥുനം മേവും മണൽത്തിട്ടയും
ചോലയ്ക്കപ്പുറമായ് മരങ്ങൾ നിറയും ശൈലേന്ദ്ര പാദങ്ങളും
ചീരം ചാർത്തിന വൃക്ഷമൊന്നതിനടിക്കായിട്ടു കാന്തന്റെ മെയ്
ചാരിക്കൊമ്പിലിടത്തുകണ്ണുരസുമാ മാൻപേടയും ലേഖ്യയാം...."

അറുപതു കൊല്ലം മുമ്പ് മാഷ് പഠിപ്പിച്ച കാളിദാസന്റെ ഈ ശ്ലോകം (തർജ്ജമ) ഓർമ്മകളിൽ നിന്ന് തിരഞ്ഞു പിടിച്ച് എഴുതിയതിൽ തെറ്റുണ്ടെങ്കിൽ ക്ഷമിക്കുക.

എം ആർ സി ഒരു കൊല്ലമേ കൊടകര സ്കൂളിലുണ്ടായിരുന്നുള്ളൂ. അപ്പോഴേക്കും അദ്ദേഹം *മാതൃഭൂമി*യുടെ പത്രാധിപസമിതിയിൽ ചേർന്നു. ഞാൻ അക്കാലത്ത് എഴുതിയ ഒരു ചെറുകഥ മാഷ്ക്ക് അയച്ചുകൊടുത്തു.

മറുപടി വന്നു:

“നല്ല കഥകൾ എഴുതുന്നതിനുള്ള ഒരു കോമ്പോസിഷൻ വർക്കായി ഇതിനെ കരുതുക. തികച്ചും നല്ലൊരു കഥ എഴുതുമ്പോൾ അയച്ചുതരിക.”

അതുണ്ടായില്ല. *മാതൃഭൂമി* വാരികയിൽ ‘അതിഥി’ എന്ന എന്റെ ആദ്യ കഥ പ്രസിദ്ധീകരിച്ചത് എം ടിയാണ്. *മാതൃഭൂമി*യിൽ ഞാൻ പല കഥ കളും പ്രസിദ്ധീകരിച്ചെങ്കിലും അതൊന്നും എം ആർ സിയുടെ ശ്രദ്ധ യിൽ പെട്ടിരിക്കാൻ വഴിയില്ല. അദ്ദേഹം എന്നെ തീർച്ചയായും ഓർക്കു ന്നുണ്ടാവില്ല.

പഠിപ്പിച്ചിരുന്ന എല്ലാ അദ്ധ്യാപകരെയും എനിക്കോർമ്മയുണ്ട്. എന്നാൽ എല്ലാവരെക്കുറിച്ചും എഴുതുന്നത് എളുപ്പമല്ല. എഴുതിയാൽ തന്നെ അത് വിരസമാവുമെന്ന് തോന്നുന്നു. അതുകൊണ്ട് ചില പ്രത്യേ കതകളുള്ളവരെ മാത്രം അവതരിപ്പിക്കുന്നു.

കൊടകരയിലെ പുരാതനവും പ്രാമാണികവും ആയ ഒരു കുടുംബ ത്തിലെ അംഗമായിരുന്നു ബാലൻമേനോൻ. ഇംഗ്ലീഷും കണക്കും ബാലൻ മേനോൻ പഠിപ്പിച്ചാൽ പുസ്തകം തുറക്കേണ്ടതില്ല എന്ന് കുട്ടികൾ പുക ഴ്ത്തിപ്പറയാറുണ്ട്. മാഷ് എന്നെ പഠിപ്പിച്ചത് ജ്യോമട്രിയാണ്. ഒരു പുസ്ത കവും ഇല്ലാതെ കൈയും വീശിയാണ് ബാലൻ മേനോൻ ക്ലാസിൽ വരിക. അതിനു തൊട്ടുമുമ്പ് മുറുക്കിയതിന്റെ വീര്യം തീർച്ചയായും ഉണ്ടാവും. അന്ന് എടുക്കാനുള്ള സിദ്ധാന്തം (Theorem) മാഷ് ബോർഡിൽ എഴു തുന്നു:

ഋജുരേഖകൾ ഖണ്ഡിച്ചാൽ എതിർകോണുകൾ തുല്യമാം.

സിദ്ധാന്തം തെളിയിക്കുന്നതിനു വേണ്ട നിർമ്മിതിയും മറ്റു വിവര ങ്ങളും മാഷ് കുട്ടികളെക്കൊണ്ടുതന്നെ പറയിക്കും. ക്ലാസു കഴിഞ്ഞാൽ പഠിച്ചത് മറക്കാൻ മനഃപൂർവ്വം ശ്രമിച്ചാലും കഴിയില്ലെന്നതാണ് വാസ്തവം. അത്രയ്ക്ക് ഗാഢമായി അത് മനസ്സിൽ പതിഞ്ഞിട്ടുണ്ടാവും. ബാലൻ മേനോന്റെ ക്ലാസിൽ ശ്രദ്ധ വ്യതിചലിക്കാതിരിക്കാൻ കഠിനമായ ശ്രമം വേണ്ടിയിരുന്നു. ഒരു സൂചി നിലത്തു വീണാൽപോലും അറിയുന്ന നിശ്ശ ബ്ദതയായിരിക്കും ക്ലാസിൽ. ആരെങ്കിലും കുരുത്തക്കേട് കാട്ടിയാൽ ചെവി പൊന്നാകുമെന്ന് ഉറപ്പാണ്. തള്ളവിരലും ചൂണ്ടാണിവിരലും കൂട്ടി ബാലൻ മേനോൻ ഒരു പിടി പിടിച്ചാൽ അതിന്റെ പാട് കരുവാളിച്ച് കിടക്കും. ഓർമ്മയും. അഗാധമായ ഒരു കിണറ്റിൽനിന്നെന്നപോലെ മുഴ ങ്ങുന്ന ബാലൻ മേനോന്റെ ശബ്ദം വിദൂരതയിൽ നിന്ന് എനിക്കിപ്പോഴും കേൾക്കാം.

അപ്പുവാരിയർ മാഷെക്കുറിച്ച് എനിക്ക് കുറ്റബോധത്തോടെ മാത്രമേ ഓർക്കാനാവൂ.

"അച്ഛൻ അങ്ങേരോട് എന്തെങ്കിലും തെറ്റ് ചെയ്തോ?" മകൾ ചോദിച്ചു.

ഞാനായിട്ട് എന്തെങ്കിലും ചെയ്തു എന്ന് പറയാനാവില്ല. എങ്കിലും മറ്റുള്ളവർ ചെയ്ത തെറ്റിൽ ഞാനും പങ്കാളിയായി. അതിന്റെ പശ്ചാത്താപത്തിലാണ്, വർഷങ്ങൾക്കുശേഷം, 'കല്ലേറ്റുംകര' എന്ന ചെറുകഥ *കലാകൗമുദി*യിൽ എഴുതിയത്. അപ്പുവാരിയരുടെ മകളെ പ്രശസ്ത കവിയായ കെ ജി ശങ്കരപ്പിള്ളയാണ് വിവാഹം ചെയ്തിരിക്കുന്നതെന്ന് അടുത്ത കാലത്ത് പരിചയപ്പെട്ട ബാങ്കുദ്യോഗസ്ഥനായിരുന്ന ശ്രീ. സി വി ഉണ്ണികൃഷ്ണൻ പറയുകയുണ്ടായി. തികച്ചും അവിചാരിതമായി കെ ജിയും പത്നിയും എന്റെ മകൻ സന്ദീപിന്റെ വിവാഹ സ്വീകരണത്തിൽ പങ്കെടുത്തത് നന്ദിപൂർവ്വം സ്മരിക്കുന്നു.

ഏഴാം ക്ലാസിൽ പഠിക്കുമ്പോൾ സ്കോളർഷിപ്പ് പരീക്ഷയ്ക്ക് അഞ്ചോ ആറോ കുട്ടികളെ തെരഞ്ഞെടുത്തു. കൂട്ടത്തിൽ ഞാനും ഉണ്ടായിരുന്നു. ക്ലാസിലെ പഠിപ്പ് കൂടാതെ പ്രത്യേകം ട്യൂഷൻ വേണമെന്ന് ഞങ്ങൾ തീരുമാനിച്ചു. അപ്പുവാരിയർ മാഷ് മതി എന്ന തീരുമാനം ഏകകണ്ഠമായിരുന്നു. മാഷ്ടെ കഴിവും പ്രാപ്തിയും എല്ലാവർക്കും ബോദ്ധ്യമാണ്. അതുകൊണ്ടുതന്നെ നെപ്പോളിയൻ എന്ന അപരനാമവും കുട്ടികൾക്കിടയിൽ രഹസ്യമായി പ്രചരിച്ചിരുന്നു. മാഷ് സംസാരിക്കുമ്പോൾ കഴുത്തിലെ ഞരമ്പുകൾ പ്രകടമായി വലിഞ്ഞുമുറുകുന്നത് ഞാൻ വ്യക്തമായി ഓർക്കുന്നു.

അപ്പുവാരിയർ ഞങ്ങളെ കണക്കും ഇംഗ്ലീഷുമാണ് പഠിപ്പിച്ചിരുന്നത്. കണക്കിൽ ഞാൻ മഹാമോശമായിരുന്നു. എന്നാൽ ഇംഗ്ലീഷിൽ നല്ല മാർക്കുകൾ കിട്ടാറുണ്ട്. ട്യൂഷനെടുക്കാമോ എന്ന് മാഷോട് ഒറ്റയ്ക്കുപോയി ചോദിക്കാൻ ആർക്കും ധൈര്യമുണ്ടായിരുന്നില്ല. അതുകൊണ്ട് ആറു പേരും കൂടിയാണ് പോയത്. മാഷ് ആദ്യം വിസമ്മതിച്ചു. സ്കൂൾ വിട്ടതിനുശേഷമേ ക്ലാസെടുക്കാനാവൂ. ക്ലാസ് കഴിഞ്ഞ് വീട്ടിലെത്തുമ്പോൾ സമയം വളരെ വൈകും. അത് ബുദ്ധിമുട്ടാണ്. വേറെ ആരെയെങ്കിലും സമീപിക്കൂ. മാഷെ അങ്ങനെ ഒഴിഞ്ഞുമാറാൻ ഞങ്ങൾ സമ്മതിച്ചില്ല. തുടർച്ചയായി ശല്യം ചെയ്തുകൊണ്ടിരുന്നു. അവസാനം മാഷ് സമ്മതിച്ചു. ഞങ്ങൾ എല്ലാ മാസവും ഒരു തുക സമാഹരിച്ച് മാഷ്ക്ക് കൊടുത്തുപോന്നു. അതിന്റെ വിശദാംശങ്ങളൊന്നും ഇപ്പോൾ ഓർമ്മയില്ല. എത്ര മാസം ട്യൂഷനെടുത്തു എന്നും ഓർക്കുന്നില്ല. ഓർമ്മയിലുള്ളത്, മാഷോട് കാണിച്ച വഞ്ചനയാണ്. അവസാന മാസത്തെ ഫീസ് കൊടുക്കാതെ മുങ്ങാൻ കാരണം ഞങ്ങളിൽ രണ്ടുപേരാണ്. ഫീസു കൊടു

ക്കാൻ കാശില്ലെന്ന് അവർ തീർത്തു പറഞ്ഞു. ഞങ്ങൾ മാത്രം ഫീസു കൊടുത്ത് നല്ലപിള്ള ചമയാൻ അനുവദിക്കില്ലെന്ന് അവർ ഭീഷണിപ്പെടുത്തി. ഞങ്ങൾ ഭീരുക്കളെപ്പോലെ അവരുടെ ഭീഷണിക്ക് വഴങ്ങി. ആ കുറ്റബോധത്തിന്റെ കറുത്ത പാട് ഇന്നും മനസ്സിൽ മായാതെ കിടപ്പുണ്ട്. ഹൈസ്കൂളിൽ പഠിപ്പിച്ച മിക്കവാറും അദ്ധ്യാപകരെയും ഞാനോർക്കുന്നു. തന്റേടിയും ഗൗരവക്കാരിയുമായ രാധ ടീച്ചർ, ഒരു പശുവിനെപ്പോലെ പാവമായ സരള ടീച്ചർ, പ്രകൃതിശാസ്ത്രം മാത്രം ശ്വസിച്ചിരുന്ന കല്യാണിക്കുട്ടി ടീച്ചർ, സാത്വികഗുണങ്ങളുടെ മൂർത്തിമദ്ഭാവമായിരുന്ന സംസ്കൃതം പണ്ഡിറ്റ് (നമ്പൂതിരി മാഷ്).

ജീവിതത്തിന്റെ അസ്തമയത്തിലേക്ക് അടുത്തുകൊണ്ടിരിക്കുന്ന ഈ സമയത്ത് വിവരവും വിജ്ഞാനവും പകർന്നുതന്ന മഹാന്മാരായ എന്റെ അദ്ധ്യാപകരെ സ്നേഹാദരങ്ങളോടെ ഓർക്കാൻ കഴിയുന്നത് അവരുടെ മഹത്ത്വം കൊണ്ടാണ്. ഓർമ്മശക്തിയുടെ മികവു കൊണ്ടല്ല. ഇന്ന് സ്കൂൾ കോളേജ് അന്തരീക്ഷങ്ങൾ മാത്രമല്ല, നമ്മുടെ നാടും കുടുംബവും വരെ മാറിയിരിക്കുന്നു. ആ മാറ്റം നല്ലതിനോ ചീത്തയ്ക്കോ എന്ന് കാലമാണ് നിർണ്ണയിക്കുക. നിങ്ങൾക്കത് കാണാനാവും. തിരിച്ചുപോരുമ്പോൾ, ഞാൻ പഠിച്ച ഹൈസ്കൂൾ കുട്ടികളെ കാണിക്കാൻ കഴിഞ്ഞില്ലല്ലോ എന്ന നേർത്ത ഖേദം ബാക്കിയായി. സ്കൂൾ മൂന്നുനാലു കെട്ടിടങ്ങളും അടച്ചുപൂട്ടിയ ഗേറ്റുമല്ലല്ലോ. കുട്ടികളും അദ്ധ്യാപകരും ബഹളവും ആരവങ്ങളുമല്ലേ.

ജലസ്പർശങ്ങൾ

വീട്ടിലേക്ക് പോകുമ്പോൾ കൊച്ചുമകൾ ചോദിച്ചു:

"മുത്തച്ഛന്റെ ഗ്രാമം എത്രത്തോളം മാറിയിട്ടുണ്ട്?"

ഞാൻ കാറിലിരുന്ന് ചുറ്റും കണ്ണോടിച്ചുകൊണ്ട് പറഞ്ഞു, ശരിക്കും പറഞ്ഞാൽ, വീടുകളുടെ എണ്ണം കൂടിയിട്ടുണ്ടെന്നല്ലാതെ വലിയ മാറ്റമൊന്നും കാണുന്നില്ല. പണ്ടത്തെ തറവാടുകൾ പലതും വിഘടിച്ച് അണുകുടുംബങ്ങളായി മാറിയിരിക്കുന്നു. ഈ മാറ്റം പെട്ടെന്നുണ്ടായതല്ല. ഞാൻ സ്കൂളിൽ പഠിക്കുന്ന കാലത്തുതന്നെ കത്തിനിന്നിരുന്ന പല തറവാടുകളും ഭാഗം പിരിഞ്ഞ് ചെറിയ താവഴികളാവാൻ തുടങ്ങിയിരുന്നു. അന്ന് ചിലരുടെ ജോലിതന്നെ മദ്ധ്യസ്ഥം പറയലും ഭൂമി അളക്കലും ഭാഗം വയ്പിക്കലുമായിരുന്നു. ഇന്നത് കുറേക്കൂടി വ്യാപകമായിരിക്കുന്നു എന്നു മാത്രം. നമ്മുടെ വീട്ടിലെ കാര്യംതന്നെ എടുക്കാം. ഒരു വീടുണ്ടായിരുന്ന സ്ഥലത്ത് ഇപ്പൊ അഞ്ച് വീടായില്ലേ. പറമ്പ് വലുതായില്ല. വീടുകളുടെ എണ്ണം മാത്രമാണ് കൂടിയത്. ഓരോ കുടുംബത്തിനും വീടു വയ്ക്കാനുള്ള സ്ഥലം കഴിച്ചാൽ പിന്നെ എന്തെങ്കിലും കൃഷി ചെയ്യാനോ നട്ടു വളർത്താനോ സ്ഥലമില്ല. അതുകൊണ്ട് കൃഷിയിലുള്ള താല്പര്യം കുറഞ്ഞു. മിക്കവാറും എല്ലാവരും നിത്യനിദാനത്തിന് വേണ്ട സാധനങ്ങൾ പുറത്തുനിന്ന് വാങ്ങാൻ നിർബ്ബന്ധിതരായി. ഇന്ന് നമ്മുടെ നാട് വലിയൊരു കൺസ്യൂമർ സൊസൈറ്റിയായി മാറിയിരിക്കുന്നു. ഉല്പാദനത്തിന്റെ കാര്യം പാടേ മറന്ന് ഉപഭോഗത്തിൽ മാത്രം തല്പരരായി നാം.

നമ്മുടെ വീടിന്റെ മൂന്നു ഭാഗത്തും വിശാലമായ കോൾപ്പാടങ്ങളായിരുന്നു. ആയിരക്കണക്കിന് ഏക്കർ സ്ഥലത്ത് കൃഷി നടന്നിരുന്ന കാലം എനിക്കോർമ്മയുണ്ട്. കൊയ്ത്തും മെതിയും പൊലിയളവും ഉത്സവം

പോലെ ആഘോഷിച്ചിരുന്ന കാലം. അത് കഴിയുമ്പോഴേക്കും വന്നെത്തുന്ന മഴക്കാലം കോൾപ്പാടങ്ങളെ വിശാലമായ കായൽപ്പരപ്പാക്കി മാറ്റുന്നു. മീൻപിടിത്തക്കാരുടെ ഓടിവള്ളങ്ങളും മണൽ വഞ്ചികളും നേർത്ത ഓളങ്ങളിളക്കി അലസഗമനം ചെയ്യുന്ന കാഴ്ചപോലെ മനോഹരമായ മറ്റൊരു കാഴ്ചയും എന്റെ കുട്ടിക്കാലത്തെ ഓർമ്മകളിലില്ല.

ഇന്നതൊക്കെ മാറിയിരിക്കുന്നു. കോൾപ്പാടങ്ങളിൽ കൃഷിയിറക്കാറില്ല. പടുമുളകളും പായലും മറ്റും വളരുന്ന പാഴ്നിലങ്ങളായി കോൾപ്പാടങ്ങൾ നശിച്ചിരിക്കുന്നു. ഇതിനെതിരായി കുറെ കർഷകർ സമരവും ഉപവാസവും മറ്റും നടത്തി. വിവിധ രാഷ്ട്രീയ നേതാക്കൾ സമരപ്പന്തലിൽ വന്ന് മധുരമനോഹര വാഗ്ദാനങ്ങൾ നല്കി തിരിച്ചുപോയി. വാർത്ത പത്രത്തിൽ വന്നു. ഇതുവരെ ഫലമൊന്നും ഉണ്ടായിട്ടില്ല.

വീട്ടിൽ ചെന്നാൽ നിങ്ങൾക്ക് ഞാൻ ആ കോൾപ്പാടങ്ങളുടെ ഇന്നത്തെ ദയനീയാവസ്ഥ കാണിച്ചുതരാം.

ഇങ്ങനെയെല്ലാമാണെങ്കിലും നാട്ടിൻപുറങ്ങളിൽ ജീവിതനിലവാരം കൂടിയിരിക്കുന്നു. നമ്മൾ പോകുമ്പോൾ ഇരുവശത്തേക്കും ഒന്നു നോക്കിയാൽ മതി. രണ്ടോ മൂന്നോ വാഹനങ്ങൾ പാർക്ക് ചെയ്യാത്ത വീടുകൾ ചുരുക്കമാണ്. ഇതൊക്കെ ആർക്ക് എവിടെ പോകാനാണ് എന്ന് ചോദിക്കരുത്. ഇതിനുള്ള സാമ്പത്തികശേഷി എനിക്കുണ്ടോ എന്ന ആലോചന പഴഞ്ചനാണ്. ഒന്നുകിൽ കുടുംബത്തിലെ ഒരംഗം ഗൾഫ് രാജ്യങ്ങളിലോ മറ്റേതെങ്കിലും വിദേശത്തോ വിയർപ്പൊഴുക്കി കാശയയ്ക്കുന്നുണ്ടാവും. അതെടുത്ത് പരിഷ്കാരികളാവാനുള്ള ഭ്രമം നമ്മുടെ യുവതലമുറയെ മടിയന്മാരും നിഷ്ക്രിയരുമാക്കുന്നില്ലേ എന്നെനിക്ക് തോന്നാറുണ്ട്. ഇനി പുറത്തുനിന്ന് പണം വരാൻ മാർഗ്ഗമില്ലാത്തവർക്ക് വട്ടിപ്പലിശക്കാർ, ബ്ലേഡുകൾ മുതലായ മനുഷ്യസ്നേഹികളുണ്ട്. അവരുടെ കഥകൾ പത്രങ്ങളിൽ സ്ഥലംപിടിച്ചു തുടങ്ങിയിരിക്കുന്നു. അടുത്ത കാലത്ത് കേരളം സന്ദർശിച്ച മറുനാട്ടുകാരനായ എന്റെ സുഹൃത്ത് ചോദിച്ചു:

"എവിടേക്കാണ് നിങ്ങളുടെ നാട്ടിലുള്ളവർ മരണപ്പാച്ചിൽ നടത്തുന്നത്? ഇരുചക്രവാഹനങ്ങളായാലും ഓട്ടോറിക്ഷകളായാലും കാറുകളായാലും മരണപ്പാച്ചിൽ തന്നെ. ബസുകളുടെ കാര്യം പറയുകയേ വേണ്ട. മത്സര ഓട്ടത്തിൽ പെട്ടുപോയാൽ എത്തേണ്ടിടത്ത് എത്തിയാൽ രണ്ടാം ജന്മം കിട്ടിയതുപോലെ നിങ്ങൾക്ക് സന്തോഷിക്കാം. കേരളംപോലെ പ്രകൃതി മനോഹരമായ ചെറിയ രാജ്യത്ത്, ഇങ്ങനെ നെട്ടോട്ടം ഓടേണ്ട കാര്യമെന്താണ്? ബിവറേജസ് കോർപ്പറേഷന്റെ മുന്നിൽ ഇടം പിടിക്കാനോ നെഗളിപ്പ്?"

എനിക്ക് അദ്ദേഹത്തിന് തൃപ്തികരമായ ഒരുത്തരം നല്കാനായില്ല.

ലക്ഷക്കണക്കിന് ഉത്തരേന്ത്യക്കാർക്ക് ഗൾഫ് നാടായി മാറിയ കേരളം എന്തുകൊണ്ട് നാട്ടിലെ ചെറുപ്പക്കാരെ കുഴിമടിയന്മാരും അലസന്മാരുമാക്കി മാറ്റുന്നു. സ്വന്തം വീട്ടിൽ മണ്ണുടയ്ക്കാത്തവർ അന്യർക്ക്

വേണ്ടി കല്ലുടയ്ക്കുന്നതല്ലേ നാം കാണുന്നത്. കേരളത്തിലുള്ളവർക്ക് സിനിമാക്കാരോ പാട്ടെഴുത്തുകാരോ സാഹിത്യരചയിതാക്കളോ മാത്രമായാൽ മതി. പേരും പ്രശസ്തിയും പണവും വേണം. പക്ഷേ, മേലനങ്ങാൻ വയ്യ. സോളാർ പാനലുകാരും ടോട്ടൽ ഫോർ യുക്കാരും ആട്, തേക്ക്, മാഞ്ചിയംകാരും ബ്ലേഡുകാരും ലക്ഷ്യമിടുന്നത് ഒന്നുതന്നെയാണ്. നിങ്ങളുടെ പോക്കറ്റിലെ പണം അദ്ധ്വാനം കൂടാതെ എങ്ങനെ എന്റെ പോക്കറ്റിലെത്തും. ഇപ്പോൾ തട്ടിപ്പിനിറങ്ങുന്നത് അശരണരും ദരിദ്രരും ഗതിയില്ലാത്തവരുമല്ല. വിദ്യാഭ്യാസമുള്ളവരും സമൂഹത്തിൽ മാന്യരെന്ന് കരുതപ്പെടുന്നവരുമാണ്. തട്ടിപ്പും വഞ്ചനയും ഏതെങ്കിലും ഒരു പ്രത്യേക പ്രദേശത്തോ ജനവിഭാഗത്തിലോ സാമൂഹികതലത്തിലോ ഒതുങ്ങി നില്ക്കുന്നില്ല. കേരളത്തിലെ ജനങ്ങളെ ആകമാനം ഗ്രസിച്ചിരിക്കുന്നത് ആർത്തിയാണ്. എന്തിനോടും ഏതിനോടും. ആർത്തീപൂരണത്തിന് പണം വേണം. കുറച്ചൊന്നും പോരാ. ധാരാളം പണം വേണം. അദ്ധ്വാനിക്കാതെ കിട്ടുന്ന പണം കൈയയച്ച് ചെലവ് ചെയ്യുന്നത് സുഖമാണ്. അതുകൊണ്ട് ധനാഗമമാർഗ്ഗങ്ങളെപ്പറ്റിയാണ്, രാപകൽ ചിന്ത. അത് നേരായ വഴിയിലൂടെയാണെങ്കിൽ എതിർക്കാൻ നമുക്ക് അവകാശമില്ല. മനുഷ്യസഹജമായ ആഗ്രഹമാണത്. എന്നാൽ ഇവിടെ സംഭവിക്കുന്നത് അതല്ല. വിവാഹം, വിദ്യാഭ്യാസം, കച്ചവടം, ഭൂമികൈമാറ്റം, കെട്ടിടനിർമ്മാണം, മെഡിക്കൽ കോളേജ് പ്രവേശനം, സിനിമ–സീരിയൽ നിർമ്മാണം, ഗൾഫ് ജോലി, വിസ തുടങ്ങി ജീവിതത്തിന്റെ സമസ്ത മേഖലകളും തട്ടിപ്പുവീരന്മാർ കൈയടക്കിയിരിക്കുന്നു. വളരെ സൂക്ഷിച്ചും കണ്ടറിഞ്ഞും ആലോചിച്ചും ജീവിക്കുന്നവർ പോലും ചില ദുർബ്ബല നിമിഷങ്ങളിൽ ക്രൂരമായി വഞ്ചിക്കപ്പെടുന്നു. പിന്നെ അവർക്കുള്ള ഏക ആശ്രയം മരണമാണ്. ഇത് ഒറ്റതിരിഞ്ഞോ കുടുംബസമേതമോ നടപ്പാക്കുന്നു. മുകളിൽ സൂചിപ്പിച്ച കാര്യങ്ങളിലൊന്നും ലവലേശം അതിശയോക്തിയില്ലെന്ന് കാലത്ത് എഴുന്നേറ്റാലുടൻ പത്രം വായിക്കുന്ന നമ്മുടെ നാട്ടുകാർ തലകുലുക്കി സമ്മതിക്കും.

'നാണംകെട്ടും പണം നേടിക്കൊണ്ടാൽ നാണക്കേടാ പണം തീർത്തു കൊള്ളും' എന്ന് എന്റെ മുത്തശ്ശി പറഞ്ഞുകേട്ടിട്ടുണ്ട്. ഇന്നും നമ്മുടെ നാട്ടിലെ നല്ലൊരു ശതമാനം ആളുകൾ അതുതന്നെ വിശ്വസിക്കുകയും ജീവിതപ്രമാണമാക്കുകയും ചെയ്യുന്നു. എന്റെ കൂടെയുണ്ടായിരുന്ന ആർക്കും വിയോജിപ്പ് പ്രകടിപ്പിക്കാനായില്ല. അവർ സ്ഥിരമായി നാട്ടിൽ ജീവിക്കുന്നതുകൊണ്ട് ഇതെല്ലാം ജീവിതത്തിന്റെ ഭാഗമായി തീർന്നിരിക്കുന്നു. അതിനോടൊക്കെ കലഹിച്ചും സമരസപ്പെട്ടും ജീവിക്കുകയേ നിവൃത്തിയുള്ളൂ.

അടുത്തതായി ഞാൻ ജനിച്ചുവളർന്ന വീട്ടിലേക്കും പരിസരങ്ങളിലേക്കുമാണ് കുട്ടികളെ കൊണ്ടുപോയത്.

പൊട്ടിപ്പൊളിഞ്ഞൊരു കുളവും അതിൽ കിടക്കുന്ന കുറച്ചു

വെള്ളവും. കല്പടവുകളില്ല. കടവുകളെ വേർതിരിക്കുന്ന മതിലില്ല. കുട്ടിക്കാലത്തെ ഓർമ്മകൾപോലെ എല്ലാം ഛിന്നഭിന്നമായി കിടക്കുന്നു. എനിക്ക് സങ്കടം തോന്നി. കുളത്തിനപ്പുറത്ത് വിശാലമായി പരന്നു കിടക്കുന്ന കോൾപ്പാടങ്ങളിൽ അവയുടെ നഗ്നത മറയ്ക്കാനുള്ളത്ര വെള്ളം മാത്രം. ഒന്നു തിരിഞ്ഞുനോക്കുമ്പോൾ, വിദൂരകാലത്തിൽ, ഞാൻ കാണുന്നത് കടുംപച്ച സമുദ്രം പോലെ പരന്നുകിടക്കുന്ന നെൽവയലുകളാണ്. നേർത്ത കാറ്റു വീശിയാൽ പോലും ഓളങ്ങളിളകുന്ന ഹരിതാഭമായ വയലുകൾ. ഈ വയലുകളെ നിർവീര്യവും നിഷ്പ്രയോജനവുമാക്കിയിടുന്ന ഭരണകർത്താക്കൾ മാപ്പർഹിക്കുന്നില്ല. ആയിരക്കണക്കിനേക്കർ ഭൂമി ജലസേചന സൗകര്യമില്ലാത്തതുകൊണ്ട് കൃഷി ചെയ്യാതെ നിർജ്ജീവമാക്കിയിടുന്നത് കുറ്റകരമായ അനാസ്ഥയാണ്. നാല്ക്കാലികളെ തീറ്റിപ്പോറ്റാതെ അറവുശാലകളിലേക്കയയ്ക്കുന്നതുപോലെ ക്രൂരമാണ് ഭൂഹത്യയും. ഏതാണ്ട് വറ്റിത്തീരാറായ ജലപ്പരപ്പിലേക്ക് നോക്കിനില്ക്കുമ്പോൾ പൂജ ചോദിച്ചു: "മുത്തച്ഛൻ ഈ കുളത്തിൽ കുളിച്ചിട്ടുണ്ടോ?"

"നാട് വിടുന്നതുവരെ ഈ കുളത്തിലേ കുളിച്ചിട്ടുള്ളൂ. അന്നുകാലത്ത് കുളിമുറിയും കക്കൂസുമൊന്നും നാട്ടിലില്ല."

കുട്ടിക്കത് വിശ്വസിക്കാനാവുന്നില്ല.

"പിന്നെ നിങ്ങളെന്താണ് ചെയ്യാറ്?"

"പറമ്പിലോ കാടിന്റെ മറവിലോ ഇരുന്ന് കാര്യം സാധിക്കും."

അത്ഭുതം കൊണ്ട് വിടർന്ന പൂജയുടെ കണ്ണുകൾ ഇമ തല്ലാതെ നിന്നു. അവൾക്ക് ചിരിയും സങ്കടവും ഒപ്പം വന്നതുപോലെ തോന്നി.

"എനിക്ക് ജോലിയും ശമ്പളവും ആയപ്പോൾ ആദ്യം ചെയ്തത് വീടിനോടനുബന്ധിച്ച് കുളിമുറിയും ടോയ്‌ലറ്റും നിർമ്മിക്കുകയാണ്. അമ്പതു കൊല്ലം മുമ്പാണെന്ന് ഓർക്കണം."

"മുത്തച്ഛൻ ഈ കുളത്തിലാണോ നീന്താൻ പഠിച്ചത്?"

"എന്താ സംശയം. അന്നൊക്കെ കുട്ടികൾ സ്കൂളിൽ പോകാൻ തുടങ്ങുന്നതിനു മുമ്പുതന്നെ നീന്തൽ പഠിച്ചിരിക്കും. പൂജ വിദേശത്തെ നീന്തൽകുളത്തിലാണ് നീന്താൻ പഠിച്ചത്. ഇപ്പോൾ പച്ചനിറത്തിലുള്ള ഒരു കുമ്പിൾ വെള്ളമേ ഈ കുളത്തിലുള്ളുവെങ്കിലും ഞങ്ങളുടെ കുട്ടിക്കാലത്ത് ഇതൊന്നുമായിരുന്നില്ല സ്ഥിതി. മഴക്കാലത്ത് കായലും കുളവും ഒന്നുചേർന്ന് ഒരു വലിയ ജലപ്പരപ്പാവും. അന്ന് കുളത്തിന് ഉയർത്തിക്കെട്ടിയ കൂപ്പു (മതിൽ) ണ്ടായിരുന്നു. അതിൽ നിന്ന് വെള്ളത്തിലേക്ക് എടുത്തുചാടുന്നതായിരുന്നു അഭ്യാസം. കുളിക്കാൻ വന്നാൽ ഞങ്ങളെല്ലാം ജലജീവികളായി മാറും. എത്ര നേരം വെള്ളത്തിൽ കിടക്കാനും മടിയില്ല. കുളിക്കാൻ പോയ കുട്ടികൾ മടങ്ങിവരാത്തതിൽ അമ്മമാർ ആവലാതിയിടുമ്പോൾ കാരണവന്മാർ പുളിവാറലുമായി അന്വേഷിച്ചുവരും. നനഞ്ഞ ശരീരത്തിൽ പുളിവാറൽ പിടയുമ്പോൾ അവിടെയും ഇവിടെയും വീഴുന്ന പാടുകൾ തിണർത്തുകിടക്കും. മൂന്നുനാലു ദിവസംകൊണ്ട് പാടുകൾ

മായും. പിന്നെ വീണ്ടും ജലക്രീഡകൾ തന്നെ."

ഞാൻ കുളത്തിലേക്ക് ചെറിയ കല്ലുകൾ പെറുക്കിയെറിഞ്ഞ് എന്റെ ഓർമ്മകളിൽ ലയിച്ചപ്പോൾ ബാബു അത് ക്യാമറയിലാക്കി. എന്റെ ബാല്യത്തിന്റെ ശേഷിപ്പുകളായി അത്രയെങ്കിലും ഉണ്ടല്ലോ എന്ന് ഞാൻ സന്തോഷിച്ചു.

"മോത്സ് നീന്തൽ പഠിക്കുമ്പോൾ വെള്ളം കുടിച്ചിട്ടുണ്ടോ?" എന്ന് പൂജയുടെ കുസൃതിച്ചോദ്യം.

"വെള്ളം കുടിക്കുക മാത്രമല്ല, വെള്ളത്തിലേക്ക് മുങ്ങിത്താഴുകയുമുണ്ടായി."

"പിന്നെ?" അവൾ ആകാംക്ഷ പൂണ്ടു.

അടുത്ത കടവിൽ കുളിച്ചിരുന്ന ഒരു സ്ത്രീ എന്നെ കുളത്തിന്റെ അടിയിൽനിന്ന് പൊക്കിയെടുത്ത് രക്ഷപ്പെടുത്തി. എന്നാലും എനിക്ക് വെള്ളത്തിനെ പേടിയുണ്ടായിരുന്നില്ല.

"പിന്നെ മുത്തച്ഛന് എന്തിനെയായിരുന്നു പേടി?"

ഇടിയും മിന്നലും. ഇടി വെട്ടാൻ തുടങ്ങിയാൽ ഞാൻ കട്ടിലിന്റെ അടിയിൽ പോയി ഒളിച്ചിരിക്കാറുണ്ട്. നാട്ടിലാണ് ഏറ്റവും അപകടകാരിയായ ഇടിയും മിന്നലുമുണ്ടാകുന്നതെന്ന് തോന്നുന്നു. ഇവിടെ നമ്മുടെ പല വീടുകളിലും വൈദ്യുതോപകരണങ്ങൾ മുഴുവൻ കത്തിനശിക്കാറുണ്ട്. തെങ്ങും മരങ്ങളും മറ്റും മിന്നലേറ്റ് കത്തിക്കരിയാറുണ്ട്. മുംബൈയിൽ വർഷകാലം തുടങ്ങുമ്പോഴോ മറ്റോ ഇടിയും മിന്നലുമുണ്ടാകാം. അങ്ങനെ ഉണ്ടായാലും അവിടെ ധാരാളം ഉയരമുള്ള കെട്ടിടങ്ങളും അവയിലൊക്കെ ലൈറ്റ്നിങ് അറസ്റ്റുമുള്ളതുകൊണ്ട് അപകടങ്ങളുടെ തോത് നന്നെ കുറവാണ്. ഏറ്റവും പേടിപ്പെടുത്തുന്ന ഇടിമുഴക്കം കേട്ടത് അമേരിക്കയിലെ കൊളംബസിൽ വച്ചാണെന്ന് ഓർക്കുന്നു. സന്ദീപിന്റെ സ്നേഹിതന്റെ വീട്ടിൽ പോയതായിരുന്നു ഞങ്ങൾ. അവിടെയും സുശക്തമായ മുൻകരുതലുകൾ ഉള്ളതുകൊണ്ട് ഭയപ്പെടാനില്ല. ഏറ്റവും ശക്തവും സുന്ദരവുമായ മഴക്കാലമാണ് കേരളത്തിൽ. മഴ കാണാനായി മാത്രം ജൂൺ – ജൂലൈ മാസങ്ങളിൽ നാട്ടിൽ പോകുന്ന ചിലരെ എനിക്കറിയാം. മുംബൈ നഗരത്തിൽ മഴക്കാലം ആസ്വദിക്കാനാവില്ല. യാത്രാക്ലേശങ്ങളും ഗതാഗത തടസ്സവും ചേരിനിവാസികൾക്ക് ദുരിതപർവ്വവുമാണ് തോരാമഴ കാഴ്ച വയ്ക്കുന്നത്.

ദുബായിലെ മഴക്കാലം ഇഷ്ടമല്ലെന്ന് പൂജ പറഞ്ഞു. അവിടെ വല്ലപ്പോഴും മഴപെയ്താൽ പല സ്ഥലങ്ങളിലും വെള്ളം ദിവസങ്ങളോളം കെട്ടിക്കിടക്കും. മരുഭൂമിയിൽ സാധാരണഗതിയിൽ മഴയില്ലാത്തതുകൊണ്ട് ശരിയായ ഡ്രെയ്നേജ് സംവിധാനമില്ല.

വാസ്തവത്തിൽ മഴയുടെ ആരവവും സംഗീതവും കേട്ടുകൊണ്ട് മൂടിപ്പുതച്ചുറങ്ങുന്ന സുഖം ഒന്ന് വേറെതന്നെയാണ്. ആ സുഖം അനുഭവിക്കണമെങ്കിൽ നാട്ടിൽതന്നെ പോകണം. അവിടെ മഴ കാലാവസ്ഥയി

ലുണ്ടാകുന്ന വെറുമൊരു വ്യതിയാനമല്ല. വേറിട്ട ഒരനുഭവമാണ്. അനുഭൂതിയാണ്. മഴയുടെ താളലയങ്ങളും സംഗീതവും ആത്മാവിലേക്ക് ആവാഹിക്കണമെങ്കിൽ കേരളത്തിൽത്തന്നെ പോകണം. ഒരു മഴക്കാലത്ത് ഞങ്ങൾ ഷോളയാറിലേക്ക് വിനോദയാത്ര പോവുകയുണ്ടായി. അന്ന് ഹരിദാസേട്ടൻ കേരള ഗവൺമെന്റിൽ ഉയർന്ന ഉദ്യോഗസ്ഥനായിരുന്നു. സ്റ്റേറ്റ് കാറും മറ്റുമുണ്ടായിരുന്നു. ഹരിദാസേട്ടന്റെ സ്ഥാനത്ത് മറ്റൊരാളായിരുന്നെങ്കിൽ ഉദ്യോഗപ്രൗഢി കാണിച്ച് ഞങ്ങളുടെ വിനോദയാത്രയെ ഗവൺമെന്റ് ചെലവിൽ കൊഴുപ്പിക്കുമായിരുന്നു. എന്നാൽ അദ്ദേഹം ആദർശശാലിയും സത്യസന്ധനും ആയിരുന്നതുകൊണ്ട് വഴിവിട്ടൊന്നും ചെയ്യാൻ തയ്യാറായില്ല. അതുകൊണ്ട് ഗവൺമെന്റ് വക അതിഥി മന്ദിരത്തിൽ മുറികൾ ബുക്കു ചെയ്തതുപോലും സ്വകാര്യ വ്യക്തിയെന്ന നിലയിലായിരുന്നു. എടവപ്പാതിയുടെ തുടക്കത്തിൽ കുന്നുകളുടെ നെറുകയിലേക്ക് ഉരുണ്ടുകയറുന്ന മഴമേഘങ്ങൾ. ആ മഴമേഘങ്ങൾ പഞ്ഞിക്കെട്ടുകൾ പോലെ അന്തരീക്ഷത്തിൽ പറന്നുനടക്കുന്ന കാഴ്ച മനോഹരമായിരുന്നു. നിമിഷങ്ങൾക്കകം അസ്തമയത്തിന്റെ വർണ്ണങ്ങൾ ചാലിച്ചുചേർത്ത മഴ കുന്നിറങ്ങി വരുന്നതും താഴ്വാരങ്ങളിൽ തിമിർത്തു പെയ്യുന്നതും മറക്കാനാവാത്ത കാഴ്ചകളിലൊന്നായി മാറി. അതിരപ്പിള്ളി വെള്ളച്ചാട്ടവും അവിസ്മരണീയമായ കാഴ്ചയായിരുന്നു. എന്നാൽ അതിനുശേഷം സന്ദീപിന്റെ കൂടെ നയാഗ്ര വെള്ളച്ചാട്ടം കണ്ടപ്പോൾ ഷോളയാർ അനുഭവം നിഷ്പ്രഭമായി. നയാഗ്രാ വെള്ളച്ചാട്ടം നമ്മെ കോരിത്തരിപ്പിക്കുകയും വിസ്മയ സ്തബ്ധരാക്കുകയും ചെയ്യും. എന്റെ മകളും കൊച്ചുമോളും നയാഗ്ര കണ്ടിരുന്നതുകൊണ്ട് കൂടുതൽ വിശദീകരിച്ചില്ല. നയാഗ്രയ്ക്ക് അതിന്റേതായ ഗാംഭീര്യവും മാസ്മരികതയും ഉള്ളതുപോലെ അതിരപ്പിള്ളിക്ക് അതിന്റേതായ ചാരുതയും ആകർഷണീയതയുമുണ്ട്. പൂജ എന്നോട് യോജിച്ചുകൊണ്ട് പറഞ്ഞു. സ്മാൾ ഈസ് ബ്യൂട്ടിഫുൾ...

കുളവും കായലും കുട്ടികളെ നിരാശരാക്കിയിട്ടുണ്ടാവാം. മൂന്നു ഭാഗവും ജലസമൃദ്ധിയാൽ അതല്ലെങ്കിൽ കതിർക്കുലകൾ കാറ്റിലാടുന്ന പാടങ്ങളാൽ ചുറ്റപ്പെട്ടതായിരുന്നു എന്റെ വീട് എന്ന് എനിക്കിനി ആരോടും വീമ്പു പറയാനാവില്ല. ചുറ്റുപാടുകളും ജീവിതവും മനുഷ്യരും മാറിയിരിക്കുന്നു. ഞങ്ങളുടെ വീടിന്റെ മുഖച്ഛായ പോലും മാറിയിട്ടുണ്ട്. ഞാൻ ജനിച്ചു വളർന്ന വീടിന്റെ തള്ളപ്പുര മാത്രം ബാക്കിയുണ്ട്. അതിന്മേൽ കൂട്ടിച്ചേർത്തതാണ് നടപ്പുരയും പൂമുഖവും. അതിനോടനുബന്ധിച്ചുണ്ടായിരുന്ന കയ്യാലയും പത്തായവും ഓർമ്മകളിലേ ഉള്ളൂ. നെല്ലില്ലെങ്കിൽ പിന്നെ പത്തായമെന്തിന്? കാർഷിക ജീവിതത്തിന്റെ അടയാളങ്ങളായിരുന്ന നെല്ലും പൊടിയും വൈക്കോലും തൊഴുത്തുമൊക്കെ എന്റെ ബാല്യത്തോടൊപ്പം വിസ്മൃതമായിരിക്കുന്നു. അതൊക്കെ പറഞ്ഞാൽ കുട്ടികൾക്ക് മനസ്സിലാവില്ല. എന്നാലും വീടിന്റെ പടിക്കലെത്തിയപ്പോൾ ഞാൻ പറഞ്ഞു, പണ്ട് ഇവിടെയായിരുന്നു പടിപ്പുര. പടിപ്പുരയോട് ചേർന്ന്

തൊഴുത്ത്. തൊഴുത്തിൽ എപ്പോഴും രണ്ടോ മൂന്നോ പശുക്കൾ. കാലത്ത് ഉണർന്നുവരുമ്പോൾ എന്നും കാണുന്ന കാഴ്ച, അശോകത്തെയിന്മേൽ കെട്ടിയ പശുവിനെ അമ്മ കറക്കുന്നതാണ്. ഇന്ന് തൊഴുത്തില്ല, പശുക്കളില്ല, അമ്മയുമില്ല. കാലത്ത് കാണുന്നത് മിൽമ കവറുകളാണ്. ഞാൻ ബാല്യജീവിതത്തിന്റെ നഷ്ടത്തെയോർത്ത് വിലപിക്കുകയല്ല. അന്നത്തെ ഗ്രാമവിശുദ്ധികളും സൗഹൃദങ്ങളും നഷ്ടപ്പെട്ടതിനു പകരം ഇന്ന് നമുക്ക് ഒരു സ്വിച്ചമർത്തിയാൽ ലഭിക്കാവുന്ന അത്ഭുതസൗകര്യങ്ങൾ എത്രയാണ്. ഇതൊന്നും ഞങ്ങളുടെ കുട്ടിക്കാലത്ത് സ്വപ്നം കാണാൻ പോലും കഴിഞ്ഞിരുന്നില്ല. ഞാൻ അറുപതുകളിൽ ആദ്യമായി ബോംബെയിലെത്തിയിട്ട് അവിടെ എത്തിയ വിവരത്തിന് അയച്ച കത്ത് നാലാം ദിവസമാണ് വീട്ടിൽ കിട്ടിയത്. ഇന്ന് ലോകത്തിന്റെ ഏതു ഭാഗത്തുനിന്നും മൊബൈലിൽ വിളിക്കാം. അല്ലെങ്കിൽ ഈമെയിൽ സന്ദേശമയയ്ക്കാം. ലോകം നമ്മുടെ കൈപ്പിടിയിൽ ഒതുങ്ങിയിരിക്കുന്നു. ദിവസം ചെല്ലുന്തോറും പുതിയ പുതിയ ഇലക്ട്രോണിക്സ് ഉപകരണങ്ങളാണ് മാർക്കറ്റിലെത്തുന്നത്. ഏറ്റവും ആധുനികം എന്ന് ഇന്ന് അവകാശപ്പെടുന്ന ഉപകരണം നാളെയോ അടുത്ത ആഴ്ചയോ അടുത്ത മാസമോ പഴഞ്ചനാവാം. ഇമ ബാബു ഉപയോഗിക്കുന്ന ക്യാമറ ഡിജിറ്റലാണ്. പഴയതുപോലെ ഫിലിം ആവശ്യമില്ല. അതുകൊണ്ട് പാമ്പായാലും പഴയതാണ് നല്ലതെന്ന് പണ്ടുള്ളവർ പറയുന്നതിന് ഇപ്പോൾ തീരെ പ്രസക്തിയില്ല.

ഞാൻ പറയുന്നത് ഒന്നും പൂജയ്ക്ക് പുതിയ കാര്യങ്ങളല്ല. അവൾക്ക് അറിയേണ്ടത് ഏതുനിറത്തിലുള്ള പശുക്കളായിരുന്നു നമ്മുടെ തൊഴുത്തിലെന്നാണ്.

അമ്മ പശുവിനെ കറക്കുന്നത് കുട്ടിയുടെ മനസ്സിൽ പതിഞ്ഞിരിക്കുന്നു. പശുവിന്റെ നിറം കൂടി അറിഞ്ഞാലേ ചിത്രം പൂർണ്ണമാകൂ. ഒന്ന് ചുവന്ന പശു ആയിരുന്നു. അതിന്റെ കുട്ടിക്ക് തവിട്ടുനിറം. മറ്റേ പശുവിന്റെ ഉടലാകെ കറുപ്പുനിറം. മുഖവും അടിവയറും വെളുത്ത നിറം.

"മുത്തച്ഛൻ പശുക്കളെ അഴിച്ച് കെട്ടാറുണ്ടോ?"

"വല്ലപ്പോഴും."

പശുക്കളെ നോക്കാൻ കണ്ടുവിന്റെ മകൻ കുട്ടപ്പൻ ഉണ്ടായിരുന്നു. കുട്ടപ്പന് ഏതാണ്ട് എന്റെ പ്രായംതന്നെ. കുട്ടപ്പൻ നാലാംക്ലാസ് കഴിഞ്ഞപ്പോൾ പഠിപ്പ് നിർത്തി വീട്ടിൽ പശുക്കളെ നോക്കുന്ന ജോലി ഏറ്റെടുത്തു. ഞങ്ങൾ വലിയ ചങ്ങാതിമാരായിരുന്നു.

എന്നേക്കാൾ അവന് ചങ്ങാത്തം അനിയനോടായിരുന്നു. അനിയനും കുട്ടപ്പനും കൂടി പണം കായ്ക്കുന്ന മരം നട്ടു നനച്ചുണ്ടാക്കാൻ ശ്രമിച്ചത് രസമുള്ള കഥയാണ്. കഥ തുടങ്ങുന്നത് അനിയന് തോന്നിയ ഒരു സാധാരണ സംശയത്തിൽ നിന്നാണ്. അച്ഛൻ ദിവസവും കോപ്പറേറ്റീവ് സ്റ്റോറിലെ വിറ്റുവരവ് രാത്രി വീട്ടിലിരുന്ന് എണ്ണുന്നതും കണക്കെഴുതുന്നതും അവൻ കാണാറുണ്ട്. ഈ പണമൊക്കെ എവിടെയാണുണ്ടാവുന്നത്? സംശയം ചോദിച്ചത് കുട്ടപ്പനോട്. കുട്ടപ്പൻ പറഞ്ഞു, പണം

കായ്ക്കുന്ന ഒരു മരമുണ്ട്. അച്ഛൻ അവിടുന്ന് പൊട്ടിക്കുന്നതാവും. അച്ഛനോട് നേരിട്ട് ചോദിക്കാൻ അവന് ധൈര്യമില്ല. രണ്ടാളും കൂടി പണം കുഴിച്ചിട്ട് മുളപ്പിക്കാൻ തീരുമാനിച്ചു. അനിയൻ അച്ഛൻ എണ്ണിവയ്ക്കുന്ന പണത്തിൽനിന്ന് ഓരോ വെള്ളിരൂപ ദിവസവും കുട്ടപ്പനെ ഏല്പിച്ചു. കുട്ടപ്പൻ വടക്കേർത്തെ കടപ്ലാവിന്നരികിൽ വളക്കൂറുള്ള മണ്ണിൽ കുഴി തോണ്ടി രൂപ കുഴിച്ചിട്ടു. അപ്പോൾ ഒരു സംശയം. അഥവാ അത് മുളച്ചില്ലെങ്കിലോ. അതുകൊണ്ട് ദിവസവും ഓരോ രൂപ കുഴിച്ചിടാൻ തീരുമാനിച്ചു. പണത്തിന്റെ കണക്ക് കൃത്യമായി എഴുതുന്നതുകൊണ്ട് ഒരു രൂപയുടെ കുറവ് അച്ഛൻ പിറ്റേദിവസംതന്നെ കണ്ടുപിടിച്ചു. അമ്മ എന്തെങ്കിലും ആവശ്യത്തിന് എടുത്തിരിക്കാം എന്നു കരുതി. എന്നാൽ പിറ്റേദിവസവും അതിനടുത്ത ദിവസവും കുറവു കണ്ടപ്പോൾ അച്ഛൻ അമ്മയോടന്വേഷിച്ചു. അമ്മ എടുത്തിട്ടില്ലെന്ന് പറഞ്ഞു. എന്നോട് ചോദിച്ചപ്പോൾ ഞാനും കൈമലർത്തി. അനിയനും കുട്ടപ്പനും കൂടി രൂപ കുഴിച്ചിട്ട സ്ഥലത്ത് വെള്ളമൊഴിക്കുന്നതു കണ്ടപ്പോൾ അമ്മ കാര്യം അന്വേഷിച്ചു. അവരുടെ മനസ്സിൽ കളവുണ്ടായിരുന്നില്ല. പണം എങ്ങനെ ഉണ്ടാവുന്നു എന്നറിയാനുള്ള ബാലിശമായ കൗതുകം മാത്രം. അതുകൊണ്ട് അവർ സത്യം പറഞ്ഞു. കുഴി തുരന്ന് നോക്കിയപ്പോൾ മുള വരാത്ത ഇരുപത്തിരണ്ട് ഒറ്റ രൂപാ നാണ്യങ്ങളാണ് കിട്ടിയത്. സത്യം അറിഞ്ഞപ്പോൾ അച്ഛൻ, പതിവിന് വിപരീതമായി, ചിരിക്കുകയാണുണ്ടായത്.

“പിന്നെ ആരൊക്കെയായിരുന്നു മോത്സിന്റെ കൂട്ടുകാർ?”

അധികം കൂട്ടുകാരൊന്നും ഉണ്ടായിരുന്നില്ല. പുറത്ത് പോയി കളിക്കാനോ ചുറ്റിത്തിരിയാനോ അനുവാദമുണ്ടായിരുന്നില്ല. എന്നാലും തങ്കപ്പനെയും ശിവനെയും ഓർക്കുന്നു. തങ്കപ്പനെ ഞങ്ങൾ ഓന്ത് എന്നാണ് വിളിച്ചിരുന്നത്. ഒരെല്ലാംകോരിയായിരുന്നെങ്കിലും നെഞ്ച് വിരിച്ചുകൊണ്ട് ഒരു പ്രത്യേക തരത്തിൽ കൈ വീശിയേ തങ്കപ്പൻ നടക്കാറുള്ളൂ. ഒരു പൊലീസുകാരനാവുകയെന്നതായിരുന്നു, അയാളുടെ ഏറ്റവും വലിയ മോഹം. ഒരു പൊലീസുകാരന്റെ മുമ്പിൽ ലോകം പഞ്ചപുച്ഛമടക്കി നില്ക്കുന്നതായി അയാൾ കരുതി. അതുകൊണ്ട് കോളേജ് വിദ്യാഭ്യാസത്തെക്കുറിച്ചൊന്നും തങ്കപ്പൻ വേവലാതിപ്പെട്ടില്ല.

പത്താം ക്ലാസ് പാസായപ്പോൾ നേരെ ചെന്ന് പൊലീസിൽ ചേർന്നു. ഒന്നോ രണ്ടോ ഉദ്യോഗക്കയറ്റം കിട്ടിയെങ്കിലും ഡി എസ് പിയുടെ തൊപ്പി തലയിൽ കയറുന്നതിനുമുമ്പ് അകാലത്തിൽ മരിച്ചു പോയി. തങ്കപ്പന് ജോലി കിട്ടിയപ്പോഴേക്കും ഞാൻ പഠിപ്പുകഴിഞ്ഞ് ആദ്യം മദിരാശിയിലും പിന്നീട് ബോംബെയിലും ഭാഗ്യം അന്വേഷിച്ച് പുറപ്പെട്ടിരുന്നതുകൊണ്ട് ഞങ്ങൾ കണ്ടുമുട്ടുന്നത് അപൂർവ്വമായി.

ശിവന്റെ നെറ്റിയിൽ ഭസ്മക്കുറിയോ ചന്ദനക്കുറിയോ ഇല്ലാതെ ഞാൻ കണ്ടിട്ടില്ല. അതുപോലെതന്നെയാണ് വീതിയുള്ള പല്ലുകൾ പ്രദർശിപ്പിച്ചുകൊണ്ടുള്ള ചിരിയും. ലോകത്തിൽ മറ്റെല്ലാവർക്കും ദുഃഖവും വേദനകളും ഉണ്ടെങ്കിലും ശിവനെ അതൊന്നും ബാധിക്കാറില്ല. ശിവന്റെ

അമ്മയ്ക്ക് പറ്റിയ ഒരു തെറ്റിന്റെ ഫലമാണ് അവൻ. അച്ഛനാരാണെന്ന് അറിയില്ല. അച്ഛൻ ഏതോ ദൂരദേശത്താണെന്നും ഒരു ദിവസം അവന് കൈ നിറയെ ഉടുപ്പുകളും കളിപ്പാട്ടങ്ങളുമായി തിരിച്ചുവരുമെന്നും അവന്റെ കുട്ടിക്കാലം മുഴുവൻ പ്രതീക്ഷിച്ചു. അതുകൊണ്ട് കുട്ടിക്കാലത്ത് അവന് സങ്കടപ്പെടേണ്ടി വന്നില്ല. വളർന്നപ്പോൾ വിശ്വാസത്തിന്റെയും പ്രതീക്ഷയുടെയും പൊള്ളത്തരം മനസ്സിലായി. എന്നാൽ അതോർത്ത് കരഞ്ഞതുകൊണ്ട് കാര്യമില്ലെന്നും തനിക്ക് നടക്കാനുള്ള വഴി സ്വയം കണ്ടെത്തണമെന്നും ശിവന് ബോദ്ധ്യമായി. പിന്നെ ശിവൻ ഒരു നിമിഷവും പാഴാക്കിയില്ല. ആരോടും ഒന്നും പറയാതെ നാടുവിട്ടു. അതിനുശേഷം ഞാനോ ഈ നാടോ ശിവനെ കണ്ടിട്ടില്ല. പക്ഷേ, വീതിയുള്ള നെറ്റിയിലെ കുറിയും ഉള്ളു തുറന്നുള്ള വെളുത്ത ചിരിയും ഇന്നും എന്റെ ഓർമ്മയിലുണ്ട്.

"ബസ്! രണ്ടേ രണ്ട് കൂട്ടുകാർ?" പൂജ ആശ്ചര്യം പ്രകടിപ്പിച്ചു.

അപ്പോഴേക്കും എനിക്ക് വായനയിൽ കമ്പം കയറിയിരുന്നു. കണ്ണിൽ കണ്ടതെന്തും വായിക്കലായിരുന്നു ആദ്യം. അക്കാലത്ത് ഉത്സവപ്പറമ്പുകളിൽ കിട്ടിയിരുന്ന ഒരണ പാട്ടുപുസ്തകങ്ങൾ വാങ്ങി ആവേശപൂർവ്വം വായിച്ചിട്ടുണ്ട്. സരോജിനിയുടെ കടുംകൈ, കവളപ്പാറ കൊമ്പൻ തുടങ്ങിയവ. കവളപ്പാറ കൊമ്പൻ കുത്തിക്കൊന്ന കുഞ്ഞൻ പാപ്പാന് വേണ്ടി ഞാൻ കുറെയേറെ കണ്ണീരൊഴുക്കിയിട്ടുണ്ട്.

"പിന്നെ എങ്ങനെയാണ് വായനയുടെ രീതിയും സ്വഭാവവും മാറിയത്?"

അതൊന്നും ഒരു ദിവസം പെട്ടെന്ന് സംഭവിച്ചതല്ല. പയറുപോലെ പടർന്നു കയറുന്ന ചെടികൾ വളരുന്നത് കണ്ടിട്ടില്ലേ. ഏതെങ്കിലും ഏറ്റം കുത്തിക്കൊടുത്താൽ അതിന്മേൽ ചുറ്റിപ്പിണഞ്ഞ് വളർന്നോളും. വായനയുടെ കാര്യത്തിൽ എന്റെ വളർച്ച അതുപോലെയായിരുന്നു. ക്രമാനുഗതമായി വായനയുടെ രീതിയും സ്വഭാവവും മാറി. വലിയൊരളവോളം എന്റെ വായനയുടെ ചക്രവാളം വികസിപ്പിച്ചത് *മാതൃഭൂമി* ആഴ്ചപ്പതിപ്പാണ്. ആദ്യം വായിച്ചിരുന്നത് വനഫൂലിന്റെ ചെറിയ കഥകളുടെ തർജ്ജമകളായിരുന്നു. ലോകകഥാമത്സരത്തിൽ സമ്മാനം നേടിയ കെ ടി മുഹമ്മദിന്റെ 'കത്തി', എം ടിയുടെ 'വളർത്തുമൃഗങ്ങൾ' മുതലായ കഥകൾ ഞാൻ വായിച്ചത് *മാതൃഭൂമി* വാരികയിലാണ്. ടി പത്മനാഭന്റെ ഗോട്ടി, മഖൻസിങ്ങിന്റെ മരണം, നന്തനാരുടെ കഥകൾ, രാജലക്ഷ്മിയുടെ ചില കഥകൾ, കോവിലന്റെ കഥകൾ മുതലായവയും കണ്ടെത്തിയത് *മാതൃഭൂമിയിൽ* തന്നെ. എന്റെ ഓർമ്മ ശരിയാണെങ്കിൽ, ബഷീറിന്റെ *സ്ഥലത്തെ പ്രധാന ദിവ്യൻ*, ഉറൂബിന്റെ *കുഞ്ഞമ്മയും കൂട്ടുകാരും*, *ഉമ്മാച്ചു*, *സുന്ദരികളും സുന്ദരന്മാരും*, തകഴിയുടെ *ഏണിപ്പടികൾ*, ഒ വി വിജയന്റെ *ഖസാക്കിന്റെ ഇതിഹാസം*, രാജലക്ഷ്മിയുടെ *ഒരു വഴിയും കുറെ നിഴലുകളും* മുതലായ നോവലുകൾ പ്രസിദ്ധീകരിച്ചിരുന്ന ആഴ്ചപ്പതിപ്പുകൾ ഒന്നിച്ച്

ബയന്റ് ചെയ്ത് വളരെക്കാലം നിധി പോലെ സൂക്ഷിച്ചിരുന്നു. വളരെ വർഷങ്ങൾക്കുശേഷം വീട്ടിലെ തട്ടിൻപുറത്ത് അവയൊക്കെ ചിതൽ തിന്ന് നശിച്ചുകിടക്കുന്ന കാഴ്ച എന്നെ വലിയൊരു നഷ്ടബോധത്തിന്റെ കിടങ്ങിലേക്ക് തള്ളിയിട്ടു. ഇന്ന് ഞാൻ *മാതൃഭൂമി* ആഴ്ചപ്പതിപ്പ് വായിക്കാറില്ല. അതിലെ അക്ഷരങ്ങൾ എന്റെ കണ്ണിന് വഴങ്ങാതായിരിക്കുന്നു. വായന വളരെ വളരെ കുറഞ്ഞിരിക്കുന്നു എന്നതാണ് ഇപ്പോൾ എന്നെ അലട്ടുന്ന നഷ്ടബോധം. രാത്രി വളരെ വൈകി ഉറങ്ങാറുള്ള എനിക്ക് ഇപ്പോൾ അതും ബുദ്ധിമുട്ടായിരിക്കുന്നു. മനുഷ്യന് പ്രായം കൂടുന്തോറും പരിമിതികളും വർദ്ധിക്കുന്നു. അതിർത്തി രേഖകൾ തെളിഞ്ഞുവരുന്നു. ഇതൊക്കെ എന്നെ അലട്ടുന്ന പ്രശ്നങ്ങളാണിപ്പോൾ.

കലാലയവർണ്ണങ്ങൾ

എന്റെ കോളേജ് വിദ്യാഭ്യാസത്തെക്കുറിച്ച് അറിയാൻ കുട്ടികൾ താല്പര്യം പ്രകടിപ്പിച്ചു. മാത്രമല്ല, സൗകര്യപ്പെടുമെങ്കിൽ കോളേജ് കാണണമെന്നും അവർക്ക് ആഗ്രഹം.

അങ്ങനെ ഒരു ദിവസം ഞങ്ങൾ കോളേജിന്റെ പടിവരെ എത്തി. ഹരിതഭംഗിയാർന്നതാണ് തൃശൂർ ശ്രീ. കേരളവർമ്മ കോളേജ്. കോളേജ് പരിസരത്തിൽ ധാരാളം വൃക്ഷങ്ങളും ചെടികളുമുണ്ട്. പ്രണയികൾക്ക് സ്വൈരസല്ലാപം ചെയ്യാൻ വള്ളിക്കുടിലുകളും മരത്തണലുകളും ധാരാളം. അതനുസരിച്ച് പ്രണയങ്ങൾ മൊട്ടിടുകയും പുഷ്പിച്ച് വളരുകയും ചെയ്തു. വിവാഹ സാഫല്യം കൈവരിച്ച മൂന്നു ജോഡികളെ എനിക്ക് നേരിട്ടറിയാം. ഇതിൽ ഒരു കൂട്ടർ ബോംബെയിൽ എന്റെ വളരെ അടുത്ത സുഹൃത്തുക്കളായി പിന്നീട്. മാലിനിയും കെ കെ നായരും.

പാലക്കാട്ടുകാരനായ കെ കെ നായർ *ടൈംസ് ഓഫ് ഇന്ത്യ*യിലെ എഡിറ്റോറിയൽ സ്റ്റാഫായിരുന്നു. പിന്നീട് അസിസ്റ്റന്റ് എഡിറ്ററായി എന്നാണോർമ്മ. രാഷ്ട്രീയരംഗത്തെ അകപ്പോരുകളും അടിയൊഴുക്കുകളും മറ്റു പല ചൂടുള്ള വാർത്തകളും എനിക്ക് കെ കെ നായരിൽ നിന്ന് കിട്ടാറുണ്ട്. മാലിനി ഇരിങ്ങാലക്കുടക്കാരിയായിരുന്നു. മാലിനിയുടെ ചേച്ചി എന്റെ ക്ലാസ്മേറ്റായിരുന്നു, വിജയലക്ഷ്മി. അവർ താമസിച്ചിരുന്ന ചെമ്പൂരിലെ പതിനൊന്നാം റോഡിൽ സി രാധാകൃഷ്ണൻ *ടൈംസ് ഓഫ് ഇന്ത്യ*യിൽ ചേർന്നതിനുശേഷം താമസമാക്കി. അതോടെ ഞങ്ങളുടെ ചെമ്പൂർ സന്ദർശനങ്ങൾ വർദ്ധിച്ചു. പലപ്പോഴും മാലിനിയുടെ വീട്ടിൽ നിന്ന് ഭക്ഷണം കഴിക്കുക പതിവായി. പാചകത്തിൽ മാലിനിയുടെ കൈപ്പുണ്യം അതിവിശേഷമായിരുന്നു. നളപാചകം എന്നാണ് ഞാൻ വിശേഷിപ്പിക്കാറ്.

കോളേജിന്റെ പച്ചിലച്ചാർത്തുകളും വൻമരങ്ങളും കെട്ടിടങ്ങളും

വിദ്യാർത്ഥികളുമടങ്ങുന്ന കോളേജന്തരീക്ഷം സജീവമായി ക്യാമറയിൽ പകർത്താൻ ബാബുവിന് വലിയ ഉത്സാഹം തോന്നി. എന്നാൽ കോളേജധികൃതരുടെ അനുവാദം മുൻകൂട്ടി വാങ്ങാതെ അങ്ങനെ ചെയ്യുന്നത് ശരിയായിരിക്കില്ല എന്ന് തോന്നിയതുകൊണ്ട് ആ ശ്രമം ഉപേക്ഷിച്ചു. ഞങ്ങൾ കോളേജ് ഗേറ്റും അതിലൂടെ വരികയും പോവുകയും ചെയ്യുന്ന കുട്ടികളെയും കണ്ടുനിന്നു, തെല്ലിട. തിരിഞ്ഞു നടക്കുമ്പോൾ, കോളേജിനെക്കുറിച്ച് ഓർക്കുമ്പോൾ എന്തെല്ലാം സ്മരണകളാണ് മനസ്സിൽ നിറയുന്നതെന്ന് പൂജ ചോദിച്ചു. ഒരു നിമിഷം എന്റെ മനസ്സ് എഴുതാക്കടലാസുപോലെ ശൂന്യമായി. പിന്നെ വരകളുടെയും വർണ്ണങ്ങളുടേയുമായ് കൊളാഷ്.

അതിൽനിന്ന് കാക്കിനിറത്തിലുള്ള പാന്റ്സും വെള്ള ഷർട്ടും ഫെറസ് സൾഫേറ്റ് വീണ് പാണ്ട് കയറിയ കോട്ടുമിട്ട് പ്രൊഫസർ പശുപതിയുടെ ചിത്രം വേർതിരിയുന്നു. പഠിപ്പിക്കുന്നതിന്റെ പ്രാഥമിക തത്ത്വം ഒന്നും പഠിപ്പിക്കാനാവില്ലെന്നതാണ് (The first principle of true teaching is that nothing can be taught) എന്ന് അദ്ദേഹം എഴുതിയ കൈപ്പുസ്തകങ്ങളുടെ മുഖക്കുറിപ്പായി ചേർക്കുമായിരുന്നു. മറ്റുള്ളവരുടെ ദൃഷ്ടിയിൽ അല്പം വട്ടുകേസായിരുന്നെങ്കിലും രസതന്ത്രത്തിന്, പ്രത്യേകിച്ച് ഓർഗാനിക് കെമിസ്ട്രിക്ക് സമർപ്പിക്കപ്പെട്ട ജീവിതമായിരുന്നു അദ്ദേഹത്തിന്റേത്. ക്ലാസിൽ വന്നുകയറിയാൽ ഒരു മിനിറ്റ് കണ്ണടച്ചുള്ള പ്രാർത്ഥന. പിന്നെ മിൽട്ടനും ഷെല്ലിയും ഗ്രേയും അവരുടെ കവിതകളും. അവസാനത്തെ പത്തോ പതിനഞ്ചോ മിനിറ്റിൽ ഓർഗാനിക് കെമിസ്ട്രിയുടെ സൗന്ദര്യശാസ്ത്രം ആന്ധ്രക്കാരനായ പശുപതിയുടെ മലയാളം കുറ്റികളെ കൊരച്ച് കൊരച്ച് രസിപ്പിക്കുമായിരുന്നു. ജീവിതത്തിൽ ഞാനെന്നും ഗുരുഭക്തിയോടെ ഓർമ്മിക്കുന്ന അദ്ധ്യാപകനാണ് പ്രൊഫസർ പശുപതി.

“പിന്നെ ആരെയും ഓർക്കുന്നില്ലേ?” പൂജ ചോദിച്ചു.

പഠിപ്പിച്ചിരുന്ന അദ്ധ്യാപകരെല്ലാം അവരവരുടേതായ രീതിയിൽ വ്യത്യസ്തരായിരുന്നു. എല്ലാവരെക്കുറിച്ചും ഓർക്കുന്നതും പറയുന്നതും ബോറാവും. എങ്കിലും ചിലരെ ഓർമ്മിക്കാതെ വയ്യ. ഫുൾ സ്യൂട്ടിലല്ലാതെ കോളേജിന്റെ പടി കടക്കാത്തവരായിരുന്നു വിരലോളം പോന്ന ഇംഗ്ലീഷ് ലക്ചറർ വൈദ്യനാഥനും സാമാന്യം തടിയുള്ള ബോട്ടണി പ്രൊഫസർ വിശ്വനാഥനും. ഞങ്ങൾ വൈത്തി എന്ന് വിളിച്ചിരുന്ന വൈദ്യനാഥൻ ഒലീവർ ഗോൾഡ് സ്മിത്തിന്റെ ‘സിറ്റിസൻ ഓഫ് ദ വേൾഡ്’ പഠിപ്പിക്കുമ്പോൾ, ആകൃതിയിലും പ്രകൃതിയിലും ഗോൾഡ് സ്മിത്തിനോട് സാദൃശ്യമുള്ള വൈത്തിയെത്തന്നെ അത് പഠിപ്പിക്കാൻ വിട്ടത് മനഃപൂർവ്വമായിരിക്കുമോ എന്ന് ഞങ്ങൾ സംശയിച്ചു. വൈത്തി ക്ലാസെടുത്തു തുടങ്ങിയാൽ വളഞ്ഞ് പുളഞ്ഞ് മുകളിൽ പോയി പൊട്ടുന്ന അമിട്ടിനെയാണ് ഓർമ്മിപ്പിക്കാറ്. അത് രസിക്കാത്ത പിൻബെഞ്ചിലെ ഏതെങ്കിലും വല്യേട്ടൻ ‘നീ പോടാ താക്കോലേ’ എന്ന് പൊടുന്നനെ വിളിച്ച് പറയുമ്പോൾ ക്ലാസാകെ ചിരിയിൽ ഇളകി മറിയും. വൈത്തി പുസ്തകം അടച്ച് ധടപടലായി ഇറങ്ങി

പ്പോകും.

ഫിസിക്സ് പഠിപ്പിച്ചിരുന്ന പൊന്നുണ്ണി കർത്താവിനെ എല്ലാവർക്കും ഭയമായിരുന്നു. മാഷ് വളരെ ഉറക്കെയാണ് സംസാരിക്കുക. അദ്ദേഹത്തിന്റെ ഫിസിക്സ് ക്ലാസുകളിൽ ശ്രദ്ധിച്ചിരിക്കുന്നവർക്ക് പുസ്തകം കരണ്ടു തിന്നേണ്ട ആവശ്യം വരില്ല. ഇംഗ്ലീഷ് പഠിപ്പിച്ചിരുന്ന പ്രൊഫസർ വെങ്കിടാചലം ഉപയോഗിക്കുന്ന വാക്കുകളും വാചകങ്ങളും പെറുക്കിയെടുത്ത് ഉപയോഗിക്കാൻ ഞങ്ങൾക്ക് പ്രത്യേകം താല്പര്യമായിരുന്നു.

കോളേജിനെക്കുറിച്ച് ഓർക്കുമ്പോൾ ഏറ്റവും കൂടുതൽ തെളിച്ചമുള്ള ചില ഓർമ്മകളുണ്ടാവില്ലേ?

ഉം, ഞാനോർത്തെടുക്കട്ടെ. ആദ്യമായി ഓർമ്മ വരുന്നത് കോളേജിലെ ആദ്യത്തെ ആന്വൽ ഡേയ്ക്ക് തന്നെ ഞാനൊരു മത്സരത്തിൽ പങ്കെടുത്തു എന്നുള്ളതാണ്. സ്കൂൾ സാഹിത്യ മത്സരങ്ങളിൽ എനിക്ക് ചില സമ്മാനങ്ങൾ കിട്ടിയിരുന്നെങ്കിലും ഒട്ടും ആത്മവിശ്വാസത്തോടെയല്ല, ഞാൻ മലയാളം അസോസിയേഷൻ നടത്തിയ ചെറുകഥാ മത്സരത്തിൽ പങ്കെടുത്തത്. കോളേജിലെ വമ്പന്മാർക്കിടയിൽ മത്സരിക്കുന്ന ഒരു പീക്കിരി ചെക്കന്റെ അപകർഷതാബോധം എനിക്കുണ്ടായിരുന്നു. എങ്കിലും ഒന്നുപോയി നോക്കാം എന്ന് തോന്നാനുള്ള പ്രേരണ എവിടുന്നുണ്ടായി എന്നറിഞ്ഞുകൂടാ.

കോളേജിലെ മലയാളം അസോസിയേഷന്റെ സെക്രട്ടറി പ്രശസ്ത കവിയും ഗാനരചയിതാവുമായ യൂസഫലി കേച്ചേരിയായിരുന്നു. അദ്ദേഹത്തിന്റെ കഴിവും ശുഷ്കാന്തിയും കൊണ്ടാണ് മലയാള സാഹിത്യത്തിലെ ചില ഉജ്ജ്വല പ്രതിഭകളെ കാണാനും കേൾക്കാനും കഴിഞ്ഞത്. മഹാകവി ജി ശങ്കരക്കുറുപ്പ്, വയലാർ രാമവർമ്മ, പ്രൊഫസർ ജോസഫ് മുണ്ടശ്ശേരി, ടി എൻ ജയചന്ദ്രൻ മുതലായവരുടെ പ്രസംഗങ്ങൾ ഒരിക്കലും മറക്കാനാവാത്ത അനുഭവങ്ങളാണ്. കോളേജിലെ ചെറുകഥാ മത്സരത്തിന് രണ്ടാം സമ്മാനം കിട്ടിയതു കൊണ്ടല്ല, ഓർമ്മയിൽ തങ്ങിനില്ക്കുന്നത്. എനിക്ക് സമ്മാനം കിട്ടിയ പുസ്തകം എം ടി വാസുദേവൻ നായരുടെ *ഒരു പിറാളിന്റെ ഓർമ്മയ്ക്ക്* എന്ന ചെറുകഥാസമാഹാരം ആയതുകൊണ്ടാണ്. ആ പുസ്തകം കൈയിൽ കിട്ടുന്നതിനു മുമ്പേതന്നെ ഞാൻ എം ടിയുടെ ഭാഷ ഏതാണ്ട് ഞങ്ങളൊക്കെ വീട്ടിൽ സംസാരിക്കുന്ന ഭാഷയായിരുന്നു. സുകൃതക്ഷയം, ഓപ്പോള്, ഒരുമ്പെട്ടോള്, അസുരവിത്ത് മുതലായ പദങ്ങൾ എനിക്ക് സുപരിചിതമായിരുന്നു. എം ടിയുടെ അപ്പുണ്ണിയേയും ഗോവിന്ദൻകുട്ടിയേയും സേതുവിനേയും കുട്ട്യേടത്തിയേയും ഞങ്ങളുടെ ഗ്രാമത്തിലും കണ്ടെത്താമായിരുന്നു. അതുകൊണ്ട് എം ടിയുടെ എഴുത്ത് മനസ്സിലേക്ക് നേരിട്ട് പ്രവേശിച്ചു.

"മുത്തച്ഛൻ എം ടിയെ കണ്ടിട്ടുണ്ടോ?"

"ഉവ്വ്, രണ്ടു മൂന്ന് തവണ ഹ്രസ്വമായ കൂടിക്കാഴ്ചകൾ."

1970 ൽ എം ടിയുടെ *വിത്തുകൾ* എന്ന സിനിമയെടുത്ത ഒരു ഭാസ്ക

രൻ നായർ *എന്റെ നഗരത്തിന്റെ മുഖം* എന്ന നോവൽ സിനിമയാക്കുവാൻ താല്പര്യം പ്രകടിപ്പിച്ച് എന്നെ സമീപിച്ചു. എം ടിയെപ്പോലെ പ്രസിദ്ധനായ ഒരാൾ തന്റെ കഥ നല്കിയ ഒരാൾക്ക് നോവൽ നല്കാൻ എനിക്ക് രണ്ടാമതൊന്ന് ആലോചിക്കേണ്ടി വന്നില്ല. അതിന്റെ തിരക്കഥ എം ടി തന്നെ എഴുതണമെന്നായിരുന്നു, എന്റെ മോഹം. എന്നാൽ എം ടി, നോവലെഴുതിയ ആൾ തന്നെ തിരക്കഥയും രചിക്കുന്നതാണ് നല്ലതെന്ന് പറഞ്ഞു. അതുകൊണ്ട് എനിക്ക് അറിയാത്ത ആ പണി ഭാസ്കരൻ നായർ ഞായറാഴ്ച തോറും വന്ന് എന്നെക്കൊണ്ട് ചെയ്യിച്ചു. എഴുതി തീർന്നപ്പോൾ ഞങ്ങൾ രണ്ടാളും കൂടെ ബൈക്കുളയിലെ ഹോട്ടൽ ഹെറിറ്റേജിൽ താമസിച്ചിരുന്ന എം ടിയെ തിരക്കഥ കാണിച്ചു. ദൈർഘ്യം കൂടിപ്പോയി. വെട്ടിച്ചുരുക്കണം എന്ന് നിർദ്ദേശിച്ചു. അതൊക്കെ ചെയ്തെങ്കിലും സാമ്പത്തിക പ്രശ്നം മൂലം ആ പരിപാടി നടന്നില്ല. ആ തിരക്കഥ ഇന്നും എന്റെ കൈയിൽ എവിടെയോ കിടപ്പുണ്ട്. രണ്ടാമതായി എം ടിയെ കണ്ടത് ജ്ഞാനപീഠ സമ്മാനം നേടിയതിനുശേഷം ബോംബെ കേരളീയ സമാജം അദ്ദേഹത്തിന് സ്വീകരണം നല്കിയപ്പോഴാണ്. അന്ന് കേരളീയ സമാജത്തിന്റെ സെക്രട്ടറി സി വി ശശീന്ദ്രനായിരുന്നു. സ്വീകരണയോഗത്തിൽ എം ടിയുടെ കൃതികളെക്കുറിച്ച് സംസാരിക്കണമെന്ന് ശശി ആവശ്യപ്പെട്ടു.

മറാത്തി സാഹിത്യകാരന്മാരും, പി കെ രവീന്ദ്രനാഥ്, സിനിമാ സംവിധായകൻ ഗോവിന്ദ് നിഹലാനി മുതലായ പ്രഗത്ഭരും പ്രശസ്തരും അലങ്കരിക്കുന്ന വേദിയിൽ എം ടിയുടെ കൃതികളെക്കുറിച്ച് സംസാരിക്കാനുള്ള യോഗ്യത എനിക്കുണ്ടോ എന്ന് ഞാൻ സംശയിച്ചു. സംശയം പ്രകടിപ്പിച്ചെങ്കിലും ശശി തന്റെ തീരുമാനത്തിൽ ഉറച്ചുനിന്നു. അതിഗംഭീരമായ സ്വീകരണമായിരുന്നു എം ടിക്ക് നല്കിയത്. കേരളീയ സമാജത്തിൽ നിന്ന് സൗത്തിന്ത്യൻ വെൽഫെയർ സ്കൂളിലേക്ക് വാദ്യമേളങ്ങളോടെയുള്ള ഘോഷയാത്രയിൽ എം ടിയുടെ കഥാപാത്രങ്ങളായ *ഇരുട്ടിന്റെ ആത്മാവി*ലെ വേലായുധൻ, *നിർമ്മാല്യ*ത്തിലെ വെളിച്ചപ്പാട്, *അസുരവിത്തി*ലെ ഗോവിന്ദൻകുട്ടി മുതലായവരായി വേഷം മാറിയവർ കാണികളുടെ പ്രത്യേക പ്രശംസയ്ക്ക് അർഹരായി. എം ടിയുടെ മറുപടി പ്രസംഗത്തിലെ ഒരു വാചകം ഇന്നും ഞാനോർമ്മിക്കുന്നു.

'നിങ്ങൾ എന്നെ ആദരിക്കുമ്പോൾ ഒരു വ്യക്തിയല്ല ആദരിക്കപ്പെടുന്നത്, ഒരു ഭാഷയാണ്. ആ ഭാഷയുടെ പേരിലാണ് ഞാൻ നിങ്ങൾക്ക് അഭിമതനാകുന്നത്.' എന്തായാലും എം ടിയോടൊപ്പം ഒരു വേദി പങ്കിടാൻ കഴിഞ്ഞു എന്നുള്ളത് ജീവിതത്തിലെ അവിസ്മരണീയമായ ഒരു സംഭവമാണ്. അതിന് ഞാൻ കടപ്പെട്ടിരിക്കുന്നത്, അകാലത്തിൽ പൊലിഞ്ഞുപോയ ആ നക്ഷത്രത്തിനോടാണ്, സി വി ശശീന്ദ്രനോട്.

കോളേജ് ജീവിതത്തിൽ മറവിയിലേക്ക് മായാൻ കൂട്ടാക്കാത്ത ചില ഓർമ്മകളുണ്ട്. അതിലൊന്ന് കോളേജിന്റെ തൊട്ടടുത്ത് ഞങ്ങൾ ഉച്ചയൂണ് കഴിച്ചിരുന്ന കടത്തനാടൻ നമ്പ്യാരുടെ ചെറിയ ഹോട്ടലാണ്. ദൃഢമായ ശരീരവും ധാരാളം നർമ്മബോധവും ചുറുചുറുക്കും ചുരുണ്ട മുടിയുമുള്ള

ഉയരം കുറഞ്ഞ ഒരാളായിരുന്നു നമ്പ്യാർ. കോളേജ് കുട്ടികൾക്ക് വേണ്ടി മാത്രം നടത്തിയിരുന്ന ഹോട്ടലിൽ ഏറ്റവും തിരക്കുള്ള സമയം ഉച്ചയ്ക്കായിരുന്നു. അപ്പോൾ കൂട്ടത്തോടെ വന്നുകയറുന്ന കുട്ടികൾക്ക് ഒന്നിച്ച് ഭക്ഷണം വിളമ്പുന്നത് ആയാസകരമായ ജോലിയായിരുന്നു. ഒന്നു രണ്ടു പേരെ സഹായികളായി നിർത്തിയെങ്കിലും അവരൊന്നും നമ്പ്യാരുടെ പ്രതീക്ഷയ്ക്കൊത്ത് ഉയർന്നില്ല. ആ പ്രതിസന്ധിയെ തരണം ചെയ്യാനാണ് നമ്പ്യാർ പെണ്ണു കെട്ടിയത്. അയാൾ കണ്ടെത്തിയ വധു 'കുന്നത്തിളം കൊന്ന പൂത്ത പോലെ' മനോഹരിയായിരുന്നു. വടക്കൻപാട്ടിലെ വർണ്ണന പോലെ വയനാടൻ മഞ്ഞൾ മുറിച്ച നിറമായിരുന്നു. നമ്പ്യാരെപ്പോലെ നവവധുവും അത്യദ്ധ്വാനം ചെയ്തു. നമ്പ്യാരുടെ പുത്തൻ മണവാട്ടി പഴയ മലയാളം സിനിമയിലെ നായികമാരെപ്പോലെ മുണ്ടും ബ്ലൗസുമാണ് ധരിക്കാറ്. കുട്ടികൾ ഊണു കഴിക്കാനിരുന്നാൽ നമ്പ്യാർ ഇപ്പോഴത്തെ സിനിമകളിൽ കേൾക്കാറുള്ള ദ്വയാർത്ഥ പ്രയോഗങ്ങൾ തുടങ്ങും. 'രണ്ടാമത്തെ ബെഞ്ചിലിരിക്കണ സാറിന് വെള്ളം വച്ചോന്ന് നോക്ക്.' 'മൂന്നാം ബെഞ്ചിലെ സാറിന് കടി മാറ്റി കൊടുക്ക്' എന്നിങ്ങനെ നിർദ്ദേശങ്ങൾ. നമ്പ്യാർ വായ്ത്താരി പോലെ പറയുന്നതൊന്നും അവരുടെ മുഖത്ത് യാതൊരു ഭാവ വ്യത്യാസവും ഉണ്ടാക്കാറില്ല. നമ്പ്യാരുടെയും ഭാര്യയുടെയും കഠിനാദ്ധ്വാനം കൊണ്ട് ഞാൻ കോളേജ് വിടുന്നതിന് മുമ്പുതന്നെ 'നമ്പ്യാർ ഹോട്ടൽ' പച്ചപിടിച്ച് വളർന്ന് വികസിച്ചിരുന്നു.

ഞാൻ കോളേജിൽ പഠിച്ചത് ഹോസ്റ്റലിൽ താമസിച്ചല്ല. അതിന്റെ കാരണങ്ങൾ രണ്ടാണ്. ഒന്ന്, ഹോസ്റ്റൽ ചെലവ് താങ്ങാനുള്ള സാമ്പത്തികശേഷി ഉണ്ടായിരുന്നില്ല. അച്ഛൻ എണ്ണിച്ചുട്ട അപ്പം പോലെ തരുന്ന പണം അതിന് തികയുമായിരുന്നില്ല. രണ്ട്, ഹോസ്റ്റലിൽ ചീത്ത കൂട്ടുകെട്ട് കൊണ്ട് ദുശ്ശീലങ്ങൾ പഠിക്കുമെന്നുള്ള പേടി. അതുകൊണ്ട് ആരുടെയെങ്കിലും ഔട്ട്ഹൗസിലോ, ചെറിയ ലോഡ്ജുകളിലോ ആക്കി താമസം. മിക്കവാറും ഞങ്ങൾ മൂന്നുപേരുണ്ടായിരുന്നു. അമ്മാമന്റെ മകൻ അപ്പു ചേട്ടൻ, തൊട്ടിപ്പാൾക്കാരനായ രഘു. പിന്നെ ഞാനും. ആദ്യത്തെ കൊല്ലം കോളേജിനടുത്തുള്ള തൃക്കുമാരംകുടത്ത് ഒരു വീട്ടിലായിരുന്നു താമസം. സീതാറാം മില്ലിലെ തൊഴിലാളികളായ കൊടകരക്കാരൻ അനിയനും ശങ്കരനും കൂടിയാണ് വീട് വാടകയ്ക്കെടുത്തിരുന്നത്. അതിന് 'എവർമെറി ലോഡ്ജ്' എന്നു പേരിട്ടതും അവർ തന്നെ. താഴത്തെ രണ്ട് മുറികളിലായി ഞങ്ങൾ മൂന്നുപേരും മറ്റത്തൂർക്കാരനായ ശിവശങ്കരനും.

മുകളിൽ അന്തിക്കാട്ടുകാരൻ ഗംഗാധരൻ, കവി സി ജി ശാന്തകുമാർ, അനിയൻ മേനോനും ശങ്കരനും. ഞങ്ങൾക്ക് ഭക്ഷണം പാചകം ചെയ്യാൻ മെലിഞ്ഞ് മുന്നോട്ടു വളഞ്ഞ എഴുത്തച്ഛനും. അയാളെ ഞങ്ങൾ സൗകര്യം പോലെ എഴ്ശ്ശനെന്നും അരിവാളെന്നും വിളിച്ചുപോന്നു. എഴ്ശ്ശന്റെ പാചകമൊക്കെ കൊള്ളാം. പക്ഷേ, അങ്ങോട്ട് ഒരഭിപ്രായവും പറയരുത്. കറികളോ മെഴുക്കുപുരട്ടിയോ ഒരു വട്ടം വിളമ്പുന്നതുകൊണ്ട് തൃപ്തിപ്പെടണം. 'രണ്ടാമട്ടം ഇല്ലേ ഇല്യ.' എഴ്ശ്ശനെ ശുണ്ഠി പിടിപ്പിക്കരുതെന്ന്

ലോഡ്ജ് മാനേജരായ അനിയൻ മേനോൻ ഇടയ്ക്കിടെ ഞങ്ങളെ ഓർമ്മിപ്പിച്ചു കൊണ്ടിരുന്നു.

"ചെകുത്താൻ പോയാൽ മറ്റൊന്നിനെ കിട്ടാൻ ബുദ്ധിമുട്ടാണ്. മുൻശുണ്ഠിയുണ്ടെങ്കിലും ആളൊരു പാവമാണ്. കക്കില്ല. നുണ പറയില്ല. പാചകവും മോശമല്ല." അതുകൊണ്ട് ഞങ്ങളെല്ലാം എഴ്ശ്ശനെ ക്ഷമയോടെ കൈകാര്യം ചെയ്തു. അന്നദാതാവല്ലേ.

എഴ്ശ്ശന് തീരെ പറ്റാത്തവർ കവിയും അന്തിക്കാടനുമായിരുന്നു. കവിക്ക് വൃത്തിയില്ല. നേരാംവണ്ണം അടിച്ച് നനച്ച് കുളിക്കില്ല. അന്തിക്കാടൻ ശാസനാസ്വരത്തിലേ സംസാരിക്കൂ.

ഡോക്ടർ സി ജി ശാന്തകുമാർ പിന്നീട് മുൻനിര കേരള ശാസ്ത്ര സാഹിത്യ പ്രവർത്തകനാവുകയും കുട്ടികൾക്കുവേണ്ടി പ്രശസ്ത കൃതികൾ രചിക്കുകയും ഗ്രീൻ ബുക്സ് എന്ന പ്രസിദ്ധീകരണ സ്ഥാപനത്തിന്റെ ഡയറക്ടർമാരിലൊരാളാവുകയും ചെയ്തു. 2006 ൽ അദ്ദേഹം ഹൃദയാഘാതം മൂലം മരണപ്പെട്ടതായി ഞാൻ പത്രവാർത്തയിൽ നിന്നാണ് അറിഞ്ഞത്.

എവർമെറി ലോഡ്ജിലെ താമസക്കാരിൽ ഞാനും രഘുവും അരവിന്ദാക്ഷനും (അപ്പുച്ചേട്ടൻ) കൂടിയാണ് പിന്നീടുള്ള കൊല്ലങ്ങളിൽ താമസിച്ചത്. രണ്ടാം കൊല്ലം കോട്ടപ്പുറത്ത് പ്ളാക്കാട്ട് ബിൽഡിങ്ങിലെ ഒന്നാം നിലയിൽ ഒരു മുറി വാടകയ്ക്കെടുക്കുകയായിരുന്നു. ഒരു പഴയ സ്റ്റൗവിൽ ഗുസ്തി പിടിച്ചാണ് ഞങ്ങൾ കാലത്ത് ചായയുണ്ടാക്കിയിരുന്നത്. കെട്ടിടത്തിന്റെ നേരെ എതിർവശത്ത് വെളുത്ത് ഉരുണ്ട ഒരു കർത്താവിന്റെ ചെറിയ ചായക്കടയുണ്ടായിരുന്നു. കാലത്ത് കോളേജിൽ പോകുന്നതിനു മുമ്പ് പ്രാതൽ അവിടുന്നാണ് കഴിച്ചിരുന്നത്. പുസ്തകത്തിൽ കണക്കെഴുതി മാസാമാസം കണക്കു തീർക്കുകയായിരുന്നു പതിവ്. വൈകുന്നേരം അത്താഴവും അവിടെത്തന്നെ. യൂസഫലി കേച്ചേരിയും വൈകുന്നേരം അത്താഴത്തിന് അവിടെ വരുമായിരുന്നു. അങ്ങനെയാണ് ഞങ്ങൾ പരിചയപ്പെടുന്നത്. ആ കൊല്ലം അവസാനം അദ്ദേഹം എന്റെ ഓട്ടോഗ്രാഫിൽ നാലുവരി കവിത എഴുതിത്തന്നു:

ജീവിതത്തിന്റെയടർക്കളത്തിൽ
ഭാവിയിൽ നീവെട്ടുമങ്കമെല്ലാം
വെന്നിക്കൊടി പറപ്പിച്ചു ഭൂവിൽ
മിന്നട്ടെ മേല്ക്കുമേലെൻ
സുഹൃത്തേ.

യൂസഫലി എന്നേക്കാൾ സീനിയറായതുകൊണ്ട് പിന്നീട് ഞങ്ങൾ തമ്മിൽ കാണാനോ പരിചയം നിലനിർത്താനോ കഴിഞ്ഞില്ല. എങ്കിലും അദ്ദേഹം പ്രശസ്തനായ വക്കീലും കവിയും ഗാനരചയിതാവും സിനിമാ നിർമ്മാതാവും ഒക്കെ ആയ വിവരം ഞാനറിഞ്ഞിരുന്നു. മാത്രമല്ല, ഞാൻ കല്യാണം കഴിച്ചത് കുന്നംകുളത്തിനടുത്തുള്ള ചൊവ്വന്നൂരു നിന്നാണ്. ചൊവ്വന്നൂരിൽ പോകുന്നത് എപ്പോഴും കേച്ചേരിയിൽക്കൂടിയാണ്. റോഡ

രികിൽ തന്നെ യൂസഫലി പണികഴിപ്പിച്ച മനോഹരമായ വീട് ബസിലിരുന്ന് ഞാൻ കാണാറുണ്ട്. എന്നാൽ ഒരിക്കലെങ്കിലും അവിടെ കയറിച്ചെന്ന് പരിചയം പുതുക്കാൻ ഞാനൊരുങ്ങിയില്ല. പ്രശസ്തിയുടെ പടവുകൾ കയറിക്കൊണ്ടിരുന്ന അദ്ദേഹത്തെ പേരും പെരുമയുമില്ലാത്ത ഞാൻ എന്തുപറഞ്ഞാണ് പരിചയപ്പെടുത്തുക എന്ന അപകർഷതാബോധമാവാം എന്നെ പിന്തിരിപ്പിച്ചത്. 2015 മാർച്ച് 21 ന് കൊച്ചിയിലെ അമൃതാ ഹോസ്പിറ്റലിൽ വച്ച് ആ ജീവിതം പൊലിഞ്ഞു എന്നു കേട്ടപ്പോൾ അനല്പമായ ഖേദം തോന്നി. കേരളവർമ്മ കോളേജിന്റെ പരിസരങ്ങളിൽ ശ്രീ. കെ പി നാരായണ പിഷാരടിക്കൊപ്പം കാണാറുള്ള അദ്ദേഹത്തിന്റെ ചിത്രം മനസ്സിൽ മിന്നി മറഞ്ഞു. യൂസഫലിയുടെ 'അന്ന് നിന്റെ നുണക്കുഴി തെളിഞ്ഞിട്ടില്ല', 'കൃഷ്ണകൃപാസാഗരം', 'പതിനാലാം രാവുദിച്ചത്' മുതലായ അനശ്വര ഗാനങ്ങൾ എനിക്ക് ചുറ്റും മാറ്റൊലിക്കൊള്ളുന്നതായി തോന്നി.

അകാലത്തിൽ പൊലിഞ്ഞ ജീവിതം

ചൊവ്വന്നൂര് പോയി കല്യാണം കഴിക്കാനുള്ള കാരണം കുട്ടികൾക്ക് അറിയണം.

പ്രത്യേകിച്ച് കാരണമൊന്നുമില്ല. ഞങ്ങൾ പ്രണയിച്ച് കല്യാണം കഴിച്ചതല്ല. യാതൊരു പരിചയവും ഇല്ലാത്ത രണ്ടു കുടുംബക്കാർ. ഞാൻ ബോംബെയിൽ നിന്ന് ഒരു മാസത്തെ ലീവിലാണ് നാട്ടിലെത്തുന്നത്. അന്ന് അച്ഛൻ ജീവിച്ചിരുപ്പില്ല. അച്ഛൻ ജീവിച്ചിരിക്കുമ്പോൾത്തന്നെ ചില കല്യാണാലോചനകൾ വന്നെങ്കിലും അതൊന്നും നടന്നില്ല. പെട്ടെന്നുണ്ടായ അച്ഛന്റെ വിയോഗം വിവാഹശ്രമങ്ങളിൽനിന്ന് എന്നെ പിന്തിരിപ്പിച്ചു. കമല എന്ന അനിയത്തിയുടെ വിവാഹശേഷം മതി എന്റെ വിവാഹം എന്ന് ഞാൻ തീരുമാനിച്ചു. അധികം താമസിയാതെ കമലയുടെ വിവാഹം നടന്നു. ലീവ് കഴിഞ്ഞ് ബോംബെക്കുള്ള ജയന്തി ജനത പിടിക്കുവാൻ ഞാൻ കല്ലേറ്റുംകര റെയിൽവേ സ്റ്റേഷനിലേക്ക് പോകുമ്പോഴാണ് മഞ്ചേരിയിൽനിന്നുള്ളവർ പെണ്ണുകാണാൻ വരുന്നത്. വീട്ടിൽ പോയി കുട്ടിയെ കണ്ടതിനുശേഷം അഭിപ്രായം അറിയിക്കാൻ പറഞ്ഞ് ഞാൻ യാത്ര തുടർന്നു. ഞങ്ങളുടെ നാട്ടിൽനിന്ന് ദൂരം കൂടുതലായതുകൊണ്ട് അത് വേണോ എന്ന കാര്യത്തിൽ ഭിന്നാഭിപ്രായങ്ങളുണ്ടായി. എന്നാൽ പ്രതിശ്രുത വരന്റെ കുടുംബം ഞങ്ങളുടെ സമീപത്തുള്ള ആമ്പല്ലൂരായിരുന്നു എന്നും അവിടന്ന് ജോലിയുടെയും മറ്റും സൗകര്യം നോക്കി അവർ മഞ്ചേരിയിൽ താമസമാക്കിയതാണെന്നും അറിഞ്ഞു, മാത്രമല്ല, പരമേശ്വരൻ (പിന്നീട് എല്ലാവരും പരമു എന്നാണ് വിളിച്ചിരുന്നത്) കാഴ്ചയിൽ യോഗ്യനും സാമാന്യം ഭേദപ്പെട്ട ഒരു ഫാർമസ്യൂട്ടിക്കൽ കമ്പനിയുടെ മെഡിക്കൽ റെപ്രസെന്റേറ്റീവുമായിരുന്നു. അദ്ദേഹത്തിന്റെ ഉയരത്തിനനുസരിച്ച് ഉയരമുള്ളവളായിരുന്നില്ല കമല. അതൊരു പോരായ്മയായി

അവർ കരുതിയില്ല. അതുകൊണ്ട് വിവാഹനിശ്ചയം നടന്നു. അച്ഛനില്ലാതെ എന്റെ ഉത്തരവാദിത്വത്തിൽ നടക്കുന്ന വിവാഹമായതുകൊണ്ട് ആവുന്നത്ര സാമ്പത്തികം സ്വരുക്കൂട്ടാനായിരുന്നു ശ്രമം. ലീവ് കഴിഞ്ഞ് വന്ന ഉടനെ തന്നെ വിവാഹമായതുകൊണ്ട് ഞാൻ പോകുന്നില്ലെന്ന് തീരുമാനിച്ചു. യാത്രയ്ക്ക് ചെലവാക്കുന്ന പണത്തിന് അനിയത്തിക്ക് ആവശ്യമുള്ള വാച്ചും സാരിയും മറ്റും വാങ്ങി നാട്ടിൽ പോകുന്ന ഒരു സുഹൃത്തിന്റെ കൈയിൽ കൊടുത്തയച്ചു.

എന്നാൽ വിവാഹദിവസം അടുക്കുംതോറും എന്റെ മനസ്സിൽ ഇടയിളക്കം തുടങ്ങി. അച്ഛനില്ലാത്തതുകൊണ്ട് ഞാൻ പോകാതിരിക്കുന്നത് ശരിയല്ല എന്ന തോന്നലിന് ശക്തിയേറി. അവസാനം എങ്ങനെയോ ജയന്തി ജനതയിൽ ഒരു ടിക്കറ്റ് ശരിപ്പെടുത്തി. വിവാഹദിവസം കാലത്ത് എത്തിച്ചേരാവുന്ന വിധത്തിലായിരുന്നു യാത്ര. യാത്രയിലുടനീളം മനസ്സ് നിരന്തരം കൂട്ടലും കിഴിക്കലും നടത്തുകയായിരുന്നു. തികച്ചും അപ്രതീക്ഷിതമായ അച്ഛന്റെ വേർപാടും അതിന്റെ ആഘാതവും വർദ്ധിച്ച ഉത്തരവാദിത്വങ്ങളും സാമ്പത്തികഭാരവും എങ്ങനെ കൈകാര്യം ചെയ്യും എന്നറിയാത്ത വീർപ്പുമുട്ടലായിരുന്നു യാത്രയുടെ അകമ്പടി. അനിയത്തിയുടെ വിവാഹത്തിൽ പങ്കെടുക്കാൻ പോകുന്നതിന്റെ സന്തോഷവും ആഹ്ലാദവും മനസ്സിലിടം കാണാതെ പകച്ചുനിന്നു. അപ്പോഴാണ് ആന്ധ്രാപ്രദേശിലെ കടപ്പയ്ക്കടുത്തുവച്ച് വണ്ടി പെട്ടെന്ന് നിന്നത്. എന്തെങ്കിലും നിസ്സാര കാരണം കൊണ്ട് നിന്നതാവാം എന്നേ കരുതിയുള്ളൂ. എന്നാൽ തെല്ലിട കഴിഞ്ഞപ്പോൾ വണ്ടിയിലുണ്ടായിരുന്ന യാത്രക്കാരെല്ലാം ഇറങ്ങി എഞ്ചിന്റെ ഭാഗത്തേക്ക് നടക്കുന്നതാണ് കണ്ടത്. ഞാനും താഴത്തിറങ്ങി. വണ്ടിയുടെ ഒരു കംപാർട്ടുമെന്റ് പാളം തെറ്റിയതായി വിവരം ശേഖരിച്ച് വരുന്നവർ പറഞ്ഞു. ഭാഗ്യത്തിന് ആളപായമൊന്നും ഉണ്ടായിട്ടില്ല. റെണിഗുണ്ടയിൽ നിന്നോ മറ്റോ ക്രെയിൻ വന്നാലേ പാളം തെറ്റിയ കംപാർട്ട്മെന്റിനെ പൊക്കിയെടുത്ത് വീണ്ടും പാളത്തിൽ വയ്ക്കാനാവൂ. അതിന് ആറോ എട്ടോ മണിക്കൂർ വേണ്ടിവരും. ചുരുക്കത്തിൽ കല്യാണത്തിൽ പങ്കെടുക്കാൻ എനിക്കാവില്ല. തിരിച്ചുപോകാനും നിർവ്വാഹമില്ല. പത്മവ്യൂഹത്തിൽ പെട്ട അഭിമന്യുവിനെപ്പോലെയായി ഞാൻ. തീവണ്ടിമുറിയിൽ നിന്നും പുറത്ത് കടക്കാനാവാതെ വിഷണ്ണനായി ഒരേ ഇരിപ്പ്. യാത്രക്കാർ പുറത്തിറങ്ങി വയൽ മുറിച്ചു കടന്ന് പോകുന്നതും മാങ്ങയും പേരയ്ക്കയും മറ്റും വാങ്ങി തിന്ന് വിശപ്പടക്കുന്നതും കണ്ടെങ്കിലും എനിക്ക് വിശപ്പോ ദാഹമോ തോന്നിയില്ല. വൈകുന്നേരമായപ്പോഴേക്കും പാളത്തിന്റെ അറ്റകുറ്റപ്പണികൾ തീർത്ത് വണ്ടി പുറപ്പെട്ടു. എങ്ങനെ പോയാലും പിറ്റേ ദിവസം രാത്രിയേ വീട്ടിലെത്തൂ. അപ്പോഴേക്കും കല്യാണം കഴിഞ്ഞ് കമല ഭർതൃഗൃഹത്തിലെത്തിയിട്ടുണ്ടാവും. താലികെട്ടിന് മുമ്പ് വീടണയാൻ പറ്റുമോ എന്ന ആലോചന വണ്ടിയുടെ ലോഹനാദത്തിനു മീതെ ചിറകടിച്ചു. അത് ഏറക്കുറെ അസാദ്ധ്യമാണെന്നിരിക്കെ, കല്യാണത്തിൽ പങ്കെടുക്കാൻ പാകത്തിൽ എത്തിച്ചേരുമെന്ന്

കത്തയച്ചിരുന്ന പോഴത്തമോർത്ത് ഞാൻ ഖേദിച്ചു. അത് പറ്റാത്ത സ്ഥിതിക്ക് എനിക്കെന്ത് പറ്റി എന്ന ആകുല ചിന്തയിൽ അമ്മയും മറ്റുള്ളവരും വല്ലാതെ പരിഭ്രമിക്കും എന്നുള്ളത് ഉറപ്പ്. അവരെ വിവരം അറിയിക്കാൻ ഒരു മാർഗ്ഗവും ഉണ്ടായിരുന്നില്ല. എന്റെ മനസ്സ് സങ്കടക്കടലായി അല തല്ലി. സന്തോഷത്തോടെ നടക്കേണ്ട കല്യാണം ഞാൻ വന്നെത്താത്ത ഉൽക്കണ്ഠയിൽ, എനിക്കെന്തെങ്കിലും അപകടം പിണഞ്ഞിരിക്കുമോ എന്ന ഭയാശങ്കയിൽ മ്ലാനതയോടെ നടക്കുന്നതിലെ അനൗചിത്യം എന്നെ വേദനിപ്പിച്ചു. ഒഴിവാക്കാമായിരുന്ന വീണ്ടുവിചാരങ്ങൾ എന്നെ പലപ്പോഴും കെണിയിലകപ്പെടുത്താറുണ്ട്.

വണ്ടി ഓടിക്കിതച്ച് കോയമ്പത്തൂരെത്തുമ്പോൾ രാത്രി എട്ടുമണിയോ മറ്റോ ആയിരുന്നു. ഒമ്പതു മണിക്ക് നടക്കുന്ന കല്യാണത്തിൽ പങ്കു കൊള്ളണമെങ്കിൽ ഹെലികോപ്റ്റർ തന്നെ വേണ്ടിവരുമെന്ന് ഞാൻ വിഷാദം പുരണ്ട തമാശയോടെ ഓർത്തു. കൂടെയുണ്ടായിരുന്ന ഒരു സഹയാത്രികന് അച്ഛന്റെ അന്ത്യകർമ്മങ്ങളിൽ പങ്കുകൊള്ളാൻ ആവുന്നതും വേഗം കണ്ടശ്ശാംകടവിലെത്തണം. ഞങ്ങൾക്ക് രണ്ടുപേർക്ക് തൃശ്ശൂരെത്തിയാൽ പിന്നെ ഒന്നൊന്നര മണിക്കൂർ കൊണ്ട് വീട്ടിലെത്താം. അപ്പോഴേക്കും കല്യാണം കഴിഞ്ഞിരിക്കുമെങ്കിലും ബാക്കിയുള്ള ചടങ്ങുകൾക്ക് സാക്ഷ്യം വഹിക്കാമല്ലോ എന്ന് കരുതി. ഞങ്ങൾ കോയമ്പത്തൂർ സ്റ്റേഷനിൽ വണ്ടിയിറങ്ങി. തുല്യദുഃഖിതനായ ഒരാളെ കണ്ടുമുട്ടിയപ്പോൾ എന്റെ മനസ്സിന്റെ ഭാരം അല്പം കുറഞ്ഞു. വല്ലാത്ത വിശപ്പുണ്ടായിരുന്നെങ്കിലും ഭക്ഷണം കഴിക്കാനുള്ള സമയംപോലും നഷ്ടപ്പെടുത്തേണ്ട എന്ന് കരുതി ഞങ്ങൾ തൃശൂർക്ക് പോരാൻ തയ്യാറുള്ള ഒരു ടാക്സിക്കാരനെ കണ്ടെത്തി. അയാൾ ഞങ്ങളേയും കൊണ്ട് പറന്നു. എങ്ങനെ പറന്നാലും പത്തോ പത്തരയോ ആവും തൃശൂരെത്താൻ. അവിടുന്ന് ഏതാണ്ട് ഒരു മണിക്കൂർ വീടെത്താൻ. ബോംബെയിൽ എന്റെ സഹമുറിയനും സുഹൃത്തുമായ ആലപ്പുഴക്കാരൻ രവിയെ (രവീന്ദ്രനാഥപ്രഭു നാട്ടിൽ പോയിരുന്നതു കൊണ്ട്) ഞാൻ കല്യാണത്തിന് പ്രത്യേകം ക്ഷണിച്ചിരുന്നു.

"തന്റെ ഓണംകേറാമൂലയിലേക്ക് എങ്ങനെ എത്തിച്ചേരുമെന്ന് അറിയില്ല. എങ്കിലും ഒരു ശ്രമം നടത്താം" എന്ന് രവി പറഞ്ഞപ്പോൾ അയാൾ ബുദ്ധിമുട്ടി വീട്ടിലെത്തുമെന്ന് കരുതിയില്ല. എന്നാൽ രാത്രി വൈകിയെത്തിയ എന്നെ ഏറ്റവും സന്തോഷിപ്പിച്ചതും അത്ഭുതപ്പെടുത്തിയതും രവിയുടെ സാന്നിദ്ധ്യമായിരുന്നു.

ഞാനെത്തുമ്പോൾ കല്യാണം മാത്രമല്ല, സദ്യയുടെ ആദ്യ പന്തികളും കഴിഞ്ഞിരുന്നു. പാതിരാ കഴിഞ്ഞപ്പോഴാണ് വരനും പാർട്ടിയും മഞ്ചേരിക്ക് മടക്കയാത്ര ആരംഭിച്ചത്.

എനിക്ക് ലീവ് അധികം ഇല്ലാത്തതിനാൽ അടുത്ത ദിവസം തന്നെ ഞാൻ മഞ്ചേരിക്ക് ചെല്ലാമെന്ന് പരമുവിന് വാക്കു കൊടുത്തു.

പിറ്റേദിവസം ഉച്ച കഴിഞ്ഞ് തൃശ്ശൂര് നിന്ന് മഞ്ചേരിക്കുള്ള ബസിൽ കയറി. എന്നെ സംബന്ധിച്ചിടത്തോളം തൃശ്ശൂരിനപ്പുറം വള്ളുവനാട്ടിലേ

ക്കുള്ള ആദ്യയാത്രയായിരുന്നു. വഴിനീളെയുള്ള സ്ഥലങ്ങൾ ശ്രദ്ധിച്ച് കണ്ടു. സ്ഥലനാമങ്ങൾ ഓർമ്മവയ്ക്കാൻ ശ്രമിച്ചു. പട്ടാമ്പി, എടപ്പാൾ, ചങ്ങരംകുളം, കുറ്റിപ്പുറം, പെരിന്തൽമണ്ണ, കോട്ടയ്ക്കൽ, പരപ്പനങ്ങാടി, ചങ്കുവെട്ടി എന്നും മറ്റുമുള്ള പേരുകൾ എന്നിൽ ചിരിയുണർത്തി. ബസിനടുത്ത് വച്ച് ചില ചെറുപ്പക്കാർ 'കജ്ജും കാലും' എന്ന് വിളിച്ചു പറഞ്ഞിരുന്നത് ആടിന്റെ കൈയും കാലുമാണെന്ന് അറിയാൻ സമയമെടുത്തു. ആളുകൾ അത് വാങ്ങി സൂപ്പുണ്ടാക്കുമെന്ന അറിവ് മഞ്ചേരി യാത്രയിൽ നിന്ന് നേടിയതാണ്.

മൂന്നോ നാലോ മണിക്കൂർ നീണ്ടുനിന്ന യാത്രയ്ക്കുശേഷം മഞ്ചേരിയിൽ. അന്ന് അവർ ഒരു വാടക വീട്ടിലായിരുന്നു താമസിച്ചിരുന്നത്. പരമുവിന്റെ അച്ഛനമ്മമാരും അനിയന്മാരും അനിയത്തിമാരും കൂടെയുണ്ടായിരുന്നു. അവരൊക്കെ സ്നേഹസമ്പന്നരും നല്ലവരുമാണെന്ന് എനിക്ക് അന്നുതന്നെ മനസ്സിലായി. കമലയുടെ ജീവിതം സുഖകരമായിരിക്കുമെന്നുള്ള സംതൃപ്തിയോടെയാണ് ഞാൻ മഞ്ചേരിയിൽ നിന്ന് മടങ്ങിയത്.

എന്റെ നിഗമനം പിഴച്ചില്ല. പരമു വളരെ സ്നേഹസമ്പന്നനും ഉദാരമനസ്കനുമായിരുന്നു.

പിന്നീടുള്ള ഞങ്ങളുടെ എല്ലാവരുടെയും ജീവിതങ്ങളിൽ പരമുവിന് അതുല്യമായ ഒരു സ്ഥാനമുണ്ടായിരുന്നു. എന്റെ മകൾ കുട്ടിയായിരുന്നപ്പോൾ മാർക്കറ്റിൽ ബേബി ഫുഡ്ഡിന് കടുത്ത ക്ഷാമമായിരുന്നു. പരമു മെഡിക്കൽ റെപ് ആയിരുന്നതുകൊണ്ട് ഏതുവിധത്തിലും ഗ്ലാക്സോയും അമൂലും സംഘടിപ്പിച്ച് കൊണ്ടുവരുമായിരുന്നു. എന്നാൽ പരമുവിന്റെ ജീവിതം പറന്നുയരുന്നതിന് മുമ്പുതന്നെ പൊടുന്നനെ അവസാനിച്ചു. തികച്ചും അസാധാരണവും ദുരൂഹവുമായിരുന്നു മരണം. ഒരു ഹോട്ടലിൽ സ്നേഹിതരോടൊപ്പം അത്താഴം കഴിച്ചുകൊണ്ടിരിക്കുമ്പോഴായിരുന്നു അന്ത്യം. ആ നഷ്ടത്തിന്റെ കാഠിന്യം ഞങ്ങൾക്ക് താങ്ങാനാവാത്തതായിരുന്നു. ഓടിപ്പാഞ്ഞും കളിച്ചും ചിരിച്ചും ഇടയ്ക്കിടെ കമലം എന്ന് നീട്ടിവിളിച്ചും എല്ലായിടത്തും നിറഞ്ഞുനിന്നിരുന്ന ഒരാളുടെ പൊടുന്നനെയുള്ള അഭാവം ഉൾക്കൊള്ളാൻ ആർക്കും കഴിഞ്ഞില്ല. എവിടെ തിരിഞ്ഞുനോക്കിയാലും പരമുവിന്റെ നീണ്ട് വെളുത്ത് മെലിഞ്ഞ രൂപം ഉയിർത്തെഴുന്നേറ്റ് വരുന്നതായി തോന്നി. രണ്ട് ആൺകുട്ടികളെ അച്ഛനില്ലാതെ വളർത്തുന്നതിന്റെ ഉൽക്കണ്ഠകളിലും ആകുലതകളിലും പെട്ട് കമലയുടെ ആരോഗ്യം പാളം തെറ്റാൻ തുടങ്ങി. എങ്കിലും അവൾ പിടിച്ചുനിന്നു. കുട്ടികളെ വളർത്തി. അവർക്ക് ജോലിയായി. ഇപ്പോൾ അസുഖങ്ങളുടെ തടവുകാരിയായി ജീവിക്കുന്നു. ഹ്രസ്വമായ ജീവിതമായിരുന്നെങ്കിലും പരമു ഒരു പുരുഷായുസ്സുകൊണ്ട് ചെയ്യാവുന്നതൊക്കെ ചെയ്തുതീർത്തു.

എഴുത്തിന്റെ കളരി

"മുത്തച്ഛൻ പഠിക്കുന്ന കാലത്തുതന്നെ എഴുതാൻ തുടങ്ങിയോ?" എന്നായിരുന്നു പൂജയുടെ അടുത്ത ചോദ്യം.

"എന്ന് പറയാനാവില്ല. ഇപ്പോൾ പൂജ ചെയ്യുന്നതുപോലെ എന്തെങ്കിലുമൊക്കെ കുത്തിക്കുറിച്ചിരുന്നു എന്നേയുള്ളൂ."

"അതിനെ സീരിയസ് റൈറ്റിങ് എന്ന് പറയാമോ?"

"ഇല്ല. അന്ന് ഞങ്ങളെപ്പോലെയുള്ള കുട്ടികൾ എഞ്ചിനീയറാവണമെന്നോ ഡോക്ടറാവണമെന്നോ ആഗ്രഹിക്കാറില്ല. മിക്കവരും കാളവണ്ടിക്കാരനോ ലോറി ഡ്രൈവറോ ബസ് കണ്ടക്ടറോ വെളിച്ചപ്പാടോ മേളക്കാരനോ മറ്റോ ആവാനേ ആഗ്രഹിക്കാറുള്ളൂ. മലയാളത്തിൽ ഏറെ പ്രശസ്തമായ നോവലുകളും കഥകളും എഴുതിയിട്ടുള്ള ഉറൂബ് ഒരു വെളിച്ചപ്പാടാകാനാണ് ആഗ്രഹിച്ചതെന്ന് എവിടെയോ വായിച്ചതായി ഓർക്കുന്നു."

"മോത്സ് ആരാവാനാണ് ആഗ്രഹിച്ചത്?"

"അങ്ങനെ വ്യക്തമായ ആഗ്രഹങ്ങളൊന്നും ഉണ്ടായിരുന്നില്ല. എന്നാൽ എട്ടാം ക്ലാസിൽ പഠിക്കുമ്പോൾ ഞങ്ങളെ സയൻസ് പഠിപ്പിച്ചിരുന്ന ഒരു മാഷുണ്ടായിരുന്നു. എൻ വി ഈശ്വരവാരിയർ. ആകൃതിയിൽ ഒരു ചെറിയ മനുഷ്യൻ. ഇദ്ദേഹം പഠിപ്പിക്കാനുള്ളത് പഠിപ്പിച്ചു കഴിഞ്ഞാൽ വയലാറിന്റെയോ ഒ എൻ വിയുടെയോ കവിതകൾ മധുരമനോഹരമായി ചൊല്ലാറുണ്ട്. ഞാൻ പലപ്പോഴും അതിലലിഞ്ഞു ചേരും. അദ്ദേഹമാണ് ആദ്യമായി എനിക്ക് സാഹിത്യത്തോട് അഭിനിവേശമുണ്ടെന്ന് തിരിച്ചറിഞ്ഞതും എന്തെങ്കിലുമൊക്കെ എഴുതാൻ പ്രേരിപ്പിച്ചതും. മാഷെക്കുറിച്ച് ഞാൻ പലപ്പോഴും എഴുതിയിട്ടുള്ളതുകൊണ്ട് വിസ്തരിക്കുന്നില്ല. നന്നായി ചിത്രം വരയ്ക്കുന്ന ഒരു കൂട്ടുകാരനുണ്ടായിരുന്നു എനിക്ക്. വി കെ

ശങ്കരൻ. ഞങ്ങൾക്ക് ഒരു കൈയെഴുത്തുമാസിക നടത്തണമെന്ന് മോഹം തോന്നി. *ഉഷസ്സ്* എന്നൊരു മാസിക ഹൈസ്കൂൾ പഠിപ്പ് കഴിയുന്നതു വരെ മാസംതോറും ഞങ്ങൾ എഴുതിയുണ്ടാക്കി കുട്ടികളെക്കൊണ്ട് വായിപ്പിച്ചു. ഇതോർക്കുമ്പോൾ, മറ്റുള്ളവരെ സ്വാർത്ഥ താല്പര്യത്തിന് വേണ്ടി ദ്രോഹിക്കുകയായിരുന്നില്ലേ എന്ന് തോന്നാറുണ്ട്. അതുകൊണ്ടാവാം, എന്റെ പുസ്തകങ്ങൾ ഞാൻ ആരേയും അടിച്ചേല്പിക്കാറില്ല. എന്റെ പ്രായശ്ചിത്തം.

ഇക്കാലത്താണ് എനിക്ക് ചെയ്യാൻ കഴിയുന്ന ഒരേ ഒരു കാര്യം വായനയും എഴുത്തുമാണെന്ന് ഞാൻ ഏറക്കുറെ തിരിച്ചറിഞ്ഞത്. അതോടൊപ്പം കവിതയും നാടകവും എനിക്ക് വഴങ്ങുന്നവയല്ലെന്നും മനസ്സിലാക്കി."

"എന്നാണ് എഴുതിയതിൽ ആദ്യമായി അച്ചടിമഷി പുരണ്ടത്?"

ഞാൻ ഇന്റർമീഡിയറ്റിന് പഠിക്കുമ്പോൾ. അന്ന് ചമ്പക്കുളത്ത് നിന്ന് ഇറങ്ങിയിരുന്ന *ചെറുകഥ* എന്ന മാസികയിലാണ് 'നിലാവ് അസ്തമിച്ചു' എന്ന കഥ പ്രസിദ്ധീകരിച്ചത്. ആ വിവരം ഞാനറിയുന്നത് എന്റെ ഒരു സ്നേഹിതനിൽ നിന്നാണ്. അതുകേട്ട ഉടനെ ഞാൻ ക്ലാസിൽനിന്ന് മുങ്ങി. കോട്ടപ്പുറം വരെ നടന്ന് അയ്യപ്പക്കുട്ടിയുടെ കടയിൽ നിന്ന് ചെറുകഥയുടെ ഒരു കോപ്പി വാങ്ങി. എന്റെ കഥയും പേരും ഞാനെത്ര നേരം നോക്കി ഇരുന്നുവെന്നോ എത്ര പ്രാവശ്യം വായിച്ചു എന്നോ ഇപ്പോൾ ഓർത്തെടുക്കുക പ്രയാസം. വളരെ കാലത്തെ കാത്തിരിപ്പിനുശേഷം ദമ്പതിമാർക്ക് ഒരു കുഞ്ഞ് ജനിക്കുന്നതും ഏതോ സാഹചര്യത്തിൽ ആ കുഞ്ഞ് മരിക്കുന്നതുമായിരുന്നു കഥ എന്ന് അവ്യക്തമായി ഓർക്കുന്നു. അതിന്റെ കോപ്പിയൊന്നും ഇപ്പോൾ കൈവശമില്ല.

ആദ്യത്തെ കഥ അച്ചടിച്ചു കണ്ടപ്പോൾ ഉത്സാഹമായി, ആവേശമായി. അടുത്ത കഥയെഴുതി *മനോരമ* ആഴ്ചപ്പതിപ്പിന് അയച്ചു. അവർ കഥ പ്രസിദ്ധീകരിച്ചു. 'കൊഴിഞ്ഞപൂക്കൾ' എന്നോ മറ്റോ ആയിരുന്നു, പേര്. അതോടെ ആത്മവിശ്വാസം കത്തിക്കയറി. പിന്നീട് എഴുതിയ കഥകൾ *മാതൃഭൂമി*യെപ്പോലുള്ള ചില പ്രശസ്ത വാരികകൾക്ക് അയച്ചുകൊടുത്തു. അവയെല്ലാം പോയപോലെതന്നെ തിരിച്ചു വന്നപ്പോൾ എഴുത്തിന് വിരാമമിട്ടു. പിന്നെ പഠിപ്പൊക്കെ കഴിയുന്നതുവരെ ഒട്ടും എഴുതിയില്ലെന്നു തന്നെ പറയാം.

വീണ്ടും എഴുത്തിനോടും ഭാഷയോടും അഭിനിവേശം ഉണർന്നത് മലയാളം സംസാരിക്കാൻ പറ്റാത്ത സ്ഥലങ്ങളിൽ ചെന്നു പെട്ടപ്പോഴാണ്. ഒരു ചെറിയ ജോലിയുമായി ആദ്യം ജാംനഗറിലും (ഗുജറാത്ത്) പിന്നീട് ലാത്തൂരും (മഹാരാഷ്ട്ര) ചെന്നപ്പോൾ. അവിടെ മലയാളികൾ വളരെ കുറവാണെന്ന് മനസ്സിലായി. അഥവാ വിരലിലെണ്ണാവുന്നവർ ഉണ്ടായിരുന്നെങ്കിൽത്തന്നെ സമ്പർക്കത്തിനിടയില്ലാത്ത വണ്ണം ഞാൻ മറ്റൊരു ചുറ്റുപാടിലായിരുന്നു. മറാത്തിയും ഗുജറാത്തിയും മാത്രം സംസാരിക്കു

ന്നവരുടെ ഇടയിൽ. എന്റെ ഭാഷ സംസാരിക്കാനാവാതെ വീർപ്പുമുട്ടല നുഭവപ്പെട്ടപ്പോൾ കടലാസും പേനയുമെടുത്തു.

എഴുതിയത് അധികവും ചെറുകഥകൾ. അന്ന് മദ്രാസിൽനിന്നും ആർ എം മാണിക്കത്തിന്റെയും അപ്പുക്കുട്ടി ഗുപ്തന്റേയും നേതൃത്വത്തിൽ ഐക്യകേരളത്തിന് വേണ്ടി നിലകൊണ്ടിരുന്ന *ജയകേരളം* എന്ന വാരിക യ്ക്ക് കഥകൾ ഓരോന്നായി അയച്ചു കൊടുത്തു. അവരതൊക്കെ പ്രാധാ ന്യത്തോടെ പ്രസിദ്ധീകരിച്ചു. എന്റെ കഥകൾക്ക് എ എസിനെപ്പോലെ പ്രസിദ്ധനായൊരു ചിത്രകാരൻ ചിത്രീകരണം നടത്തിയെന്നത് ഞാൻ ഇന്നും അഭിമാനത്തോടെ ഓർക്കുന്നു. എനിക്ക് എഴുത്തിന്റെ കളരി ഒരു ക്കിയ *ജയകേരള*ത്തിൽ അന്ന് ഉണ്ണികൃഷ്ണൻ പുതൂർ, വി ടി നന്ദകുമാർ മുതലായവരും എഴുതിയിരുന്നു. *ജയകേരളം* നല്കിയ ആത്മവിശ്വാസ ത്തിന്റെ തണലിൽ ഞാൻ 'കണ്ണികൾ' എന്ന ഒരു നീണ്ടകഥ എഴുതു കയും അത് *ജയകേരള*ത്തിൽ പ്രസിദ്ധീകരിക്കുകയും ചെയ്തു. 'പൂർണ്ണ' പിന്നീട് അത് പുസ്തകമാക്കിയെങ്കിലും അതിനെക്കുറിച്ച് എനിക്ക് ഒട്ടും അഭിമാനമില്ല. അത് വേണ്ടായിരുന്നു എന്നാണ് പിന്നീടുണ്ടായ തോന്നൽ. ഒരു നോവലിന് വേണ്ട അത്യാവശ്യ ഘടകങ്ങളെക്കുറിച്ചൊന്നും അന്ന് ഞാൻ ബോധവാനായിരുന്നില്ല എന്നതാണ് വാസ്തവം. പിന്നെ അനു ഭവ ദാരിദ്ര്യവും. തെരുവിലെത്തിപ്പെടുന്ന ഒരനാഥ പെൺകുട്ടിക്ക് നേരി ടേണ്ടി വരുന്ന കഷ്ടപ്പാടുകളും ദുർഭാഗ്യങ്ങളും വേണ്ടത്ര ശക്തിയോ ടെയും തീവ്രതയോടെയും ചിത്രീകരിക്കാനായില്ല എന്നതാണ് അതിന്റെ ദോഷം എന്ന് ഞാൻ കരുതുന്നു. എന്തായാലും തുടർന്ന് നോവലെഴു താൻ ശ്രമിച്ചില്ല. ഏതാണ്ട് ഒരു കൊല്ലം ജാംനഗറിൽ താമസിച്ചതിനു ശേഷം ഞാൻ മറാത്ത്വാഡയിലെ ലാത്തൂർ എന്ന സ്ഥലത്തേക്കാണ് പോയത്. ഇവിടെ ജോലിചെയ്യുമ്പോൾ സാമ്പത്തികനില ഭേദപ്പെട്ടിരുന്നു. *ജയകേരള*ത്തിൽ പ്രസിദ്ധീകരിച്ച ഏഴ് കഥകൾ പുസ്തകരൂപത്തിൽ പ്രസി ദ്ധീകരിക്കുന്നതിന് സാഹിത്യപ്രവർത്തക സഹകരണ സംഘത്തിന് അയ ച്ചുകൊടുത്തു. പ്രസിദ്ധ കഥാകൃത്തായ കാരൂർ നീലകണ്ഠപിള്ളയായി രുന്നു സംഘത്തിന്റെ സെക്രട്ടറി. കഥകൾ പരിഗണിച്ചതിനുശേഷം എന്റെ ചെലവിൽ പുസ്തകം അച്ചടിച്ചു കൊടുത്താൽ സംഘം വിതരണം ചെയ്യാ മെന്ന് സമ്മതിച്ചു. അങ്ങനെ എന്റെ ആദ്യ പുസ്തകമായ *ജലരേഖകൾ* ഏഴ് കഥകളുമായി പുറത്തിറങ്ങി. അന്ന് എന്റെ പേരിന്റെ വാലായി മുരി യാട് എന്ന സ്ഥലപ്പേർ കൂടി ചേർത്തിരുന്നു. പിന്നീട് ഉണ്ടായ വീണ്ടുവി ചാരത്തിലാണ് ഞാൻ തലയും വാലുമില്ലാത്തവനായി പേരിൽ മാത്രം ഒതുങ്ങിക്കൂടിയത്. എന്റെ ആദ്യപുസ്തകത്തിന് അന്ന് ചെലവായത് 265 രൂപയാണ്. 167പേജുള്ള പുസ്തകത്തിന് രണ്ട് രൂപ വില. ഇന്ന് അത്ത രത്തിലൊരു പുസ്തകം ഇറക്കാൻ എന്ത് ചെലവ് വരുമെന്ന് ഊഹിക്കു ക. പൊതുവേ ആ പുസ്തകത്തിലെ കഥകളെക്കുറിച്ചു വന്ന അഭിപ്രായ ങ്ങൾ മോശമായിരുന്നില്ല എന്നാണെന്റെ ഓർമ്മ.

പിന്നെ ഞാൻ 64 ൽ മുംബൈയിൽ തിരിച്ചെത്തിയതിനുശേഷം

മുന്നൊരുക്കങ്ങളൊന്നുമില്ലാതെ ഒരു നോവൽ എഴുതി. *നഗരത്തിന്റെ മുഖം.*

ആ നോവലെഴുതാൻ കാരണം ആദ്യത്തെ ശമ്പളംതന്നെ കുർള സ്റ്റേഷനിൽവച്ച് പോക്കറ്റടിച്ചുപോയ ഒരു ചെറുപ്പക്കാരന്റെ പരിഭ്രാന്തിയും സങ്കടവും ഉള്ളിൽ തട്ടിയതാണ്. അയാൾ നഗരത്തിൽ വന്നിട്ട് മാസങ്ങളേ ആയിട്ടുള്ളൂ. ബന്ധുക്കളോ സ്നേഹിതന്മാരോ ഇല്ല. ജീവിതത്തിൽ ആദ്യമായി താൻ അദ്ധ്വാനിച്ചുണ്ടാക്കിയ തുക പോക്കറ്റിലിട്ട് അയാൾ മനോരാജ്യങ്ങൾ കണ്ടു. സ്വപ്നസൗധംതന്നെ പടുത്തുയർത്തി. ഞൊടിയിടകൊണ്ടാണ് അത് കുർളാസ്റ്റേഷന്റെ ജനബഹുലമായ പ്ലാറ്റ്ഫോമിൽ തകർന്നുവീണത്. അതിന്റെ ചീളുകൾ ആളുകൾ നിഷ്കരുണം ചവിട്ടി നടക്കുന്നത് വേദനയോടെ നോക്കി നില്ക്കാനേ അയാൾക്ക് കഴിഞ്ഞുള്ളൂ. അയാളുടെ മനസ്സിൽ നിരവധി ആധികളായിരുന്നു. അമ്മയ്ക്ക് എങ്ങനെ മണിയോർഡറയ്ക്കും? ലോഡ്ജിലെ വാടക കൊടുക്കുന്നതെങ്ങനെ? ഭക്ഷണത്തിന് മുൻകൂറായി കൊടുക്കേണ്ട തുക, ട്രെയിൻ പാസ്, അല്ലറ ചില്ലറ ചെലവുകൾ... തുളവീണ പോക്കറ്റിന്റെ ശൂന്യതയിൽ പരതി അയാൾ പുറത്തേക്ക് തള്ളി വരുന്ന തേങ്ങലുകൾ അടക്കി.

അയാളുടെ ജീവിത പ്രശ്നങ്ങൾ എന്റേയും പ്രശ്നങ്ങളായി മനസ്സിൽ കിടന്ന് നീറി. അങ്ങനെയാണ് *നഗരത്തിന്റെ മുഖം* ഒരു നോവലായി ജനിച്ചത്. അന്ന് ഞാൻ കാഫ്ക, കാമു, സാർത്ര്, കസാൻസാക്കീസ് മുതലായവരെയൊന്നും വായിച്ചിട്ടില്ല. ആകെ വായിച്ചിരുന്നത് എ ജെ ക്രോണിക്, സോമർസെറ്റ് മോം, പേൾ എസ് ബക്ക്, എയാൻ റാൻഡ് മുതലായവരുടെ ചില കൃതികൾ മാത്രം. അതുകൊണ്ട് *നഗരത്തിന്റെ മുഖ*ത്തിന് അസ്തിത്വദുഃഖത്തിന്റെയോ തത്ത്വശാസ്ത്രങ്ങളുടെയോ ഭാരമുണ്ടായിരുന്നില്ല. ഒരു ചെറുപ്പക്കാരന്റെ കഷ്ടപ്പാടുകളും ജീവിതപരിസരങ്ങളും മാത്രമായിരുന്നു പ്രതിപാദ്യ വിഷയം.

എഴുതി തീർന്നിട്ടും ആർക്കും അയച്ചു കൊടുക്കാനുള്ള ധൈര്യമുണ്ടായില്ല. ഞാൻ കുത്തിപ്പിടിച്ച് ഇരുന്ന് എഴുതിയുണ്ടാക്കിയത് ഏതെങ്കിലും പത്രാധിപർ നിഷ്കരുണം ചവറ്റുകൊട്ടയിലെറിയുന്നത് എന്റെ പേടിസ്വപ്നമായി മാറി. ദിവസങ്ങളോളം എന്തു ചെയ്യണമെന്ന് അറിയാത്ത അസ്വാസ്ഥ്യവുമായി ഞാൻ നടന്നു.

ആ കാലത്ത് ഇന്നത്തെപ്പോലെ കാക്കത്തൊള്ളായിരം പ്രസിദ്ധീകരണങ്ങളൊന്നുമില്ല. *മാതൃഭൂമി, മനോരമ, ജനയുഗം, ജയകേരളം* തുടങ്ങിയവയെക്കുറിച്ചേ ഞാൻ കേട്ടിരുന്നുള്ളൂ. *മാതൃഭൂമി* ലബ്ധപ്രതിഷ്ഠരായ എഴുത്തുകാരുടെ രചനകളാണ് പ്രസിദ്ധീകരിച്ചിരുന്നത്. *മാതൃഭൂമി* ആഴ്ചപ്പതിപ്പിൽ ഒരു കഥയോ കവിതയോ അച്ചടിച്ചു വരുന്നത് ജന്മസാഫല്യമായും അംഗീകാരമായും കരുതിയിരുന്നു എഴുത്തുകാർ. *മനോരമ*യിൽ അവർക്ക് തുടർക്കഥകളെഴുതുന്ന സ്ഥിരം എഴുത്തുകാരുണ്ടായിരുന്നു. കാനം ഈജെ, വല്ലച്ചിറ മാധവൻ, ജോയ്സി. അവിടെയൊന്നും എനിക്ക് പ്രവേശനം ലഭിക്കില്ലെന്ന് മനസ്സ് പറഞ്ഞു. *ജനയുഗം* അന്ന് കാമ്പിശ്ശേരി

കരുണാകരന്റെ പത്രാധിപത്യത്തിൽ കത്തിനില്ക്കുന്ന കാലമായിരുന്നു. ബംഗാളിയിലെ പ്രമുഖ നോവലുകൾ എം എൻ സത്യാർത്ഥിയും മറ്റും തർജ്ജമ ചെയ്ത് വായനക്കാരെ വല്ലാതെ ആകർഷിച്ചിരുന്നു. ബിമൽ മിത്രയുടെയും ജരാസന്ധന്റെയും ബിഭൂതി ഭൂഷൺ ബന്ദോപാദ്ധ്യയയുടെയും നോവലുകൾ മലയാളം വായനക്കാർ നെഞ്ചേറ്റിയിരുന്ന കാലം.

എന്തുകൊണ്ടോ *നഗരത്തിന്റെ മുഖം* ജനയുഗത്തിനയച്ച് ഭാഗ്യം പരീക്ഷിക്കാമെന്ന് തോന്നി. പിന്നെ അമാന്തിച്ചില്ല. കട്ടിയുള്ള ഒരു കവറിലാക്കി ചെമ്പൂർ പോസ്റ്റാഫീസിലെ വലിയ പെട്ടിയിലിട്ടു. ബാക്കിയുള്ള ചരിത്രം ഞാൻ പലയിടത്തും രേഖപ്പെടുത്തിയിട്ടുള്ളതുകൊണ്ട് ആവർത്തിക്കുന്നില്ല.

ഒന്നു രണ്ടാഴ്ചയ്ക്കുള്ളിൽ കാമ്പിശ്ശേരി കരുണാകരൻ സ്വന്തം കൈപ്പടയിലെഴുതിയ കത്ത് എന്നെ തേടിവന്നു. *ജനയുഗം* പത്രാധിപ സമിതി ഏകമനസ്സോടെ നോവൽ പ്രസിദ്ധീകരിക്കാൻ തീരുമാനിച്ചു എന്നെഴുതിയ കത്ത് എന്നെ മേഘങ്ങളിലേക്കുയർത്തി. 1967 ജൂലൈ മാസത്തിൽ പ്രസിദ്ധീകരണം ആരംഭിച്ച നോവലിന് വായനക്കാർ നല്കിയ സ്വീകരണം എന്നെ അമ്പരപ്പിച്ചു. ബോംബെ നഗരത്തെ പശ്ചാത്തലമാക്കി രചിച്ച ആദ്യ മലയാള നോവലായിരുന്നു *നഗരത്തിന്റെ മുഖം*. എന്നാൽ അത് വേണ്ടപോലെ ബഹുജന ശ്രദ്ധയിൽപ്പെടുത്താനുള്ള ബന്ധങ്ങളോ മാർഗ്ഗങ്ങളോ എനിക്കുണ്ടായിരുന്നില്ല. എങ്കിലും ആ കൊല്ലം പുറത്തിറങ്ങിയ നോവലുകളിൽ ശ്രദ്ധേയമാണ് *നഗരത്തിന്റെ മുഖം* എന്ന് ഡോക്ടർ എസ് ഗുപ്തൻ നായർ, എ പി പി നമ്പൂതിരി മുതലായവർ അഭിപ്രായപ്പെട്ടതൊന്നും അക്കാദമിക് പണ്ഡിതന്മാർ കണ്ടതേയില്ല.

എന്റെ നോവൽ വെളിച്ചം കണ്ടതിനും അത് വായനക്കാരുടെ കൈകളിലെത്തിയതിനും ഉത്തരവാദികൾ *ജനയുഗം* പത്രാധിപർ കാമ്പിശ്ശേരി കരുണാകരനും അദ്ദേഹത്തിന്റെ പത്രാധിപ സമിതിയുമാണ്. അടുത്തിടെ നിര്യാതനായ വിതുര ബേബി, ചിത്രകാരനായ ഗോപാലൻ, ആർട്ടിസ്റ്റ് സോമനാഥൻ, ആര്യാട് ഗോപി, തെങ്ങമം ബാലകൃഷ്ണൻ, ഇഗ്നേഷ്യസ് കാക്കനാടൻ (മോഹൻ കാക്കനാടന്റെ അഭിവന്ദ്യ പിതാവ്) മുതലായ *ജനയുഗം* കുടുംബാംഗങ്ങളോടുള്ള എന്റെ അകൈതവമായ നന്ദിയും കടപ്പാടും ഇവിടെ രേഖപ്പെടുത്തുന്നു. കാമ്പിശ്ശേരിയുടെ വിയോഗം വരെ എല്ലാവർഷവും ഞാനദ്ദേഹത്തെ സന്ദർശിക്കാറുണ്ട്. ആ സന്ദർശനങ്ങളിലൂടെയാണ് പ്രസിദ്ധ കഥാകൃത്തുക്കളായ കാക്കനാടനേയും ഡോ. ടി എൽ ജോസിനേയും കാർട്ടൂണിസ്റ്റ് സോമനാഥനേയും മറ്റും പരിചയപ്പെടാനുള്ള സന്ദർഭമുണ്ടായത്. കാക്കനാടനും സുഹൃത്തുക്കളുമായി നടത്തിയ മദ്യപാനവും കടപ്പാക്കട മൈതാനത്തിലിരുന്ന് സംസാരിച്ചു തീർത്ത ഒരു രാത്രിയും മറക്കാനാവില്ല. കാക്കനാടനെ ഞാൻ അവസാനമായി കണ്ടത് 'മുംബൈ കാക്ക'യുടെ ഉദ്ഘാടന സമയത്തായിരുന്നു. (കൈരളിയുടെ കാക്കയായത് അതിനുശേഷമാണ്). അദ്ദേഹം പരിക്ഷീണനായിരുന്നെങ്കിലും കുറെസമയം ഒപ്പം കഴിയാനും സംസാരിക്കാനും

കഴിഞ്ഞത് അവിസ്മരണീയമായ ഒരനുഭവമായി മനസ്സിൽ സൂക്ഷിക്കുന്നു. ആധുനിക മലയാള ചെറുകഥയുടെ കിടയറ്റ ആ ശില്പിയെ എനിക്ക് അറിയാമായിരുന്നു എന്ന് പറയുന്നതിൽ അഭിമാനമുണ്ട്.

നഗരത്തിന്റെ മുഖം ജനയുഗം തന്നെയാണ് പുസ്തകമാക്കിയത്. എൻ ബി എസ് വിതരണം. ആദ്യപതിപ്പിൽ ശ്രീ. കാമ്പിശ്ശേരി കരുണാകരൻ ഒരു മുഖക്കുറിപ്പ് എഴുതിയിരുന്നു. എന്നാൽ തുടർന്നുവന്ന പതിപ്പുകളുടെ പ്രസാധകന്മാർ ആ കുറിപ്പ് ചേർക്കാൻ വിട്ടുപോയി. നിർഭാഗ്യവശാൽ ആദ്യപതിപ്പിന്റെ ഒരു കോപ്പിപോലും സൂക്ഷിക്കാൻ എനിക്ക് കഴിഞ്ഞതുമില്ല. അങ്ങനെ അദ്ദേഹത്തിന്റെ മുഖക്കുറിപ്പ് നഷ്ടമായതിലുള്ള ഖേദം ഇന്നും ബാക്കിനില്ക്കുന്നു. ഞാൻ കോപ്പി സമ്മാനിച്ചവരോടെല്ലാം ചോദിച്ചു നോക്കിയിട്ടും എനിക്ക് അത് വീണ്ടെടുക്കാനായില്ല.

തുടർന്ന്, *ജനയുഗ*ത്തിൽ എന്റെ നാല് നോവലുകൾ കൂടി പ്രസിദ്ധീകരിച്ചു. *മൃഗതൃഷ്ണ, കയ്പ്, കവിടി, സഞ്ചയനം.*

മൃഗതൃഷ്ണ എന്ന നോവൽ ഖണ്ഡശ്ശ: *ജനയുഗ*ത്തിൽ വന്നിരുന്ന കാലത്തായിരുന്നു എന്റെ വിവാഹം. ഞങ്ങളുടെ ചെറിയൊരു ഫോട്ടോ നോവലിന്റെ അവസാന അദ്ധ്യായത്തിൽ ചേർത്തിരുന്നു.

ചെമ്പൂരിൽ പെസ്റ്റം സാഗർ എന്ന സ്ഥലത്ത് മുരളി എന്ന കെട്ടിടത്തിലെ മൂന്നാംനിലയിലെ ഫ്ളാറ്റിൽ വാടകയ്ക്ക് താമസിക്കുകയായിരുന്നു ഞങ്ങൾ. തൊട്ടപ്പുറത്തുള്ള കെട്ടിടത്തിൽ എയർ ഇന്ത്യയിൽ ജോലി ചെയ്യുന്നവരായിരുന്നു താമസിച്ചിരുന്നത്. അവിടുത്തെ താമസക്കാരുമായി ഞങ്ങൾക്ക് പരിചയമോ അടുപ്പമോ ഉണ്ടായിരുന്നില്ല.

എങ്കിലും പരസ്പരം കാണുമ്പോൾ പുഞ്ചിരിക്കാൻ തുടങ്ങിയിരുന്നു. ഞാൻ ഓഫീസിൽ നിന്ന് വന്നാൽ ഞങ്ങൾ ബാൽക്കണിയിൽ ചെന്നു നിന്ന് താഴെ കുട്ടികൾ കളിക്കുന്നത് നോക്കി നില്ക്കാറുണ്ട്. ഒരു ദിവസം എയർ ഇന്ത്യ ബിൽഡിങ്ങിന്റെ താഴത്തെ നിലയിൽനിന്ന് ഒരു ചോദ്യം.

"ഈ ലക്കം *ജനയുഗ*ത്തിലുള്ളത് നിങ്ങളുടെ ഫോട്ടോ ആണോ?"

ചോദ്യം മദ്ധ്യവയസ്കയും സുന്ദരിയുമായ ഒരു സ്ത്രീയുടേയാണ്. എന്റെ ഭാര്യ മറുപടി പറയാൻ മടിച്ചെങ്കിലും ഞാൻ അതെയെന്ന് പറഞ്ഞു.

തങ്കം എന്നു പേരുള്ള അവരുടെ ഭർത്താവ് വേണുഗോപാൽ. അവർക്ക് സ്കൂളിൽ പഠിക്കുന്ന രണ്ടാൺകുട്ടികൾ. അടുത്ത ദിവസമോ മൂന്നാം ദിവസമോ തങ്കവും വേണുഗോപാലും കൂടി ഞങ്ങളുടെ താമസസ്ഥലത്ത് വന്നു. പരിചയപ്പെട്ടു. അവർ കൊല്ലത്തുകാരായതുകൊണ്ട് *ജനയുഗം* വായിക്കാറുണ്ട്. നീട്ടുന്നില്ല. വളരെ വേഗം ഞങ്ങൾ അടുത്ത സുഹൃത്തുക്കളായി. പകൽ സമയം ഒറ്റയ്ക്കിരുന്ന് ബോറടിച്ചിരുന്ന എന്റെ ഭാര്യയ്ക്ക് തങ്കം കൂട്ടുകാരിയായി. ഗർഭകാല ഉപദേഷ്ടാവായി. നാട്ടിൽ പോകുമ്പോൾ ഞാൻ കൊല്ലത്ത് കടപ്പാക്കടയിൽ പോകുമെന്നും കാമ്പിശ്ശേരിയെ കാണുമെന്നും പറഞ്ഞപ്പോൾ തങ്കം അതുവരെ പറയാതിരുന്ന ഒരു കാര്യം പറഞ്ഞു.

"കൊല്ലത്തെ പാർവ്വതി മില്ല് ഇപ്പോൾ നടത്തുന്നത് എന്റെ ചേട്ടനാണ്.

അവിടെ പോകുമ്പോൾ തീർച്ചയായും ചേട്ടനെ കാണണം, പരിചയപ്പെടണം. നിങ്ങളെക്കുറിച്ച് ഞാൻ എഴുതിയിട്ടുണ്ട്."

*ജനയുഗ*ത്തിൽ ചെന്നപ്പോൾ കാമ്പിശ്ശേരി പതിവുപോലെ സുഖവിവരങ്ങളന്വേഷിച്ചു. താമസിക്കുവാനുള്ള ഏർപ്പാടുകൾ ചെയ്യാൻ വിതുര ബേബിയെ വിളിച്ചപ്പോൾ ഞാൻ പാർവ്വതി മില്ലിൽ പോകേണ്ട കാര്യം പറഞ്ഞു. അപ്പോൾ അദ്ദേഹം പുഞ്ചിരിച്ചുകൊണ്ട് പറഞ്ഞു.

"ബാലകൃഷ്ണന് കൊല്ലത്ത് ഉയർന്ന ബന്ധങ്ങളുണ്ടല്ലോ."

വാസ്തവത്തിൽ കൊല്ലത്ത് പാർവ്വതി മില്ലിനുള്ള പേരും അത് നടത്തുന്നവരുടെ അന്തസ്സും പെരുമയുമൊന്നും എനിക്കറിയുമായിരുന്നില്ല.

ഞാൻ വിവരങ്ങൾ പറഞ്ഞപ്പോൾ കാമ്പിശ്ശേരി തന്നെ പാർവ്വതി മില്ലിന്റെ നമ്പർ ഡയൽ ചെയ്തുതന്നു. തങ്കത്തിന്റെ ചേട്ടൻ ഉടനെ എത്താമെന്ന് മറുപടി പറഞ്ഞു. മിനിട്ടുകൾക്കകം അദ്ദേഹം കാറുമായെത്തി. പാർവ്വതി മില്ലിന്റെ അതിഥിയായി ഞാൻ അന്ന് നീലാ ഹോട്ടലിൽ താമസിച്ചു. അത്തരം ഒരു മുന്തിയ ഹോട്ടലിൽ താമസിക്കുന്നത് കൊല്ലം സന്ദർശനത്തിലെ ആദ്യാനുഭവമായിരുന്നു. അതുവരെ ബേബി, സോമനാഥൻ തുടങ്ങിയവരുടെ കൂടെയാണ് കൂടിയിരുന്നത്.

അതിനുശേഷം തങ്കവും വേണുഗോപാലും ഞങ്ങളുടെ കുടുംബാംഗങ്ങളെപ്പോലെയായി.

എന്റെ മകൾ ജനിച്ചതിനുശേഷം ഞങ്ങൾ 1970 ൽ അണുശക്തി നഗറിലേക്ക് താമസം മാറ്റിയെങ്കിലും ആ ബന്ധം തുടർന്നു. ദുർഭാഗ്യമെന്ന് പറയട്ടെ, അസാധാരണവും ആകസ്മികവുമായ ഒരന്ത്യം ആ നല്ല ബന്ധത്തിന് വിരാമമിട്ടു. ഒരു സ്കൂൾ വെക്കേഷൻ കാലത്ത് വേണുഗോപാലും തങ്കവും എയർ ഇന്ത്യയുടെ പാക്കേജ് ടൂറിൽ ദക്ഷിണാഫ്രിക്കയിലേക്ക് പോയി. മാസങ്ങൾക്കുശേഷം, ദക്ഷിണാഫ്രിക്കയിൽ വച്ചുണ്ടായ കാറപകടത്തിൽ തങ്കവും ഒരു മകനും മരിച്ചുവെന്നും വേണുഗോപാലും ഒരു മകനും പരിക്കുകളോടെ രക്ഷപ്പെട്ടുവെന്നും ഉള്ള വിവരം ഞങ്ങളറിഞ്ഞു. എന്നാൽ അപകടത്തിന്റെ വിശദവിവരങ്ങൾ തരാൻ ആർക്കും കഴിഞ്ഞില്ല. പാർവ്വതി മില്ലിന്റെ ഉടമസ്ഥനോട് വിവരങ്ങൾ അന്വേഷിക്കുന്നത് എനിക്ക് സങ്കടകരമായി തോന്നി. എഴുതാനോ ചോദിക്കാനോ ധൈര്യമുണ്ടായില്ല. അവരുടെ ദുർമ്മരണം ഇന്നും ഞങ്ങളുടെ പേടിസ്വപ്നമാണ്.

എഴുത്തുകാരന്റെ മേൽവിലാസം

*ജനയുഗ*ത്തിൽ നോവൽ വന്നതിനുശേഷം പല പ്രസിദ്ധീകരണങ്ങളും നോവലോ കഥയോ ആവശ്യപ്പെട്ടുകൊണ്ട് എന്നെ വിസ്മയിപ്പിച്ചു. എനിക്ക് ഒരു മേൽവിലാസമുണ്ടാക്കിത്തന്നതിന് ഞാൻ കാമ്പിശ്ശേരിയോട് മനസ്സാ നന്ദി പറഞ്ഞു.

മുമ്പ് പേരുപോലും കേട്ടിട്ടില്ലാത്ത ഒരാളുടെ കന്നി നോവൽ *ജനയുഗം* പ്രാധാന്യത്തോടെ പ്രസിദ്ധീകരിച്ചപ്പോൾ വാലും തലയുമില്ലാത്ത ബാലകൃഷ്ണൻ ആരാണെന്ന് ചില ബോംബെ നിവാസികളെങ്കിലും അന്വേഷിച്ചു.

അന്ന് ചെമ്പൂർ ഗസ്റ്റ് ഹൗസിലെ, റോഡിനെ അഭിമുഖീകരിക്കുന്ന മുറിയിൽ, നാലു വാടകക്കട്ടിലുകളിൽ ഒന്നിന്റെ ദീർഘചതുരത്തിൽ സസുഖം കഴിഞ്ഞു കൂടുകയായിരുന്നു ഞാൻ. പ്ലൂട്ടോണിയം പ്ലാന്റിൽ ഷിഫ്ട് ജോലി. രാത്രികൾ എനിക്ക് സ്വന്തം. സഹമുറിയന്മാരായി വേറെ മൂന്നുപേർ. ഷേണായി, ഗംഗാധരൻ, വർമ്മ. അവരൊക്കെ പകൽജോലിക്കാർ. അങ്ങനെ രാവും പകലും വല്ലതുമൊക്കെ വായിക്കാം. കുത്തിക്കുറിക്കാം. അതുമല്ലെങ്കിൽ വെങ്കടേശ്വരിയിലെ ശാപ്പാടടിച്ച് കിടന്നുറങ്ങാം. വൈകുന്നേരം ആറുമണിയായാൽ പിന്നെ രക്ഷയില്ല. ചെമ്പൂർ സ്റ്റേഷനിൽ വണ്ടിയിറങ്ങി ലോഡ്ജ്‌വാസികൾ ഓരോരുത്തരായി വന്നുകൊണ്ടിരിക്കും. പിന്നെ ഒച്ചയും ബഹളവും ചിരിയും അട്ടഹാസവും കൂക്കി വിളികളും.

ഈ ശബ്ദസാഗരം തുഴഞ്ഞാണ് ചാരിയിട്ടിരുന്ന വാതിൽ തള്ളിത്തുറന്ന് എനിക്ക് ഒരതിഥിയെത്തിയത്. നാടകകൃത്തായ ശ്രീ. കുര്യാക്കോസ്.

മോടിയിൽ വസ്ത്രധാരണം ചെയ്ത, സ്വർണ്ണഫ്രെയിമുള്ള കണ്ണട

ധരിച്ച യോഗ്യൻ.

"ഞാൻ കുര്യാക്കോസ്. കാമ്പിശ്ശേരിയുടെ നിർദ്ദേശപ്രകാരമാണ് ഇപ്പോൾ നിങ്ങളുടെ മുമ്പിലിരിക്കുന്നത്. നോവൽ നന്നാവുന്നുണ്ട്. അഭിനന്ദനങ്ങൾ."

കുര്യാക്കോസ് *ജനയുഗത്തിൽ കുടുംബദോഷികൾ, കുമ്പസാരം* മുതലായ നാടകങ്ങൾ പ്രസിദ്ധീകരിച്ചിട്ടുണ്ട് എന്ന് കൂട്ടിച്ചേർത്തു.

ഒരു സാധാരണ ഇലക്ട്രീഷ്യനായി ജീവിതം തുടങ്ങി സ്വപ്രയത്നത്താൽ ഉയരങ്ങളിലെത്തി ജീവിതത്തിലെ സമസ്ത സുഖങ്ങളും കാൽക്കീഴിലാക്കിയ വ്യക്തിയായിരുന്നു കുര്യാക്കോസ്. 'കുപ്പിച്ചില്ലുകൾ' എന്ന അദ്ദേഹത്തിന്റെ ഏകാങ്ക നാടകങ്ങൾക്ക് കേരള സാഹിത്യ അക്കാദമിയുടെ പുരസ്കാരം ലഭിച്ചിട്ടുണ്ട്. കുര്യാക്കോസ് ഒരു വ്യവസായിയും സിനിമാ നിർമ്മാതാവും ആവുകയും ബോംബെ നാടകവേദി എന്നൊരു സംഘടനയുടെ സാരഥ്യം വഹിക്കുകയും ഒക്കെ ചെയ്യുന്നത് ഞങ്ങൾ പരിചയപ്പെട്ടതിനുശേഷം. ആരേയും സംഭാഷണ ചാതുര്യത്താൽ കൈയിലെടുക്കാൻ കുര്യാക്കോസിന് പ്രത്യേക വൈഭവമുണ്ടായിരുന്നു.

ചെമ്പൂർ ഗസ്റ്റ് ഹൗസിലെ ഒരു സായാഹ്നത്തിൽ തുടങ്ങിയ ഞങ്ങളുടെ സ്നേഹബന്ധം എറണാകുളത്തെ ലേക്ഷോർ ആസ്പത്രിയിൽ ആ ജീവിതം അവസാനിക്കുന്നതുവരെ അഭംഗുരമായി നിലനിന്നു. അവസാനം ആരോഗ്യം ക്ഷയിച്ചു തുടങ്ങിയപ്പോൾ ഇടപ്പള്ളിയിൽ ഒരു വീടു വാങ്ങി അദ്ദേഹം ഏകാന്തജീവിതത്തിലേക്ക് ഒതുങ്ങി.

പക്ഷേ, അപ്പോഴും ഏറ്റവും വിലകൂടിയ മദ്യവും 555 സിഗരറ്റും അദ്ദേഹം ഉപേക്ഷിച്ചില്ല.

ഭാര്യ മക്കളോടൊപ്പം വിദേശത്തായിരുന്നു. മരിക്കുന്നതിന് ഏതാനും ദിവസങ്ങൾക്കുമുമ്പ് ഞാനും എം കെ മാധവൻനായരുംകൂടി കുര്യാക്കോസിനെ സന്ദർശിക്കുകയും വളരെ നേരം ബോംബെയിൽ കഴിച്ച കാലത്തെ തിരിച്ചുപിടിക്കാൻ ശ്രമിക്കുകയും ചെയ്തു.

പി വി കുര്യാക്കോസിനെക്കുറിച്ച് കൂടുതലറിയാൻ താല്പര്യമുള്ളവർക്ക് *യാത്രയ്ക്കിടയിൽ നിന്നൊരു മടക്കയാത്ര* എന്ന അനുഭവക്കുറിപ്പുകൾ വായിക്കാവുന്നതാണ്.

കുര്യാക്കോസിനെക്കുറിച്ച് ഓർക്കുമ്പോൾ എനിക്ക് ചങ്ങമ്പുഴയുടെ രണ്ടുവരി കവിതയാണ് ഓർമ്മവരിക.

"ജീവിതം നല്കാൻ മടിക്കുന്നതൊക്കെയും
ജീവിച്ച് ജീവിതത്തോട് ഞാൻ വാങ്ങിടും."

എല്ലാം പിടിച്ചുവാങ്ങിയ കുര്യാക്കോസ് അതിന്റെയെല്ലാം നിരർത്ഥകതയാവും അന്ത്യദിനങ്ങളിൽ ഓർത്തിട്ടുണ്ടാവുകയെന്നാണ് എന്റെ നിഗമനം.

ചിത്രകാർത്തികയ്ക്ക് വേണ്ടി നോവൽ ആവശ്യപ്പെട്ടത് വൈക്കം ചന്ദ്രശേഖരൻ നായർ. എനിക്കത് അവിശ്വസനീയമായി തോന്നി. സാഹിത്യത്തിന്റെ വിവിധ മേഖലകളിൽ നിറഞ്ഞുനിന്നിരുന്ന വൈക്കം ചന്ദ്ര

ശേഖരൻ നായർ ഒരു തുടക്കക്കാരനെ ഓർത്തു എന്നുള്ളത് എന്നെ ആശ്ച ര്യപ്പെടുത്തി. ഒരുപക്ഷേ, കാമ്പിശ്ശേരിയാവാം അതിന് കാരണം എന്ന് ഞാനൂഹിച്ചു. അത്രയും പ്രസിദ്ധനായ ഒരാൾ അങ്ങനെ ആവശ്യപ്പെട്ട പ്പോൾ ഞാനും ഒരെഴുത്തുകാരനായതു പോലെ തോന്നി. *അപഭംഗം* എന്ന നോവൽ *ചിത്രകാർത്തിക*യിൽ പ്രസിദ്ധീകരിച്ചു കൊണ്ടിരിക്കുമ്പോഴോ അതിനുശേഷമോ എന്ന് ഓർമ്മയില്ല, ഞാൻ നാട്ടിൽ പോയിരുന്നു. മട്ടാ ഞ്ചേരിയിൽ പോയി വൈക്കത്തിനെ കാണാൻ ആ അവസരം ഉപയോഗ പ്പെടുത്തിയതുകൊണ്ട്, പ്രതിഭാധനനും വളരെ പ്രശസ്തനുമായ അദ്ദേ ഹത്തെ ഒരിക്കലെങ്കിലും കാണാനുള്ള അവസരമുണ്ടായി. ആയിടയ്ക്കു തന്നെ *ഭാഷാപോഷിണി* പത്രാധിപരായിരുന്ന വി കെ ബി നായരും *മാധ്യ മ*ത്തിൽ നിന്ന് കെ എ കൊടുങ്ങല്ലൂരും രചനകൾ ആവശ്യപ്പെടുകയു ണ്ടായി. *ഭാഷാപോഷിണി*യിൽ മൂന്നു നോവലെറ്റുകളും *മാധ്യമ*ത്തിൽ കഥകളും വാർഷികപ്പതിപ്പിൽ ഒരു ലഘുനോവലും പ്രസിദ്ധീകരിച്ചു. മദ്രാ സിൽ നിന്ന് ടി വി കുഞ്ഞിക്കൃഷ്ണന്റെ പത്രാധിപത്യത്തിൽ ഇറങ്ങിയി രുന്ന *അന്വേഷണം* കെട്ടിലും മട്ടിലും നിലവാരത്തിലും വ്യത്യസ്തത പുലർത്തിയ നല്ല പ്രസിദ്ധീകരണമായിരുന്നു. *അന്വേഷണ*ത്തിലും ചില കഥകൾ പ്രസിദ്ധീകരിച്ചപ്പോൾ എന്റെ ആത്മവിശ്വാസം ഇരട്ടിച്ചു.

അതിനുശേഷമാണ് എന്നു തോന്നുന്നു *മാതൃഭൂമി* ആഴ്ചപ്പതിപ്പിന് ഒരു കഥ അയയ്ക്കുന്നത്. 'അതിഥി' എന്ന ആ കഥ പ്രസിദ്ധീകരിക്കുന്നു എന്ന രണ്ടു വരി കത്തയച്ചത് ശ്രീ. എം ടി വാസുദേവൻ നായരാണ്. ഞാൻ അന്ന് ഭൂമിയിൽനിന്ന് വളരെ ഉയർന്നുപൊങ്ങി എന്നു പറയുന്നത് അതിശയോക്തിയാണെങ്കിലും അങ്ങനെ ഒരു തോന്നലുണ്ടായി എന്നത് സത്യമാണ്. പിന്നീട് *മാതൃഭൂമി*യിൽ പല കഥകളും പ്രസിദ്ധീകരിച്ചുവെ ങ്കിലും ഒരു നോവൽ പ്രസിദ്ധീകരിക്കാൻ കഴിഞ്ഞില്ല എന്ന ഖേദം ബാക്കി നില്ക്കുന്നു. ഇനി അത് നടക്കുമെന്നും തോന്നുന്നില്ല.

എന്നാൽ *മാതൃഭൂമി* മുംബൈ എഡിഷൻ തുടങ്ങിയപ്പോൾ *ഭാഗ്യാ ന്വേഷികൾ* എന്ന എന്റെ നോവൽ അതിൽ പ്രസിദ്ധീകരിക്കുകയുണ്ടായി. അതിന് മുൻകൈയെടുത്തത് പത്രാധിപരായ ശ്രീ. കൃഷ്ണദാസും ശ്രീ. എൻ ശ്രീജിത്തുമാണ്. അവരോടുള്ള കൃതജ്ഞത ഇവിടെ രേഖപ്പെടു ത്തുന്നു.

എന്നെ വളരെ അധികം പ്രോത്സാഹിപ്പിച്ച ഒരു പത്രാധിപരാണ് ശ്രീ. എസ് ജയചന്ദ്രൻ നായർ. മിതഭാഷിയും സ്നേഹധനനും പരിണതപ്രജ്ഞ നുമായ അദ്ദേഹത്തിനോട് എനിക്കുള്ള ആദരവിനും സ്നേഹത്തിനും സീമയില്ല. ജയചന്ദ്രൻ നായർ *കലാകൗമുദി*യിലായിരുന്നപ്പോൾ ഞാൻ പല കഥകളും അതിൽ പ്രസിദ്ധീകരിച്ചു.

ഇതിനു മൂന്ന് കാരണങ്ങൾ പറയാം. ഒന്ന്, കഥ ജയചന്ദ്രൻ നായർക്കി ഷ്ടമായാൽ അത് തരക്കേടില്ലാത്തതാണെന്ന് കരുതാം. രണ്ട്, കഥയുടെ ചിത്രീകരണം നമ്പൂതിരിയാവും ചെയ്യുക. മൂന്ന്, എം കൃഷ്ണൻ നായ രുടെ വാരഫലത്തിൽ അതിനെക്കുറിച്ചുള്ള അഭിപ്രായം ചൂടോടെ

വായിക്കാം. ശ്രീ. ജയചന്ദ്രൻ നായർ *സമകാലിക മലയാള*ത്തിന്റെ പത്രാധിപരായതിനുശേഷം ഞാൻ *മലയാളം* വാരികയിലും എഴുതാറുണ്ട്.

ഇവിടെ പെട്ടെന്ന് എന്റെ ഓർമ്മകളിൽ ശ്രീ. എം പി നാരായണപിള്ളയുടെ മുഖം തെളിയുന്നു. നാരായണപിള്ള *മലയാളം* വാരികയിൽ ഉശിരൻ ലേഖനങ്ങൾ എഴുതിയിരുന്നു. ഞങ്ങൾ തമ്മിൽ ഗാഢമായ സ്നേഹബന്ധത്തിനോ സമ്പർക്കത്തിനോ സൗകര്യമില്ലാത്തവിധം അദ്ദേഹം ബോറിവില്ലിയിലും ഞാൻ ചെമ്പൂരുമായിരുന്നു താമസം. ആധുനിക ചെറുകഥയുടെ രാജശില്പിയായിരുന്നു അദ്ദേഹം. 'മുരുകൻ എന്ന പാമ്പാട്ടി'യും 'ഞങ്ങൾ അസുരന്മാരു'മൊക്കെ നാണപ്പന് മാത്രം എഴുതാൻ കഴിയുന്ന കഥകളാണ്. ഞാനും എം പിയും തമ്മിൽ നിരന്തര സമ്പർക്കങ്ങളുണ്ടായിരുന്നില്ലെങ്കിലും അദ്ദേഹത്തിന്റെ സഹോദരി ശാന്തയും ഭർത്താവ് കെ വി നായരും ഞങ്ങളുടെ വളരെ അടുത്ത സുഹൃത്തുക്കളായിരുന്നു. കെ വി നായർക്ക് ഞാൻ ജോലി ചെയ്തിരുന്ന സ്ഥാപനത്തിൽ തന്നെയായിരുന്നു ഉദ്യോഗം. പക്ഷേ, ഞങ്ങൾ പരിചയപ്പെടുന്നത് രാജസ്ഥാനിലെ കോട്ടയിൽ വച്ചാണ്. ഞാൻ ഒരിക്കൽ ജോലി സംബന്ധമായി കോട്ടയിൽ പോയപ്പോൾ എന്റെ രക്ഷിതാക്കൾ അവരായിരുന്നു. അവർ പിന്നീട് ബോംബെയിൽ വന്ന് അണുശക്തി നഗറിൽത്തന്നെ താമസമാക്കി. നാണപ്പൻ ഒരിക്കൽ അവരെ സന്ദർശിച്ചപ്പോൾ, എന്റെ വീട്ടിലും വന്നിട്ടുള്ളതായി ഓർക്കുന്നു. അദ്ദേഹത്തിന് *പരിണാമം* എന്ന നോവലിന് സാഹിത്യ അക്കാദമിയുടെ പുരസ്കാരം ലഭിച്ചതിനെത്തുടർന്ന് മുംബൈയിൽ പലയിടത്തും സ്വീകരണങ്ങളുണ്ടായി. അണുശക്തി നഗറിൽ സ്വീകരണം നല്കിയപ്പോൾ മറുപടി പ്രസംഗത്തിൽ അദ്ദേഹം പറഞ്ഞു. "ഇതോടെ ഈ പരിപാടി ഞാൻ അവസാനിപ്പിക്കുന്നു. എനിക്കുവേണ്ടി ഓടിപ്പാഞ്ഞ് നടന്ന് സ്വീകരണം ഒരുക്കിയവർക്കും പുതപ്പിക്കാൻ തോർത്തുമുണ്ട് (പൊന്നാട) വാങ്ങിയവർക്കും നന്ദി." ഇങ്ങനെ പറയാൻ നാണപ്പന് മാത്രമേ കഴിയൂ. അദ്ദേഹത്തിന്റെ അകാലവിയോഗം മലയാള സാഹിത്യത്തിന് വരുത്തിയ നഷ്ടം പരിഹരിക്കാനാവാത്തതാണ്.

അധികം പഴകാത്ത, എന്നാൽ വളരെ പ്രധാനപ്പെട്ട ഒരു സാഹിത്യ പരിചയത്തെക്കുറിച്ചു കൂടി ഇവിടെ സൂചിപ്പിക്കുന്നത് അസ്ഥാനത്താവില്ലെന്ന് കരുതുന്നു. ഏകദേശം ആറേഴുകൊല്ലം മുമ്പാണ്. ഞാൻ നെടുമ്പാശ്ശേരി എയർപോർട്ടിൽവച്ച് പ്രശസ്ത എഴുത്തുകാരനും സൗത്തിന്ത്യൻ ബാങ്കിന്റെ ചെയർമാനുമായ സേതുവിനെ ആദ്യമായി കാണുന്നു. സേതുവിനെ ചിത്രങ്ങളിൽ കണ്ട പരിചയമേ ഉള്ളൂ. സേതുവിന്റെ കഥകളും *പാണ്ഡവപുര*വും മറ്റും ഞാൻ വായിച്ചിരുന്നു. ഞാനും ഭാര്യയും ബോർഡ് ചെയ്യാൻ ഇരിക്കുന്നതിന്റെ അല്പം അകലെ, സേതു. സേതുവല്ലേ എന്ന് നേരേ കയറി ചോദിച്ചു. അന്ന് തുടങ്ങിയ പരിചയത്തിന് ഇന്ന് വർഷങ്ങളുടെ പഴക്കമായിരിക്കുന്നു.

സേതു മദ്രാസിലേക്കാണ് പോയിരുന്നത്. ഞങ്ങൾ മുംബൈയിലേക്കും. അതിനുശേഷം മുംബൈയിൽ സൗത്തിന്ത്യൻ ബാങ്കിന്റെ ഒരു

ശാഖ ഉദ്ഘാടനം ചെയ്യാൻ വരുന്നുണ്ടെന്ന് സേതു അറിയിച്ചപ്പോൾ ഞാൻ ആ ചടങ്ങിൽ പങ്കെടുത്തു.

പിന്നീട് ഞങ്ങൾ പലപ്പോഴായി കണ്ടുമുട്ടുകയും വിവരങ്ങൾ കൈമാറുകയും പതിവായി.

പല കാര്യങ്ങളും സംസാരിക്കാറുള്ള കൂട്ടത്തിൽ ഞാൻ നമ്മുടെ രാജ്യം 1974 ൽ പൊക്രാനിൽ നടത്തിയ ആണവ പരീക്ഷണത്തിൽ പങ്കെടുത്തിരുന്നു എന്ന് പറഞ്ഞപ്പോൾ ആ അനുഭവം രേഖപ്പെടുത്തി വയ്ക്കണമെന്ന് സേതു നിർബ്ബന്ധമായും പറഞ്ഞു. പിന്നീട് പലപ്പോഴായി ഓർമ്മപ്പെടുത്തുകയും ചെയ്തു. എന്നാൽ അത് എഴുതുവാനുള്ള പല ഉദ്യമങ്ങൾക്കൊടുവിൽ നോവലിന്റെ രൂപത്തിലാണ് പിറന്നത്. *ആയിരം സൂര്യന്മാർ.*

അതിന്റെ അവതാരിക എഴുതുവാനുള്ള സന്നദ്ധത സേതു പ്രകടിപ്പിച്ചത് ഞാൻ കൃതജ്ഞതാപൂർവ്വം സ്മരിക്കുന്നു. ഞങ്ങൾ ഇപ്പോഴും ഇ–മെയിൽ സന്ദേശങ്ങളിലൂടെ ബന്ധം നിലനിർത്തുന്നു. ഏറ്റവും ഒടുവിൽ സേതുവിനെ കണ്ടത് 2015 നവംബർ ഒന്നിന് കേരള പീപ്പിൾസ് എഡ്യൂക്കേഷൻ സൊസൈറ്റി ഐക്യ കേരളപ്പിറവിയുടെ വജ്രജൂബിലി ആഘോഷത്തിന്റെ ഉദ്ഘാടനം ചെമ്പൂർ ആദർശ വിദ്യാലയത്തിൽ വച്ച് നിർവ്വഹിച്ചപ്പോഴാണ്. ഉദ്ഘാടകൻ ശ്രീ. പ്രകാശ് കാരാട്ടും മുഖ്യാതിഥി സേതുവുമായിരുന്നു. സേതു ചടങ്ങിൽ പങ്കെടുത്തത് എന്റെ നിർബ്ബന്ധം കൊണ്ടാണ്.

ഇപ്പോൾ എന്താണ് എഴുതുന്നത് എന്ന പൂജയുടെ ചോദ്യത്തിനു മുമ്പിൽ ഞാൻ മൗനിയായി.

ഈയിടെയായി എഴുത്തും വായനയും വളരെ കുറഞ്ഞു. ഞാൻ കാലഹരണപ്പെടുകയാണോ എന്ന ഒരു ചിന്ത ഇടയ്ക്കിടെ തലപൊക്കുന്നു. ഏതാണ്ട് ഇരുപത്തഞ്ചോളം പുസ്തകങ്ങൾ എഴുതി പ്രസിദ്ധീകരിച്ചു. കലാ സാഹിത്യാദികളുടെ പാരമ്പര്യമോ ഉയർന്ന ബന്ധങ്ങളോ ഒട്ടും അവകാശപ്പെടാനില്ലാത്ത ഒരു സാധാരണ സ്കൂൾ മാഷ്ടെ മകന് ഇത്രയെങ്കിലും ചെയ്യാനായല്ലോ എന്ന ചാരിതാർത്ഥ്യത്തിൽ ശിഷ്ടജീവിതം കഴിക്കാം.

അംഗീകാരം എന്ന മരീചിക

എന്നോട് പലരും ചോദിക്കുന്ന ഒരു ചോദ്യമുണ്ട്:

"താങ്കൾക്ക് അർഹിക്കുന്ന അംഗീകാരം കിട്ടിയിട്ടുണ്ടോ?"

കുഴയ്ക്കുന്ന ചോദ്യമാണിത്. അർഹതയുടെ മാനദണ്ഡം എന്താണെന്ന് എനിക്ക് അറിയില്ല. ആരാണ് അത് നിശ്ചയിക്കുന്നതെന്നും അറിഞ്ഞുകൂടാ. ഉറൂബിനും ഒ വി വിജയനും കോവിലനും അതുപോലെ പ്രശസ്തരായ പലർക്കും അർഹതയുള്ള അംഗീകാരം ലഭിച്ചില്ല എന്ന് ചിലർ പറയുന്നത് കേട്ടിട്ടുണ്ട്. അവരുടെ കാര്യം ഇതാണെങ്കിൽ എനിക്ക് അംഗീകാരം കിട്ടിയില്ലല്ലോ എന്ന സങ്കടം അശേഷമില്ല. എന്തായാലും അംഗീ

കാരത്തിനുള്ള ഭിക്ഷാപാത്രവുമായി ഞാൻ അക്കാദമികളുടെ മുറ്റത്ത് നിന്നിട്ടില്ല. ഇനി നില്ക്കാൻ ഉദ്ദേശ്യവുമില്ല. അതേസമയം എന്നെ സ്നേഹത്തിന്റെ പൊന്നാടകൾ പുതപ്പിച്ച ചിലരെ ഞാൻ നന്ദിപൂർവ്വം സ്മരിക്കട്ടെ.

കുതിര എന്ന നോവലിന് *കുങ്കുമം* നോവൽ മത്സരത്തിൽ 1979 ൽ ലഭിച്ച പ്രത്യേക പുരസ്കാരമാണ് എനിക്ക് ലഭിക്കുന്ന ആദ്യത്തെ സമ്മാനം. അവർ എല്ലാ ഏർപ്പാടുകളും ചെയ്തിരുന്നെങ്കിലും കൊല്ലത്ത് പോയി അത് വാങ്ങാൻ സൗകര്യപ്പെട്ടില്ല. അയച്ചു കിട്ടിയ ചെക്ക് കൊണ്ട് മാത്രം ഞാൻ തൃപ്തിപ്പെട്ടു.

മുംബൈയിലെ കേരളീയ കേന്ദ്ര സംഘടനയാണ് ഒരു സദസ്സിന്റെ സാന്നിദ്ധ്യത്തിൽ 1999 ലെ ഹരിഹരൻ പൂഞ്ഞാറിന്റെ പേരിലുള്ള പുരസ്കാരം നല്കിയത്. എന്നെ സംബന്ധിച്ചിടത്തോളം അത് വളരെ വിലപ്പെട്ട ഒരു ബഹുമതിയാണ്. കേരളീയ കേന്ദ്ര സംഘടനയോടും വിശിഷ്യാ അതിന്റെ പ്രസിഡന്റും കവിയും ഗ്രന്ഥകാരനും ആയ ശ്രീമാനോടും (കെ എസ് മേനോൻ) പരേതനായ എന്റെ സുഹൃത്ത് സി വി ശശീന്ദ്രനോടും എനിക്ക് കൃതജ്ഞതയുണ്ട്.

ആത്മാർത്ഥ സുഹൃത്തും പ്രോത്സാഹകനും ആയ വി ടി ഗോപാലകൃഷ്ണന്റെ പേരിൽ ഏർപ്പെടുത്തിയിരുന്ന പുരസ്കാരം വാങ്ങാൻ എന്തുകൊണ്ടോ മനസ്സ് വിസമ്മതിച്ചിരുന്നു. ഒരു പുരസ്കാരത്തിന്റെ പേരിലല്ലാതെ വി ടിയെ ഓർക്കാൻ എനിക്ക് ധാരാളം കാരണങ്ങളുണ്ടായിരുന്നു. അവസാനം ഇന്ന് നമ്മോടൊപ്പമില്ലാത്ത എന്റെ നല്ല സുഹൃത്ത് ചേപ്പാട് സോമനാഥന്റെയും വി ടിയുടെ സഹോദരന്മാരായ ദാമുവിന്റെയും വാസുദേവന്റെയും പ്രേരണയ്ക്ക് ഞാൻ വഴങ്ങി. ആരാദ്ധ്യനായ മഹാരാഷ്ട്രാ ഗവർണർ ശ്രീ. കെ ശങ്കരനാരായണനിൽ നിന്ന് 2010 ൽ വി ടി പുരസ്കാരം ഏറ്റുവാങ്ങി. അടുത്തതായി ശ്രീ. ശശിധരൻ നായരുടെ നേതൃത്വത്തിലുള്ള *മലയാളഭൂമി* നല്കിയ സമഗ്ര സാഹിത്യ സംഭാവനയ്ക്കുള്ള പുരസ്കാരം തിരുവനന്തപുരത്ത് കനകക്കുന്ന് കൊട്ടാരത്തിൽവച്ച് 2014 ഫെബ്രുവരി 26 ന് ബഹുമാന്യമായ കേരളമുഖ്യമന്ത്രി ശ്രീ. ഉമ്മൻചാണ്ടിയിൽ നിന്ന് സ്വീകരിച്ചു. ഇതെല്ലാം എന്റെ എഴുത്തിന് പ്രചോദനമാവുമോ, എന്നെ ഏതെങ്കിലും തരത്തിൽ ബാധിക്കുമോ എന്നൊന്നും അറിയില്ല. അങ്ങനെ ചില സംഭവങ്ങളും ഉണ്ടായി എന്ന് രേഖപ്പെടുത്തുന്നു എന്ന് മാത്രം.

സുകൃതം

"ഇനി അച്ഛന്റേയും അമ്മയുടേയും കല്യാണം എങ്ങനെ നടന്നു എന്ന് പറയൂ."

സംഗീത പറഞ്ഞു.

"നാല്പത്തേഴ് കൊല്ലം മുമ്പ്, വീട്ടു മുറ്റത്തെ പന്തലിൽ വച്ച് വീട്ടുകാരുടെയും ബന്ധുക്കളുടെയും നാട്ടുകാരുടെയും സാന്നിദ്ധ്യത്തിൽ ലളിതമായ ഒരു ചടങ്ങ്. ആകെ അഞ്ച് മിനിട്ടിനുള്ളിൽ ജീവിതാവസാനം വരെ നീണ്ടുനില്ക്കേണ്ട ബന്ധത്തിനുള്ള ഉടമ്പടി, മഞ്ഞച്ചരടിൽ കോർത്ത, ഹൃദയാകൃതിയിലുള്ള തിളങ്ങുന്ന ഒരു താലി മാത്രം...."

"സദ്യ നന്നായിരുന്നോ?"

"അത് പറയാനുണ്ടോ! തൃശൂരിലെ പേരുകേട്ട അമ്പിസാമിയുടെ വകയായിരുന്നു സദ്യ."

"ഡോണ്ട് ബീറ്റ് എറൗണ്ട് ദ ബുഷ്.... ഡീട്ടെയിൽസ് പറയൂ."

അക്ഷമയോടെ പൂജ നിർബ്ബന്ധിച്ചു.

"എങ്ങനെയാണ് നിങ്ങൾ കണ്ടുമുട്ടിയതും പരിചയപ്പെട്ടതും?"

കണ്ടുമുട്ടിയതല്ല. പരിചയപ്പെട്ടതല്ല. അന്വേഷിച്ച് കണ്ടുപിടിച്ചതാണ്. എനിക്ക് കെമിസ്ട്രിയിലോ ഫിസിക്സിലോ ബിരുദമുള്ള ഒരു പെൺകുട്ടിയെയാണ് വേണ്ടതെന്ന് ഞാൻ സൂചിപ്പിച്ചിരുന്നു. അങ്ങനെയാണെങ്കിൽ ബി എ ആർ സിയിൽ തന്നെ ഒരു ജോലിക്ക് ശ്രമിക്കാമെന്ന വ്യാമോഹം. അച്ഛന്റെ മരണശേഷം ഞാൻ എന്തും തുറന്ന് സംസാരിച്ചിരുന്നത് സഹോദരീഭർത്താവായ പരമേശ്വര മേനോനോടായിരുന്നു. എന്നേക്കാൾ ഏകദേശം പതിനെട്ട് വയസ്സ് പ്രായം കൂടുതലുള്ള അദ്ദേഹം ഒരു ജ്യേഷ്ഠസഹോദരനെപ്പോലെയായിരുന്നു. കവിതയിലും സാഹിത്യത്തിലും സംഗീ

തത്തിലും താല്പര്യമുണ്ടായിരുന്ന ഞങ്ങളുടെ ചിന്തകൾക്ക് ഏതാണ്ട് ഒരേ തരംഗദൈർഘ്യമായിരുന്നു. അദ്ദേഹത്തിന് പരിചയമുള്ള ഒരെളേതിനെയാണ് എനിക്ക് വേണ്ടിയുള്ള പെണ്ണന്വേഷണം ഏല്പിച്ചത്. ഒരു മാസത്തെ ലീവേ ഉണ്ടായിരുന്നുള്ളു. വയസ്സാണെങ്കിൽ മുപ്പത് കഴിഞ്ഞു. ഇനിയും ദീർഘിപ്പിക്കുന്നത് ശരിയല്ലെന്ന് എല്ലാവരും അഭിപ്രായപ്പെട്ടു. അതുകൊണ്ട് അന്വേഷണം ഊർജ്ജിതപ്പെടുത്തി.

എളേത് രണ്ടാലോചനകൾ കൊണ്ട് വന്നു. ഒന്ന് കേച്ചേരിയിൽ നിന്ന്. രണ്ടാമത്തേത് കുന്നംകുളത്തിനടുത്ത് ചൊവ്വന്നൂരിൽ നിന്ന്. പെണ്ണുകാണാൻ പോയത് ഞാനും പരമേശ്വരമേനോനും പരമുവും. തൃശൂരിൽനിന്ന് ബസ് കേച്ചേരിയിലെത്തിയപ്പോൾ എളേത് പറഞ്ഞു, “നമുക്ക് ഇവിടെ എറങ്ങീട്ട് പിന്നീട് കുന്നംകുളത്തേക്ക് പോയാലോ? കേച്ചേരിയിലുള്ള കുട്ടി പുരാതനവും പ്രസിദ്ധവുമായ ഒരു തറവാട്ടിലെയാണ്. അവിടെ പ്രായം ചെന്ന കാരണവന്മാരേയുള്ളു ഇപ്പോൾ. കുട്ടിയുടെ സഹോദരൻ ബോംബെയിലാണ്. അത് ഇഷ്ടല്യാന്ന്ച്ചാല് ആദ്യം ചൊവ്വന്നൂര് തന്നെ പോകാം.”

ചൊവ്വന്നൂര് പോകാമെന്ന് ഞാൻ. അകലെയുള്ളത് ആദ്യം എന്നായിരുന്നോ എന്റെ ചിന്ത? വ്യക്തമായി പറയാനാവില്ല.

പണ്ടെന്നോ ഗുരുവായൂർ പോകുമ്പോൾ ബസ് കണ്ടക്ടർമാർ കുന്നംകുളം... കുന്നംകുളം എന്ന് വിളിച്ച് പറയുന്നത് കേട്ട ഓർമ്മയുണ്ടായിരുന്നു. ചൊവ്വല്ലൂർ കൃഷ്ണൻകുട്ടി എന്ന കവി ഞാൻ പഠിക്കുമ്പോൾ കേരളവർമ്മ കോളേജിൽ പഠിച്ചിരുന്നതുകൊണ്ട് ആ സ്ഥലപ്പേരും പരിചിതമായിരുന്നു. എന്നാൽ ചൊവ്വന്നൂർ തികച്ചും അപരിചിതം.

പകൽ സമയത്തും വെളിച്ചം കടക്കാത്തവിധം വൃക്ഷനിബിഡമായ ഒരു തൊടിയിലേക്കാണ് റോഡിൽ നിന്നുള്ള ഇരുമ്പ് ഗെയ്റ്റ് തുറന്നത്. ഗെയ്റ്റിനോട് തൊട്ട് ഒരു ചെറിയ അമ്പലം. അത് കുടുംബ ക്ഷേത്രമാവാം. താഴേക്ക് ഇറങ്ങിപ്പോകുന്ന ചെറിയ വഴിയിലൂടെ നടക്കുമ്പോൾ എളേത് പറഞ്ഞു, “അംഗസംഖ്യ വളരെ കുറവാണ്. രണ്ടോ മൂന്നോ പേരേ ഇപ്പോൾ താമസമുള്ളു. അമ്മയും മകളും ബി ഡി ഒ ആയ സഹോദരൻ ഹരിദാസും. വക്കീലായിരുന്ന അച്ഛൻ മുമ്പേ മരിച്ചിരുന്നു. മൂത്ത സഹോദരൻ പൊതുമരാമത്ത് വകുപ്പിൽ (പി ഡബ്ല്യു ഡി) അസിസ്റ്റന്റ് എക്സിക്യൂട്ടീവ് എഞ്ചിനീയർ. മൂത്ത ചേച്ചിമാർ രണ്ടുപേരും കല്യാണം കഴിഞ്ഞ് ബോംബെയിലാണ്. താഴെയുള്ള അനിയൻ സെന്റ് തോമസ് കോളേജിൽ പഠിക്കുന്നു. പെൺകുട്ടി ബി എസ് സി പാസായിട്ടുണ്ട്.”

ഞങ്ങൾ കടന്നുചെല്ലുമ്പോൾ പൂമുഖത്തു തന്നെ കിടന്നിരുന്ന, ടോമിയെന്ന കറുത്ത് തടിച്ച നായയെ കണ്ട് ചെറുതായൊന്ന് വിരണ്ടു. അത് മനസ്സിലാക്കിയ ഹരിദാസ് “പേടിക്കണ്ട, അവൻ നിരുപദ്രവിയാണ്” എന്ന് ഞങ്ങൾക്ക് ധൈര്യം തന്നു.

വെളുത്ത്, ഉയരമുള്ള സുമുഖനായ ഹരിദാസ് ഞങ്ങളെ പ്രതീക്ഷിച്ച്

ഇരിക്കയായിരുന്നു. അദ്ദേഹം ഞാനെവിടെയാണ് ജോലിചെയ്യുന്നതെന്ന് ചോദിച്ചതല്ലാതെ തസ്തികയെന്തെന്നോ ശമ്പളമെത്രയുണ്ടെന്നോ ഉദ്യോഗക്കയറ്റം കിട്ടുമോയെന്നോ പോലുള്ള അലവലാതി ചോദ്യങ്ങളൊന്നും ചോദിച്ചില്ല. കല്യാണമാലോചിച്ച് വരുന്നവൻ ഭാര്യയെ സംരക്ഷിക്കാൻ കഴിവുള്ളവനാകും എന്ന് അദ്ദേഹം ആലോചിച്ചു കാണും. ആ വകതിരിവ് എനിക്കിഷ്ടമായി.

"മുത്തച്ഛൻ അമ്മൊമ്മയോട് എന്തെല്ലാമാണ് ചോദിച്ചത്?" പൂജ ഉത്സാഹത്തോടെ ചോദിച്ചു.

"പേരെന്താണെന്നും എവിടെയാണ് പഠിച്ചതെന്നും മാത്രം."

"ദാറ്റ്സോൾ...? പുവർ മോത്സ്.... വാസ് അമ്മൊമ്മ ഡ്രെസ്സ്ഡ് അപ് ഫോർ ദ ഒക്കേഷൻ?"

"ഇല്യ. ഷി വാസ് സിംപ്ൾ.... അതാണ് ഞാനിഷ്ടപ്പെട്ടതും."

"മുത്തച്ഛൻ എഴുതുന്ന വിവരം അമ്മൊമ്മയ്ക്ക് അറിയുമായിരുന്നോ?" എന്ന് പൂജ രുഗ്മിണിയോട് ചോദിച്ചു.

"അതൊന്നും അറിയുമായിരുന്നില്ല. എന്നാൽ *ജനയുഗ*ത്തിൽ ബോംബെയെക്കുറിച്ച് ഒരു നോവൽ വരുന്നുണ്ടെന്ന് മോഹനൻ പറഞ്ഞപ്പോൾ അത് വായിക്കാൻ ഞങ്ങൾ തീരുമാനിച്ചു. കാരണം, ചേച്ചിമാർ ബോംബെയിലായിരുന്നല്ലോ. മാത്രമല്ല, ഞാനും ബോംബെയിൽ അവരോടൊപ്പം രണ്ടു മൂന്നു മാസം പോയി താമസിച്ചിരുന്നു. കല്യാണാലോചനയുമായി വന്നപ്പോഴാണ് *നഗരത്തിന്റെ മുഖം* എഴുതിയ ആളാണെന്ന് അറിയുന്നത്."

"അപ്പോൾ അമ്മൊമ്മയ്ക്ക് എന്താ തോന്ന്യേ?"

"വിശേഷിച്ച് ഒന്നും തോന്നീല്യ."

"അത് നുണ" എന്ന് പറഞ്ഞ് പൂജ വിട്ടുകളഞ്ഞു. "പിന്നെ എന്തുണ്ടായി?"

മറുപടി ഞാൻ പറഞ്ഞു.

"പിന്നെ അമ്മൊമ്മയുടെ അമ്മയും മൂത്തചേട്ടനും വേറെ രണ്ടു കാരണവന്മാരും കൂടി വീട്ടിൽ വന്നു. അന്ന് ഫോണും മൊബൈലുമൊന്നും ഇല്ലാത്തതുകൊണ്ട് അവർ വരുന്ന വിവരം അറിയുമായിരുന്നില്ല. അവർ വരുമ്പോൾ ഞാൻ മുഷിഞ്ഞ വേഷത്തിലായിരുന്നു. കുളിച്ചിട്ടില്ല. ഷെയ്വ് ചെയ്തിട്ടില്ല. *മാതൃഭൂമി* ആഴ്ചപ്പതിപ്പിൽ നഷ്ടപ്പെട്ടിരുന്ന ഞാൻ അതിഥികൾ വന്ന് കയറിയപ്പോൾ വല്ലാതെ ചമ്മിപ്പോയി. എന്നാൽ വന്നവർ അത് കാര്യമാക്കിയില്ല. അവർക്ക് ഒരു നിർബ്ബന്ധമേ ഉണ്ടായിരുന്നുള്ളു. കല്യാണം ഗുരുവായൂർ വച്ച് നടത്തണമെന്ന് ആവശ്യപ്പെടരുത്. നാടായ നാട്ടിലെ എല്ലാവരും കല്യാണം ഗുരുവായൂർ വച്ച് നടത്തുന്നതുകൊണ്ട് അത് ഒരു തരം കർമ്മം കഴിക്കലായി മാറിയിരിക്കുന്നു. മംഗളകർമ്മത്തിന്റെ വിശുദ്ധി നഷ്ടപ്പെട്ടിരിക്കുന്നു. അതുകൊണ്ടാണ് വീട്ടിൽവച്ച് നടത്താം എന്ന നിർദ്ദേശം. ചൊവ്വന്നൂരിനടുത്താണ് ഗുരുവായൂർ ക്ഷേത്രം എന്ന

താവാം അവർക്ക് അതിന് പ്രാധാന്യമില്ലാത്തത്. ഞാൻ കടുത്ത ഈശ്വര വിശ്വാസിയോ നിരീശ്വരവാദിയോ അല്ലാത്തതുകൊണ്ട് എനിക്ക് എതിരഭിപ്രായമുണ്ടായിരുന്നില്ല. 1969 ഏപ്രിൽ 17 ന് വിവാഹം നടത്താമെന്ന് ഏതാണ്ട് തീരുമാനിച്ച് അവർ പോയി.

ഉടനെ വന്നു പൂജയുടെ ചോദ്യം.

"എൻഗേജ്മെന്റ് ഒന്നും ഉണ്ടായില്ലേ?"

"എൻഗേജ്മെന്റ് ഉണ്ടായി. പക്ഷേ ഞാൻ പോയില്ല. അന്നത്തെ കാലത്ത് കല്യാണച്ചെക്കൻ എൻഗേജ്മെന്റിന് പോകാറില്ല."

പൂജയുടെ മുഖം നിരാശാഭരിതമാകുന്നത് ഞാൻ ശ്രദ്ധിച്ചു.

"പോയാലെന്താ കുഴപ്പം?"

"കുഴപ്പമൊന്നും ഉണ്ടായിട്ടല്ല മോളേ. അന്നൊക്കെ വിവാഹത്തിന് മുമ്പ് ചെക്കനും പെണ്ണും നേരിൽ കാണുകയോ ഫോണിൽ സംസാരിക്കുകയോ പാർക്കിലും ബീച്ചിലും പോയിരുന്ന് സൊള്ളുകയോ പതിവില്ലായിരുന്നു. ഞാൻ പതിവ് തെറ്റിച്ചില്ലെന്ന് മാത്രം."

"വാട്ട് റബ്ബിഷ്! പിന്നെ ആരാ പോയത്?"

"എന്റെ അമ്മ, ഗോയിന്ദമ്മാൻ, അമ്മായി... അങ്ങനെ ചിലർ. അവർ പോയി കല്യാണത്തീയതി നിശ്ചയിക്കുകയും കല്യാണത്തിന് എത്ര പേർ പങ്കെടുക്കുമെന്നും മറ്റും തീരുമാനിക്കുകയും ചെയ്തു."

"കല്യാണം ഗംഭീരമായോ?" എന്ന കുട്ടികളുടെ ചോദ്യത്തിനു മുമ്പിൽ ഞാൻ തെല്ലിട നിശ്ശബ്ദനായി.

എന്റെ കല്യാണത്തെക്കുറിച്ച് വെളിച്ചമുള്ളതും വെളിച്ചമില്ലാത്തതുമായ ഓർമ്മകളുണ്ട്. കല്യാണത്തിന്റെ തലേദിവസമാണ് വീട്ടിൽ ആദ്യമായി ഇലക്ട്രിസിറ്റി എത്തുന്നത്. അതുവരെ നിലവിളക്കിന്റേയും മാടമ്പി വിളക്കിന്റേയും കമ്പിവിളക്കിന്റേയും പുകപിടിച്ച വെളിച്ചമേ ഞങ്ങൾ കണ്ടിരുന്നുള്ളൂ. അന്ന് ആദ്യമായി ബൾബുകൾ തെളിഞ്ഞപ്പോൾ, വീടാകെ പ്രകാശത്തിൽ കുളിച്ചപ്പോൾ, കുട്ടികൾ സന്തോഷംകൊണ്ട് തുള്ളിച്ചാടിയതും ആർത്തുവിളിച്ചതും തെളിച്ചമുള്ള ഓർമ്മ. തെളിച്ചമില്ലാത്ത ഓർമ്മ ജീവിതത്തിലെ പ്രധാന മുഹൂർത്തം നിഴലും വെളിച്ചവുമായി രേഖപ്പെടുത്തിയിട്ടില്ല എന്നത്.

ഞങ്ങളുടെ കല്യാണത്തിന് ഒരു ഫോട്ടോ പോലും എടുത്തില്ല എന്ന് പറഞ്ഞപ്പോൾ പൂജ വല്ലാതെ സങ്കടപ്പെട്ടു. അന്ന് വീഡിയോയും മറ്റും ഉണ്ടായിരുന്നില്ല എന്ന കാര്യം അംഗീകരിച്ചാലും ഒരു ഫോട്ടോ പോലും എടുത്തില്ല എന്നത് കഷ്ടം തന്നെ. തൃശൂർ കൃഷ്ണൻ നായർ ഫോട്ടോ സ്റ്റുഡിയോയിൽ എനിക്ക് ഒരു പരിചയക്കാരനുണ്ടായിരുന്നു. അയാളോട് കല്യാണത്തിന് വരണമെന്നും ഫോട്ടോ എടുക്കണമെന്നും ആവശ്യപ്പെട്ടിരുന്നു. എന്തോ അവിചാരിതമായ കാരണങ്ങളാൽ അയാൾക്ക് വരാൻ കഴിഞ്ഞില്ല. ഞാൻ ഫോട്ടോഗ്രാഫറെ ഏർപ്പെടുത്തിയിരുന്നതുകൊണ്ട്

പെൺ വീട്ടുകാർ ആരേയും വിളിച്ചില്ല. ഇന്നാണെങ്കിൽ ഫോട്ടോ മാത്രം മതിയോ? കൈയിൽ കാശുണ്ടെങ്കിലും ഇല്ലെങ്കിലും വീഡിയോ നിർബ്ബന്ധം. അതിൽ പെണ്ണും ചെക്കനും കൂടി വഞ്ചി തുഴയുകയോ മരം ചുറ്റി ഓടുകയോ ഒക്കെയാവാം. ഇതിലും ഒരു പടി കൂടി കടന്ന് റിമോട്ട് കൺട്രോൾ വീഡിയോ, അണ്ടർവാട്ടർ വെഡ്ഡിങ്ങ്, ഹെലികോപ്റ്റർ വെഡ്ഡിങ്, അങ്ങനെ എന്തെല്ലാം എന്തെല്ലാം! ബോംബെയിലെ (ചെമ്പൂർ) രൂപ്കലാ സ്റ്റുഡിയോവിലെടുത്തതാണ് ഞങ്ങളുടെ കല്യാണ ഫോട്ടോ. ആ ഫോട്ടോ കാണുമ്പോൾ, പിന്നീട് എന്നോ കണ്ട *വടക്കുനോക്കിയന്ത്ര*ത്തിൽ ശ്രീനിവാസനും പാർവ്വതിയും ഫോട്ടോ എടുക്കാൻ പോയ രംഗം ഞാനോർക്കാറുണ്ട്.

"ഡിഡ് യു ഗെറ്റ് എനി കൾച്ചറൽ ഷോക്ക് അമ്മൊമ്മ?" പൂജ രുഗ്മിണിയെ തോണ്ടി.

"ആദ്യം എന്നെ അത്ഭുതപ്പെടുത്തിയത് കല്യാണം കഴിഞ്ഞ് മുത്തച്ഛന്റെ വീട്ടിൽ പോകുമ്പോഴാണ്. ഞങ്ങളെ എല്ലാവരേയും തൃശൂരിലെ കാസിനോ ഹോട്ടലിൽ കൊണ്ടുപോയി ഫ്രൂട്ട് സലാഡും ഐസ്ക്രീമും വാങ്ങി തന്നപ്പോൾ. ആഭരണവിഭൂഷിതരായി തലയിൽ പൂ ചൂടിയ പെണ്ണുങ്ങളേയും കൊണ്ട് തിരക്കു പിടിച്ച മുനിസിപ്പാലിറ്റി റോഡിലെ ഹോട്ടലിൽ കയറുമെന്ന് ഞാൻ സ്വപ്നത്തിൽ പോലും കരുതീട്ടില്ല..."

"മമ്മൊമ്മയ്ക്ക് പരിഭ്രാന്തി തോന്നിയോ?"

"ചമ്മലുണ്ടായെങ്കിലും അത്യാവശ്യം ഹോട്ടലിലൊക്കെ കൊണ്ട് പോയി ഐസ്ക്രീം വാങ്ങിത്തരുമല്ലോ എന്ന ആശ്വാസവും തോന്നി."

കല്യാണത്തിനുശേഷം രുഗ്മിണി എന്റെ വീട്ടിൽ താമസത്തിനെത്തിയപ്പോൾ ഒരു കുടുംബഫോട്ടോ എടുക്കുകയുണ്ടായി. അന്ന് എന്റെ വീട്ടിൽ സഹോദരിമാരും അവരുടെ കുട്ടികളും അടക്കം നാല്പതോളം അംഗങ്ങളുണ്ടായിരുന്നു. അംഗസംഖ്യ കുറഞ്ഞ വീട്ടിൽനിന്നും വന്ന രുഗ്മിണിക്ക് കിട്ടിയ രണ്ടാമത്തെ ഷോക്ക്. എങ്കിലും മത്സ്യം വെള്ളത്തിലെന്ന പോലെ ഞങ്ങളുടെ കുടുംബാന്തരീക്ഷത്തിൽ ഒഴുകി നടന്നു. പല പ്രായത്തിലുള്ളവരുമായി ഇടപഴകാൻ വലിയ പ്രയാസമൊന്നും ഉണ്ടായില്ല.

കുട്ടികളുമായി ചങ്ങാത്തം കൂടുന്നത് രസകരമായിരുന്നുവത്രെ. കുടുംബഫോട്ടോ എടുത്ത ദിവസത്തെ കാര്യങ്ങൾ ഓർത്ത് ഇപ്പോഴും ഞങ്ങൾ ചിരിക്കാറുണ്ട്. കുട്ടികൾ കാലത്ത് മുതലേ ഫോട്ടോ എടുക്കുന്നതിനുള്ള തയ്യാറെടുപ്പുകൾ തുടങ്ങി. കണ്ണും ചിമ്മി ഉറങ്ങിയെണീറ്റ കുട്ടികൾ ആദ്യം അന്വേഷിച്ചത് പുതിയ ഉടുപ്പുകളായിരുന്നു. എല്ലാവർക്കും പുതിയ ഉടുപ്പുകളുണ്ടായിരുന്നില്ല. ഇല്ലാത്തവർ കരയുകയും അവരവരുടെ അമ്മമാരെ ശല്യപ്പെടുത്തുകയും ചെയ്തു. ചില നീക്കുപോക്കുകൾ നടത്തി അവരെ സന്തോഷിപ്പിച്ചു. കുട്ടികളെല്ലാവരും ഒരു മഹാസംഭവത്തിൽ പങ്കാളികളാവാൻ ഉത്സുകരായി. അതിനൊക്കെ നേതൃത്വം കൊടുത്തത് സത്യനായിരുന്നു. എന്റെ മൂത്ത മരുമകൻ. അവൻ കാലത്ത്

തൊട്ടേ പുതിയ ഉടുപ്പുകൾ ധരിച്ച് മുഖം മിനുക്കാനും മുടി ചീകാനും തുടങ്ങി. മറ്റുള്ള കുട്ടികളും അവനെ അനുകരിച്ചു. ഫോട്ടോയിൽ എല്ലാവർക്കും 'പ്രേംനസീറിനെ'പ്പോലെയാവണം എന്നായിരുന്നു ആഗ്രഹം. ഫോട്ടോഗ്രാഫർ കാലത്തുതന്നെ വരുമെന്നോർത്ത് കുട്ടികൾ അതിരാവിലെ ഉടുത്തൊരുങ്ങി, പൗഡറിട്ട്, മുടിയിൽ എണ്ണത്തിളക്കവുമായി അക്ഷമയോടെ കാത്ത് നിന്നു. എന്നാൽ വെളിച്ചത്തിന്റെ സാദ്ധ്യതകൾ കണക്കാക്കി അയാൾ വന്നത് നാല് മണിക്കാണ്. അപ്പോഴേക്കും കുട്ടികളുടെ ഉടുപ്പുകളും മുഖവും മുഷിഞ്ഞിരുന്നു. സത്യൻ മാത്രം ഇടയ്ക്കിടെ മിനുക്കുപണികൾ ചെയ്ത് കുട്ടപ്പനായി നിന്നു. ഇപ്പോൾ സിംഗപ്പൂരിൽ ഒരു വിദേശകമ്പനിയിൽ മെയിന്റനൻസ് എഞ്ചിനീയറായി ജോലി നോക്കുന്ന അവൻ ഫോട്ടോകൾ എടുക്കുന്നതിലും സൂക്ഷിക്കുന്നതിലും അത്യധികം ഉത്സാഹിയാണ്. കാത്തിരിപ്പിന്റെ അവസാനം ഫോട്ടോഗ്രാഫർ വരികയും ഫോട്ടോ എടുക്കുകയും ചെയ്തു. ഫോട്ടോവിന്റെ പ്രൂഫ് കണ്ടപ്പോൾ കുട്ടികളുടെ മുഖം മങ്ങി. അവരുടെ സ്വപ്നങ്ങൾക്കൊത്ത് രൂപങ്ങൾ തെളിഞ്ഞില്ല.

കല്യാണം കഴിഞ്ഞുള്ള ആദ്യ ദിവസങ്ങളിൽ ഞങ്ങൾ ചില ബന്ധുവീടുകൾ സന്ദർശിക്കുകയുണ്ടായി. കൂട്ടത്തിൽ എടുത്തു പറയേണ്ട ഒരു സന്ദർശനം പിന്നീട് വളരെ പ്രശസ്തയായ ഒരു വ്യക്തിയുടെ വീട്ടിലേക്കായിരുന്നു. ഇന്ന് മലയാള സാഹിത്യത്തിലെ നിറസാന്നിദ്ധ്യമായ ശ്രീമതി ലീലാസർക്കാറിന്റെ വീട്ടിലേക്ക്. അവർ ഞങ്ങളുടെ ബന്ധുവായതുകൊണ്ടാണ് അങ്ങനെയൊരു സന്ദർശനമുണ്ടായത്. അന്ന് ലീല സർക്കാറിന്റെ പത്നി ആയിട്ടുണ്ടായിരുന്നില്ല. ബംഗാളി പഠിച്ചിട്ടുണ്ടായിരുന്നില്ല. എനിക്ക് പക്ഷേ, അവരുടെ അച്ഛൻ കിഴക്കേ കുറിച്ചിയത്തെ കൃഷ്ണമേനോനെ അറിയാമായിരുന്നു. ഞങ്ങളൊക്കെ അദ്ദേഹത്തെ കിട്ടൻ മേനോൻ എന്നാണ് വിളിച്ചിരുന്നത്. വളരെ നർമ്മബോധമുള്ള മനുഷ്യനായിരുന്നു. ശ്രീമതി ലീലാ സർക്കാർ ബോംബെയിലെത്തി വിവാഹമൊക്കെ കഴിഞ്ഞതിനു ശേഷമാണ് ബംഗാളി പഠിക്കാൻ തുടങ്ങിയത്. വളരെ ഹ്രസ്വമായ കാലംകൊണ്ട് ബംഗാളി ഭാഷ പഠിക്കുക മാത്രമല്ല, ബംഗാളിയിൽ നിന്ന് പ്രസിദ്ധമായ പല കൃതികളും മലയാളത്തിലേക്ക് തർജ്ജമ ചെയ്യാനുള്ള പ്രാവീണ്യം നേടിയെന്നുള്ളതും പ്രശംസാർഹമാണ്. ബംഗാളിയിലുള്ള പാണ്ഡിത്യത്തിന് ഉദാഹരണമായി അവർ തയ്യാറാക്കിയ *ബംഗാളി – മലയാളം നിഘണ്ടു* എടുത്തുപറയാവുന്നതാണ്. ബൃഹത്തായ നിഘണ്ടു നിർമ്മാണത്തിൽ ലീലാ സർക്കാർ പ്രകടിപ്പിച്ച ക്ഷമയും പാടവവും അവരുടെ പ്രതിഭയ്ക്കും കഠിനാദ്ധ്വാനത്തിനും മികവുറ്റ ഉദാഹരണം തന്നെ. കേരള – കേന്ദ്ര സാഹിത്യ അക്കാദമികളുടെ പുരസ്കാരത്തിന് പുറമെ മറ്റ് നിരവധി പുരസ്കാരങ്ങളും ശ്രീമതി ലീലാ സർക്കാറിനെ തേടിയെത്തിയിട്ടുണ്ടെങ്കിലും അഹങ്കാരം ഒരലങ്കാരമായി അവർ

എടുത്തണിയാറില്ല. സൗമ്യയും വിയാന്വിതയുമായിട്ടല്ലാതെ ഞാനവരെ കണ്ടിട്ടില്ല. ശ്രീമതി ലീലാ സർക്കാറിന്റെ മകൻ ഡോക്ടർ അനൂപ് ക്യാനഡയിൽ ഭാര്യയോടും മകളോടുമൊപ്പം ജീവിക്കുന്നു. ശ്രീമതി ലീലാ സർക്കാറുമായുള്ള ഞങ്ങളുടെ സ്നേഹബന്ധം ഇപ്പോഴും തുടരുന്നു.

ഇതോടൊപ്പം വേദനിപ്പിക്കുന്ന ഒരോർമ്മ കൂടി ഖേദപൂർവ്വം തുന്നിച്ചേർക്കട്ടെ.

ശ്രീമതി ലീലാ സർക്കാറിന്റെ ഭർത്താവും എന്റെ സുഹൃത്തുമായിരുന്ന ശ്രീ ദീപേഷ്കുമാർ സർക്കാർ മൂന്നുമാസം മുമ്പുണ്ടായ ഒരു വീഴ്ചയെത്തുടർന്ന് 2015 സെപ്തംബർ അഞ്ചാം തീയതി നിര്യാതനായി എന്നതിന്റെ നടുക്കം ഇനിയും വിട്ടുമാറിയിട്ടില്ല.

മറ്റൊരവിസ്മരണീയമായ കൂടിക്കാഴ്ച മലയാളസാഹിത്യത്തിലെ ശക്തനും വ്യത്യസ്തനുമായ കോവിലനുമായിട്ടുള്ളതാണ്. അദ്ദേഹത്തെ എന്നെങ്കിലും നേരിൽ കാണാനോ പരിചയപ്പെടാനോ കഴിയുമെന്ന് സ്വപ്നത്തിൽ പോലും കരുതിയിട്ടില്ല. ഹരിദാസേട്ടന്റെ ഭാര്യ, ബേബി ഹരിദാസ്, ഗുരുവായൂർ ശ്രീകൃഷ്ണ കോളേജിലെ സുവോളജി പ്രൊഫസറായിരുന്നു. കോളേജിൽ പോകാനുള്ള സൗകര്യത്തിനുവേണ്ടി അവർ അരിയന്നൂരിലായിരുന്നു താമസം. കോവിലനും അരിയന്നൂരാണ് താമസമെന്ന് ഞാൻ കേട്ടിരുന്നു. ഹരിദാസേട്ടനോട് അക്കാര്യം സൂചിപ്പിച്ചപ്പോൾ അവർ തമ്മിൽ പരിചയമുണ്ടെന്ന് പറഞ്ഞു. എനിക്ക് അദ്ദേഹത്തെ കാണാൻ താല്പര്യമുണ്ടെന്ന് അറിയിച്ചപ്പോൾ ഉടനെ പോകാമെന്നായി ഹരിദാസേട്ടൻ. അന്ന് വൈകുന്നേരംതന്നെ അരിയന്നൂരിലെ, പ്രസിദ്ധ കുടക്കല്ലുകൾക്ക് സമീപമുള്ള, കുന്നിൻ മുകളിലെ 'ഗിരി' എന്ന കോവിലന്റെ വീട്ടിൽ ചെന്ന് അദ്ദേഹത്തെ കണ്ടു. സ്വന്തം പണിശാലയായ ചായ്പിൽ ഇരുന്ന്, കൂടെക്കൂടെ ബീഡി വലിച്ചുകൊണ്ട് പട്ടാളജീവിതത്തെക്കുറിച്ചും എഴുത്തിനെക്കുറിച്ചും സാഹിത്യത്തെക്കുറിച്ചും സംസാരിച്ചു. ശാരദ ടീച്ചർ ചായ കൊണ്ടുവന്നു. അദ്ദേഹം എന്റെ ചില കഥകളും *കുതിര* എന്ന നോവലും വായിച്ചിരുന്നതുകൊണ്ട് കാര്യമായി പരിചയപ്പെടുത്തേണ്ടി വന്നില്ല. പിന്നീട് പലതവണ ഞാൻ അദ്ദേഹത്തെ കാണുകയുണ്ടായി. ഞങ്ങൾ തമ്മിൽ വല്ലപ്പോഴും കത്തുകൾ വഴിയും ബന്ധപ്പെട്ടിരുന്നു. 26.08.73 ൽ എഴുതിയ കത്തിൽ അദ്ദേഹം ഇങ്ങനെ എഴുതി:

"ഇന്ന് ഒരു കഥയുടെ ആദ്യത്തെ വാചകം വാർന്നുകിട്ടി എന്ന് തോന്നുന്നു. ഒരു പനമ്പട്ട ചീന്തുന്ന ലാഘവത്തോടെ വേലുമ്മാന്റെ മുന്നിൽ കാറ് നിന്നു. പനയിൽ നിന്ന് വീണ് കരിന്തുട ഒടിഞ്ഞ പനചെത്തുകാരൻ. അയാളുടെ കഥ എഴുതട്ടെ, എഴുതാതിരിക്കട്ടെ, ഈ വേലുമ്മാൻ ജീവിച്ചിരുന്നാൽ ബാലകൃഷ്ണൻ അടുത്ത തവണ വരുമ്പോൾ ഞാൻ പരിചയപ്പെടുത്താം."

ഈ കഥയാണ് പ്രസിദ്ധ നോവലായ *തട്ടകം* ആയി വികസിച്ചതെന്ന് ഞാൻ കരുതുന്നു.

* * * * * *

അങ്ങനെ, അനാഡംബരമായി, അനാർഭാടമായി, അമ്പലവും പൂജാരിയുമില്ലാതെ, വാദ്യഘോഷങ്ങളും പടമെടുപ്പും കൂടാതെ ബന്ധുക്കളേയും നാട്ടുകാരേയും മാത്രം സാക്ഷി നിർത്തി നടന്ന ഒരു വിവാഹം നാല്പത്താറ് കൊല്ലം പൂർത്തിയാക്കിയിരിക്കുന്നു എന്നത് ഞങ്ങളുടെ സൗഭാഗ്യം.

പുതുമണം മാറാത്ത വീട്

കല്യാണം കഴിഞ്ഞപ്പോൾ ഞാൻ നിസ്വനായിരുന്നു. അതിനുമുമ്പ് പണം ഉണ്ടായിരുന്നു എന്ന് ഇതിനർത്ഥമില്ല. എന്റെ സുഹൃത്ത് രാഘവൻ പറയാറുള്ളത് ഓർക്കുന്നു. നമ്മുടെ കൈയിൽ തെളിഞ്ഞുകിടക്കുന്ന ഒരേ ഒരു രേഖയേ ഉള്ളൂ - ലോണാർ ലൈൻ - കടരേഖ. ക്രെഡിറ്റ് സൊസൈറ്റിയിൽ നിന്ന് എടുത്ത ലോൺ തീരാറാവുമ്പോഴേക്കും പ്രൊവിഡന്റ് ഫണ്ടിൽനിന്ന് എടുക്കും. അത് തീരാറാവുമ്പോഴേക്കും വീണ്ടും ക്രെഡിറ്റ് സൊസൈറ്റി. അങ്ങനെ ചെപ്പും പന്തും കളിച്ചുള്ള ജീവിതം. ഇതിൽ പ്രോവിഡന്റ് ഫണ്ടിൽനിന്ന് അഡ്വാൻസ് എടുക്കാൻ മതിയായ കാരണങ്ങൾ വേണം. സഹോദരിമാരുടെ വിവാഹം, മാതാപിതാക്കളുടെ തീർത്ഥയാത്ര, വീട് പുതുക്കിപ്പണിയൽ, മുണ്ഡൻ സെറിമണി (മുടിമുറിക്കൽ) തുടങ്ങി പലതും. രാഘവൻ പല കാരണങ്ങൾക്കും വേണ്ടി സ്ഥിരമായി ലോൺ എടുക്കാറുണ്ടായിരുന്നു. എല്ലാ കാരണങ്ങളും എഴുതി തീർന്നപ്പോൾ മുണ്ഡൻ സെറിമണി എന്ന് എഴുതി. തൃശൂർക്കാരനായ പേഴ്സണൽ ഓഫീസർ ചോദിച്ചു.

"മലയാളിക്ക് എവിടെയാഡോ മുണ്ഡൻ സെറിമണി?"

"ഉണ്ട് സാർ, ഞങ്ങളുടെ നാട്ടിലുണ്ട്."

അദ്ദേഹം ചിരിയമർത്തി ഒപ്പിട്ടു കൊടുത്തുവത്രെ!

കല്യാണത്തിനുമുമ്പ് ചെമ്പൂരിലെ പെസ്റ്റം സാഗറിൽ മുരളി എന്ന കെട്ടിടത്തിലെ ഒരു മുറിയും അടുക്കളയുമുള്ള ഫ്ളാറ്റിലായിരുന്നു താമസം. നാല് അവിവാഹിതരും ഒരു പാചകക്കാരനും. നാൽവർ, വീട്ടുടമസ്ഥനും എന്റെ സഹപ്രവർത്തകനുമായ ചേലക്കരക്കാരൻ സൂര്യനാരായണൻ, കൊടുങ്ങല്ലൂർക്കാരൻ വിശ്വനാഥപ്രഭു, ആലപ്പുഴ കുത്തിയതോട്ടുകാരൻ രവീന്ദ്രനാഥപ്രഭു, പിന്നെ ഈ ഞാനും. ഭക്ഷണം പാകം ചെയ്യാൻ

കൊടകരക്കാരൻ ചന്ദ്രൻ. പ്രഭുക്കന്മാർക്ക് ഭാണ്ടൂപിലെ ഹിന്ദുസ്ഥാൻ ഫെറഡോ എന്ന വിദേശ കമ്പനിയിലായിരുന്നു ജോലി.

ചന്ദ്രന്റെ ചിരിക്ക് മൂന്ന് സ്റ്റേജുകളുണ്ടെന്ന് കണ്ടുപിടിച്ചത് വിശ്വനാഥ പ്രഭു.

ആദ്യത്തെ സ്റ്റേജ്, "ചായ വേണംല്ലേ, ഇപ്പൊ ശര്യാക്കിത്തരാം" എന്ന കുതിരവട്ടം പപ്പുവിന്റെ ഡയലോഗ്.

രണ്ടാമത്തെ സ്റ്റേജ്, ചായ തൊണ്ടേന്ന് എറങ്ങീട്ടില്ലിലോ. അയിന് മുമ്പ്. മൂന്നാം സ്റ്റേജ്, ഇനി ചായയില്ല. ഊണ് കഴിക്കാറായി. അതാണ് മറുപടിയെങ്കിൽ, ഉറങ്ങാൻ കിടക്കുമ്പോൾ വിശ്വനാഥ പ്രഭു കിടക്കയിലിരുന്ന് ചായ കുടിക്കും. ബീഡിയും വലിക്കും. കൊടുങ്ങല്ലൂർ മാധവപ്രഭു വിശ്വനാഥ പ്രഭു അങ്ങനെയാണ്. ഗാർമെന്റിൽ അലക്കി തേച്ച് വടി പോലെയാക്കിയ വെള്ളഷർട്ടും പാന്റും ധരിച്ചാണ് ഓഫീസിലേക്ക് പോവുക. ഗാർമെന്റിൽ വസ്ത്രം അലക്കുന്നതിന് മുടിഞ്ഞ ചാർജ്ജ് കൊടുക്കണം. വിശ്വനാഥ പ്രഭുവിന്റെ ശമ്പളത്തിൽ നല്ലൊരു വിഹിതം അതിന് പോകും. എങ്ങനെയായാലും പത്താം തീയതി ആകുമ്പോഴേക്കും ബ്രോക്ക്. അപ്പോൾ സ്നേഹിതന്മാരുടെ മുമ്പിൽ കൈനീട്ടും. തടഞ്ഞില്ലെങ്കിൽ 'ഫുദറാന്' (ഫാദർ) എഴുതും.

വൈകുന്നേരം ഓഫീസു വിട്ടുവന്നാൽ പിന്നെ വിശ്വനാഥന് വിശ്രമമില്ല. ക്ലാസിൽ പോകാത്ത ദിവസങ്ങളിൽ (അതാണ് അധികം) ബഹുവിധ പരിപാടികളാണ്. വെൽഫെയർ ക്ലബ്ബിന്റെ വാർഷികം, ഓണാഘോഷം, സാമൂഹ്യപ്രവർത്തനങ്ങൾ, നാടകക്കളരികൾ, നൃത്ത-സംഗീത ക്ലാസുകൾ തുടങ്ങിയതിന്റെയെല്ലാം മുൻനിരയിൽ സുമുഖനും സുന്ദരനുമായ വിശ്വനാഥ പ്രഭു സജീവസാന്നിദ്ധ്യമാണ്. അതുകൊണ്ട് എൽ എൽ ബി പരീക്ഷയിൽ ആദ്യത്തെ പരിശ്രമത്തിൽ തന്നെ പൊട്ടി. പിന്നെ തൃശ്ശൂർ പൂരത്തിന്റെ അമിട്ടുകൾ പോലെ തുടർച്ചയായി പൊട്ടലുകൾ തന്നെ. ബോംബെ യൂണിവേഴ്സിറ്റി തോല്ക്കുകയും വിശ്വനാഥപ്രഭു ജയിക്കുകയും ചെയ്യുന്നതുവരെ ഈ അങ്കം തുടർന്നുകൊണ്ടിരിക്കും എന്ന് വിശ്വനാഥപ്രഭു ശപഥം ചെയ്തു.

അവസാനം എത്രയോ വർഷങ്ങൾക്കുശേഷം ബോംബെ യൂണിവേഴ്സിറ്റി തോൽവി സമ്മതിച്ച് വിശ്വനാഥ പ്രഭുവിന് നിയമബിരുദം നല്കി. അത് കേട്ടപ്പോൾ ഫുദറാൻ പറഞ്ഞത് അവൻ പരീക്ഷയ്ക്ക് ചെലവാക്കിയ പണംകൊണ്ട് ഈ കൊടുങ്ങല്ലൂരിൽ ഒരെല്ലെൽബി കോളേജ് തുടങ്ങാമായിരുന്നു എന്നാണ്.

ഡിഗ്രി കിട്ടിയതും വിശ്വനാഥ പ്രഭു പെട്ടിയും കിടക്കയുമെടുത്ത് കൊടുങ്ങല്ലൂര് പോയി വക്കീൽപ്പണി തുടങ്ങി. പിന്നീട് കുറെ കൊല്ലങ്ങൾക്കുശേഷം ഞാൻ കേട്ടത് അദ്ദേഹത്തിന്റെ പെട്ടെന്നുള്ള മരണവാർത്തയാണ്. അത് ഞങ്ങളെ എത്രത്തോളം വേദനിപ്പിച്ചു എന്ന് പറഞ്ഞറിയിക്കാനാവില്ല. ഞങ്ങളുടെ അവിവാഹിത ജീവിതത്തിലെ ചിരിയും വെളിച്ചവും പ്രസരിപ്പുമായിരുന്നു, ആ കൊടുങ്ങല്ലൂർക്കാരൻ.

രവി എന്ന് ഞങ്ങൾ വിളിക്കാറുള്ള രവീന്ദ്രനാഥ പ്രഭു വിശ്വനാഥപ്രഭുവിനെപ്പോലെ വാചകമടിക്കാറില്ല. മിതഭാഷിയും ഗൗരവക്കാരനുമായിരുന്നു. വിശ്വനാഥപ്രഭുവിനോട് അപൂർവ്വമായി മാത്രം 'മക്ക നക്കാ തുക്ക നക്കാ' എന്ന രൂപത്തിലുള്ള കൊങ്ങിണി സംസാരവും പതിവുണ്ട്. ഞങ്ങളപ്പോൾ 'തിരുമൽദേവാ' എന്ന് നീട്ടിവിളിക്കും.

'തിരുമൽ ദേവാ' എന്ന് നീട്ടി വിളിക്കാൻ പ്രഭുക്കന്മാരുടെ സഹപ്രവർത്തകനും രവിയുടെ നാട്ടുകാരനുമായ കുഞ്ഞുകുട്ടനും (വി പി രാമചന്ദ്രൻനായർ എന്ന ഞങ്ങളുടെ മീശനായർ) പലപ്പോഴും വന്നുചേരാറുണ്ട്. കുഞ്ഞുകുട്ടൻ പല പരസ്യചിത്രങ്ങൾക്കും ശബ്ദം നല്കിയിട്ടുണ്ട്. ബോംബെയിലെ പ്രസിദ്ധ നാടക പ്രവർത്തകനും സംവിധായകനുമായ നാണപ്പന്റെ കൂടെ ഏറെക്കാലം പ്രവർത്തിച്ചിട്ടുണ്ട്. എം ടി വാസുദേവൻനായരുടെ കഥയെ ആസ്പദമാക്കി നിർമ്മിച്ച *ദയ* എന്ന ചിത്രത്തിലും മുഖം കാണിക്കാൻ കുഞ്ഞുകുട്ടന് അവസരം ലഭിച്ചു. സംഘർഷങ്ങളെ നർമ്മബോധത്തോടെ നേരിടാനും കൈകാര്യം ചെയ്യാനുമുള്ള കുഞ്ഞുകുട്ടന്റെ കഴിവ് അപാരമാണ്.

കല്യാണം കൊണ്ട് എനിക്ക് നഷ്ടപ്പെടാൻ പോകുന്നത് ഈ രസങ്ങളൊക്കെയായിരുന്നു.

ഏപ്രിൽ 17 ന് കല്യാണം കഴിഞ്ഞ ഞങ്ങൾ ഏപ്രിൽ 26 ന് തിരിച്ച് പോരാനുള്ള ടിക്കറ്റ് ബുക്ക് ചെയ്തിരുന്നു. യാത്രാച്ചെലവ് സർക്കാർ തരുന്നതുകൊണ്ട് രാജകീയമായി സെക്കൻഡ് ഏസി കൂപ്പേയിലാണ് സഞ്ചരിച്ചത്.

വണ്ടിയിറങ്ങിയപ്പോൾ ഞങ്ങളെ സ്വീകരിക്കാൻ വിശ്വനാഥപ്രഭുവും മറ്റൊരു സുഹൃത്തും വന്നിരുന്നു. എന്നാൽ ഞങ്ങളെ കൂട്ടിക്കൊണ്ടുപോയി കൂടെ താമസിപ്പിക്കാൻ പാകത്തിൽ രുഗ്മിണിയുടെ രണ്ടാമത്തെ ചേച്ചിയുടെ ഭർത്താവായ മണിയേട്ടനും ദാദർ സ്റ്റേഷനിൽ വന്നിരുന്നു. മണിയേട്ടൻ എന്ന് വിളിക്കുന്ന പ്രഭാകരൻനായർക്ക് നേവൽ ഡോക്ക് യാർഡിലായിരുന്നു ജോലി. ജോലിയുടെ ഭാഗമായി പുള്ളി കുറെക്കാലം റഷ്യയിലുണ്ടായിരുന്നു. മോസ്ക്കോയിലും ലെനിൻഗ്രാദിലും കമ്പിളി ഉടുപ്പുകളും രോമത്തൊപ്പിയും വെച്ച് നില്ക്കുന്ന മണിയേട്ടന്റെ ഫോട്ടോകൾ നാട്ടിൽവച്ചുതന്നെ ഞാൻ കണ്ടിരുന്നു. രുഗ്മിണിയുടെ മൂത്തചേച്ചിയുടെ ഭർത്താവ് ഭാസ്കരൻ നായർക്ക് ജപ്പാൻ എക്സ്റ്റേണൽ ട്രെയ്ഡ് ഓർഗനൈസേഷനിലായിരുന്നു (JETRO) ജോലി. അദ്ദേഹവും ഫോട്ടോയിൽ ത്രീപീസ് സ്യൂട്ടാണ് ധരിച്ചിരുന്നത്. കൂട്ടത്തിൽ സർക്കാരുദ്യോഗസ്ഥനായിരുന്ന ഞാനാണ് ഊച്ചാളി എന്ന് അന്നുതന്നെ മനസ്സിൽ കുറിച്ചിട്ടു.

മണിയേട്ടനും കുടുംബവും താമസിച്ചിരുന്നത് ഭാണ്ഡൂപിലെ ഡോക്‌യാർഡ് കോളനിയിലായിരുന്നു. ഞങ്ങൾ ഒരു ടാക്സിയിൽ ഭാണ്ഡൂപിലേക്ക് പോയി. മണിയേട്ടനേയും തങ്കച്ചി (തങ്കമണി) യേയും അവരുടെ രണ്ടു കുട്ടികളേയും (സുഷമ, സുധീർ) ഞാനാദ്യമായി കാണുകയായിരുന്നു. ഒരാഴ്ച ഞങ്ങൾ അവിടെ താമസിച്ചു. അതിനിടെ ഞങ്ങൾക്ക് താമസി

ക്കുവാനുള്ള ഒരു കൂട് എന്റെ സുഹൃത്ത് രഘു കണ്ടുപിടിച്ചിരുന്നു.

രഘുവിനെ പൂജയ്ക്കറിയില്ല. രഘു എന്റെ സഹപാഠിയായിരുന്നു എന്ന് മുന്നേ സൂചിപ്പിച്ചിട്ടുണ്ട്. വല്ലപ്പോഴും വീട്ടിൽ വരാറുണ്ട്. അന്ന് ഞങ്ങളൊക്കെ നിലത്തിരുന്നാണ് ഊണ് കഴിക്കാറ്. ഇരിക്കുമ്പോൾ മുണ്ടിൽ ചളി പറ്റാതിരിക്കാൻ അവൻ മുണ്ട് ഉയർത്തിപ്പിടിച്ചാണ് ഇരിക്കുക. എന്റെ അമ്മ പലപ്പോഴും അത് പറഞ്ഞ് ചിരിക്കാറുണ്ട്.

തൊട്ടിപ്പാൾ പുള്ളിശ്ശേരി രഘു എന്ന പി രഘുനന്ദനൻ എന്നേക്കാൾ സമർത്ഥനും ബുദ്ധിശാലിയുമായിരുന്നു. അതുകൊണ്ട് അവൻ കോളേജിൽ ഫസ്റ്റ് ഗ്രൂപ്പാണെടുത്തത്. പഠിക്കുന്ന കാലത്ത് ഞങ്ങൾ ഒരുമിച്ച് താമസിച്ചിട്ടുണ്ട്. തൃശ്ശൂരിൽ പൂത്തോളിലെ ഒരു വീട്ടിൽ ഒരു മുറിയിൽ ഞങ്ങൾ രണ്ടു പേരും, എതിർവശത്തെ മുറിയിൽ കളക്ടറേറ്റിൽ ജോലി ചെയ്തിരുന്ന അഷ്ടമിച്ചിറക്കാരൻ ശ്രീധരനും കായംകുളത്തുകാരൻ സദാശിവൻപിള്ളയും. അവർ ശമ്പളം കിട്ടുന്ന ദിവസം ഞങ്ങൾക്കു നേരെ എറിയുന്ന ഒരു ചോദ്യമുണ്ട്.

"സിനിമ കാണാൻ വരുന്നോടാ പിള്ളേരെ?"

ചോദ്യം കേൾക്കേണ്ട താമസം, ഞങ്ങൾ റെഡി. തൃശൂർ റൗണ്ടിലെത്തുമ്പോൾ രഘുവിന്റെ മനസ്സിനൊരു ചാഞ്ചാട്ടം.

"നിങ്ങൾ പോയി സിനിമ കണ്ടു വരീൻ. എനിക്ക് കുറച്ച് പഠിക്കാനുണ്ട്."

"ശരി, നീ പൊക്കോ." എന്ന് സദാശിവൻപിള്ള.

"അത് പറ്റില്ല. സിനിമാ ടിക്കറ്റിന്റെ കാശ് താ. എനിക്ക് വിശക്കുന്നു..."

രഘു കാശ് വാങ്ങി 'പത്തൻസി'ൽ കയറി ഒരു മസാലദോശയടിച്ച് മൂളിപ്പാട്ടും പാടി തിരിച്ചു പോരും.

(ബോംബെയിൽ വന്നതിനുശേഷവും ചെമ്പൂരിലെ സർവ്വോദയ കോളനിയിൽ ഞങ്ങളൊരുമിച്ച് താമസിച്ചിട്ടുണ്ട്. അന്ന് അവന് ലൂബ്രിസോൾ (ഇന്ത്യ) എന്ന കമ്പനിയിലായിരുന്നു ജോലി. രഘു എപ്പോഴും അക്ഷമനും അസ്വസ്ഥനുമായിരുന്നു. എന്നും പുതിയ ജോലികൾക്ക് അപേക്ഷകൾ അയച്ചുകൊണ്ടേയിരിക്കും. ഓരോ അപേക്ഷയിലും അവൻ ഇംഗ്ലീഷ് ഭാഷയിലെ നൂതനപ്രയോഗങ്ങളും ശൈലിയും ഉപയോഗിക്കും. അവന് ഇംഗ്ലീഷ് ഭാഷയോട് അനുരാഗമായിരുന്നു. ധാരാളം വായിക്കും. ഇംഗ്ലീഷിൽ എന്തെങ്കിലും എഴുതാൻ ശ്രമിക്കും. അത്തരം ഒരു ശ്രമത്തിലായിരുന്നു, *നഗരത്തിന്റെ മുഖം* എന്ന എന്റെ നോവലിനെ ഇംഗ്ലീഷിലാക്കിയത്. ഞങ്ങൾക്ക് വേണ്ടത്ര പിടിപാടുകളോ പരിചയങ്ങളോ ഇല്ലാതിരുന്നതുകൊണ്ട് അത് വെളിച്ചം കണ്ടില്ല. അപ്പോഴേക്കും രഘു സീബ എന്ന പ്രസിദ്ധ കമ്പനിയിൽ ഡെവലപ്മെന്റ് ഓഫീസറായി ഗോവയിലേക്ക് പോയി. പിന്നീട് ഞങ്ങൾ കണ്ടുമുട്ടുന്നത് അപൂർവ്വമായി. സ്വിറ്റ്സർലന്റിൽ ഔദ്യോഗിക സന്ദർശനത്തിന് പോകുമ്പോഴാണ് അവസാനമായി ഞങ്ങൾ കണ്ടത്. അന്ന് അണുശക്തി നഗറിൽ എന്റെ കൂടെ ഒരു ദിവസം താമസിച്ചാണ് പോയത്. തൊണ്ണൂറുകളുടെ ആരംഭത്തിലെന്നോ.

അതിനുശേഷം ഞങ്ങൾ തമ്മിൽ കണ്ടിട്ടില്ല. രണ്ടു കൊല്ലംമുമ്പ് (2013) രഘുവിന്റെ അനിയൻ ശങ്കരൻകുട്ടി എന്നെ വിളിച്ച് രഘുവിന്റെ മരണവൃത്താന്തം അറിയിച്ചപ്പോൾ ഞാൻ നടുങ്ങിപ്പോയി. മസ്ക്കുലർ ഡിസ്ട്രോഫി എന്ന മാരകമായ രോഗമാണത്രെ രഘുവിന്റെ ജീവനപഹരിച്ചത്.

ഏറ്റവും ചുരുങ്ങിയത് ഒരു മുറിയും അടുക്കളയുമുള്ള ഒരു ഫ്ളാറ്റ് രഘു അന്വേഷിച്ചെങ്കിലും കിട്ടിയത് ഒരു മുറി മാത്രമായിരുന്നു. അടുക്കളയും കുളിമുറിയും മറ്റും വീട്ടുടമസ്ഥരുമായി ഷെയർ ചെയ്യുന്നത് ഒട്ടും സുഖകരമായിരുന്നില്ല. വീട്ടുടമസ്ഥനായ ജഗ്ത്യാനിയുടെ കുടുംബത്തിൽ അയാളും ഭാര്യയും കുഞ്ഞും മാത്രമേ ഉണ്ടായിരുന്നുള്ളൂ. അതുകൊണ്ട് മറ്റൊരു ഫ്ളാറ്റ് ഒത്തുകിട്ടുന്നതുവരെ അവിടെതന്നെ കൂടാമെന്ന് വച്ചു. രുഗ്മിണി പണ്ടെന്നോ ചേച്ചിയുടെ കൂടെവന്ന് താമസിച്ചിട്ടുള്ളതുകൊണ്ട് ബോംബെ ജീവിതത്തിലെ അസൗകര്യങ്ങൾ കുറച്ചൊക്കെ മനസ്സിലാക്കിയിരുന്നു. എന്തായാലും രണ്ട് മാസം കഴിഞ്ഞപ്പോഴേക്കും ഞാൻ മുമ്പ് താമസിച്ചിരുന്ന കെട്ടിടത്തിൽത്തന്നെ ഒരു ഫ്ളാറ്റ് കിട്ടി. ശമ്പളത്തിന്റെ പകുതിയോളം വാടക കൊടുക്കേണ്ടി വന്നെങ്കിലും സ്വതന്ത്രമായ ജീവിതത്തിന് അത് അനാവശ്യച്ചെലവായി തോന്നിയില്ല.

പക്ഷികൾ ചുള്ളികൾ ശേഖരിച്ച് കൂടുകെട്ടുന്നതു പോലെയാണ് ഞങ്ങളും ജീവിക്കാൻ തുടങ്ങിയത്. ഇന്ന് തിരിഞ്ഞു നോക്കുമ്പോൾ ഇവിടെ വരെ എത്തിയല്ലോ എന്ന ആശ്വാസമാണ് ഞങ്ങൾക്ക്. ഉത്തരവാദിത്വങ്ങൾ ഒരു വിധം ഭംഗിയായി നിറവേറ്റി എന്ന ചാരിതാർത്ഥ്യവും.

ഏതാണ്ട് ഒരു കൊല്ലമായപ്പോഴേക്കും രുഗ്മിണി ഗർഭവതിയായി. ആദ്യത്തെ പ്രസവം നാട്ടിൽ അമ്മയുടെ ശുശ്രൂഷയിലും പരിചരണത്തിലും വേണമെന്നായിരുന്നു തീരുമാനം. അതുകൊണ്ട് ഞാൻ അവരെ നാട്ടിൽ കൊണ്ടുചെന്നാക്കി തിരിച്ചുപോന്നു. അപ്പോഴേക്കും ഫ്ളാറ്റ് തിരിച്ച് നല്കേണ്ട സമയമായി. സ്വന്തമായി താമസസ്ഥലമില്ലാത്തതുകൊണ്ട് ഞങ്ങൾ ഫർണീച്ചറും വീട്ടുസാധനങ്ങളും വങ്ങിക്കൂട്ടിയിരുന്നില്ല. അത്യാവശ്യത്തിന് ഉണ്ടായിരുന്ന സാധനങ്ങൾ രഘു താമസിച്ചിരുന്ന സർവ്വോദയയിലെ ഫ്ളാറ്റിൽ കൊണ്ടുചെന്നിട്ടു. ഞാൻ രഘുവിനൊപ്പം താമസിച്ചു. അവൻ കുഴിമടിയനായിരുന്നതുകൊണ്ട് എല്ലാ കാര്യത്തിനും കുറുക്കുവഴികൾ കണ്ടുപിടിച്ചിരുന്നു. ഉദാഹരണത്തിന് ചോറും കൂട്ടാനും മറ്റും വെവ്വേറെ പാകം ചെയ്ത് കൂടുതൽ പാത്രങ്ങൾ കഴുകുന്നത് ഒഴിവാക്കാൻ ഒരു പാത്രത്തിൽ തന്നെ അരിയും പരിപ്പും പച്ചക്കറികളും ഇട്ട് വേവിച്ച് ആ പാത്രത്തിൽ നിന്നുതന്നെ ഭക്ഷണം കഴിക്കുന്ന വീരൻ. ആ പതിവ് ഞാൻ വിഘ്നപ്പെടുത്തി. ഞങ്ങൾ വിധിയാംവണ്ണം ഭക്ഷണം പാകം ചെയ്ത് കഴിക്കാൻ തുടങ്ങി.

1970 ജൂലൈ ഒന്നിന് രുഗ്മിണി ഒരു പെൺകുഞ്ഞിനെ പ്രസവിച്ചു. പ്ലെയിൻ ടിക്കറ്റെടുത്ത് നാട്ടിൽ പോയി മകളെ കാണാൻ അന്നത്തെ പരിതഃസ്ഥിതികൾ അനുവദിച്ചില്ല. നാട്ടിൽനിന്ന് തപാലിൽ അയച്ച

ഫോട്ടോ കിട്ടിയത് നാലോ അഞ്ചോ ദിവസം കഴിഞ്ഞിട്ടാണ്. ഞങ്ങൾക്ക് ജനിക്കുന്നത് പെൺകുട്ടിയാണെങ്കിൽ സംഗീത എന്ന് പേരിടണമെന്ന് മുന്നേ നിശ്ചയിച്ചിരുന്നു. ഒരു ദമ്പതികളുടെ ജീവനസംഗീതമായി മാറുന്ന മകളെപ്പറ്റി 'സംഗീത' എന്ന ഒരു ചെറുകഥ വിവാഹത്തിന് വളരെമുമ്പ് ഞാൻ *ജയകേരള*ത്തിൽ എഴുതിയിരുന്നു. ആ പേര് അന്ന് മുതൽ മനസ്സിൽ സൂക്ഷിച്ചിരുന്നു.

ജീവിതത്തിൽ സംഭവിക്കുന്ന എല്ലാ കാര്യങ്ങൾക്കും കാരണം കണ്ടുപിടിക്കാനോ ശാസ്ത്രീയമായ നിഗമനങ്ങളിലെത്താനോ പറ്റിയെന്ന് വരില്ല. ചിലപ്പോഴൊക്കെ രണ്ടും രണ്ടും കൂട്ടി നമുക്ക് അഞ്ച് എന്ന് ഉത്തരം എഴുതേണ്ടി വരാം. പിന്നെ അതെങ്ങനെ സംഭവിച്ചു എന്നാലോചിക്കാം.

എന്റെ മകളെ പ്രസവിച്ച കുന്നംകുളത്തെ നഴ്സിങ്ഹോമിൽ രുഗ്മിണിയോടൊപ്പം കേച്ചേരിക്കാരിയായ മറ്റൊരു സ്ത്രീയും പ്രസവത്തിനെത്തിയിരുന്നു. അവർ രണ്ടുപേരും ഒരേ മുറിയിലായിരുന്നു. ആ സ്ത്രീക്ക് ജനിച്ചത് ഒരാൺകുട്ടി. അതിനുശേഷം അവർ തമ്മിൽ കണ്ടിട്ടില്ല. വിശേഷങ്ങൾ കൈമാറിയിട്ടില്ല. എങ്കിലും രുഗ്മിണി അവരുടെ വീട്ടുപേര് പറഞ്ഞപ്പോൾ എന്റെ മനസ്സിൽ ഒരു വെളിച്ചം മിന്നി കെട്ടു. ഞാൻ കേച്ചേരിയിൽ ഇറങ്ങി കാണാതെ പോയ പെൺകുട്ടിയായിരുന്നു അത്.

പിന്നീട് തൊണ്ണൂറുകളിൽ എനിക്ക് കേച്ചേരിക്കാരനായ ഒരു സുഹൃത്തുണ്ടായി. ഒരു ദിവസം ഞങ്ങൾ സംസാരിച്ചു കൊണ്ടിരുന്നപ്പോൾ അദ്ദേഹം തന്റെ വീട്ടുപേര് പറഞ്ഞു. അദ്ദേഹത്തിന്റെ സഹോദരിയാണ് രുഗ്മിണിയോടൊപ്പം കുന്നംകുളത്തെ നഴ്സിങ് ഹോമിലുണ്ടായിരുന്നത്. അവരെക്കുറിച്ച് സ്വാഭാവികമായും ഞങ്ങളന്വേഷിച്ചു. എന്റെ സുഹൃത്ത് അകത്തേക്ക് നോക്കി ഒരാൺകുട്ടിയെ വിളിച്ചു. അവൻ വന്നപ്പോൾ അയാൾ പറഞ്ഞു. അന്ന് ജനിച്ച ആൺകുട്ടിയാണിവൻ. അവന് സംഗീതയുടെ പ്രായം തന്നെ. എന്റെ ശ്രീമതി അയാളുടെ സഹോദരിയെക്കുറിച്ച് അന്വേഷിച്ചു. അയാൾ തെല്ലിട നിരുദ്ധകണ്഻നായി. പിന്നെ പറഞ്ഞു, അവൾ വീട്ടിലെ കുളത്തിൽ കുളിക്കാൻ പോകുമ്പോൾ പാമ്പുകടിയേറ്റ് മരിച്ചു. ഇപ്പോൾ ഇവൻ ഞങ്ങളുടെ കൂടെയാണ്. എനിക്ക് പിന്നെ ഒന്നും പറയാനായില്ല. ഒരുപക്ഷേ, ഞാൻ കുന്നംകുളത്ത് പോകാതെ കേച്ചേരിയിൽ ബസിറങ്ങിയിരുന്നെങ്കിൽ ആ കുട്ടി മരണത്തിൽ നിന്ന് രക്ഷപ്പെടുമായിരുന്നോ? അതിന് ഉത്തരമില്ല.

'അനന്തമജ്ഞാതമവർണ്ണനീയം ഈ ലോകഗോളം തിരിയുന്ന മാർഗ്ഗം

അതിങ്കലെങ്ങാണ്ടൊരിടത്തിരുന്ന് നോക്കുന്ന മർത്ത്യൻ കഥയെന്തറിഞ്ഞു....'

എന്ന കവിവാക്യംമാത്രം ഞാനോർത്തു.

എന്റെ മകൾ ജനിച്ചു എന്നറിഞ്ഞപ്പോൾ മുതൽ അവരെ കൊണ്ടുവന്നാൽ എവിടെ താമസിക്കും എന്ന ഭീഷണമായ ചോദ്യം സദാസമയവും എന്നെ തുറിച്ചുനോക്കി. ഭാര്യയേയും കുട്ടിയേയും നാട്ടിൽത്തന്നെ നിർത്തി

യാൽ അത് പലതരം ചോദ്യങ്ങളും ഉയർത്തും. ഊഹാപോഹങ്ങൾക്ക് വിത്തിടും.

എന്നാൽ 1970 ജൂലൈ മാസത്തിൽ തന്നെ അണുശക്തി നഗറിൽ ഡിപ്പാർട്ടുമെന്റ് വക ക്വാർട്ടേഴ്സ് അനുവദിച്ചുകൊണ്ടുവന്ന ഉത്തരവ് എന്നെ വിസ്മയിപ്പിച്ചു. ആ ഭാഗ്യം എന്റെയാവാൻ വഴിയില്ല. പുതുജന്മത്തിന്റെയാവാം.

സംഗീതയ്ക്ക് രണ്ടുമാസം പ്രായമായപ്പോഴേക്കും ഞാനവർക്കുള്ള പ്ലെയിൻ ടിക്കറ്റ് അയച്ചു കൊടുത്തു. പുതുമണം വിട്ടുമാറാത്ത ഇന്ദ്രപ്രസ്ഥയിലെ ഫ്ളാറ്റിൽ ഞങ്ങൾ കുടുംബജീവിതം ആരംഭിച്ചു.

യുദ്ധവും സമാധാനവും

അടുത്ത ഒരു പതിറ്റാണ്ടുകാലം ഞങ്ങൾ ഇന്ദ്രപ്രസ്ഥയിലെ ബി ബിൽഡിങ്ങിലെ പതിനൊന്നാം നമ്പർ ഫ്ളാറ്റിൽ തന്നെയാണ് താമസിച്ചത്. എ ബി സി ഡി എന്നിങ്ങനെ നാല് ബിൽഡിങ്ങുകളുടെ ചതുരമായിരുന്നു (square) ഇന്ദ്രപ്രസ്ഥ. ഇതുപോലെയുള്ള ചതുരങ്ങളായിരുന്നു ഹസ്തിനാപുർ, കപിലവസ്തു, നളന്ദ, പാടലീപുത്ര മുതലായ കെട്ടിട സമുച്ചയങ്ങളും. കെട്ടിടങ്ങൾക്ക് പേരിടുന്ന കാര്യത്തിൽ ഞങ്ങളുടെ സ്ഥാപനം ചരിത്രബോധവും ഭാവനാശക്തിയും സുലഭമായി പ്രകടിപ്പിച്ചിരുന്നു എന്നത് ശ്ലാഘനീയമാണ്. പ്രസിദ്ധമായ കൊടുമുടികളുടെയും പർവ്വതനിരകളുടെയും നദികളുടെയും പേരുകൾ വഹിക്കുന്ന കെട്ടിടങ്ങൾ അണുശക്തി നഗറിലുണ്ടായിരുന്നു. കണ്ണിന് കുളിർമ്മയണയ്ക്കുന്ന പ്രകൃതിഭംഗിയും ശാന്തതയും മുറ്റിനിന്നിരുന്ന ആ സ്ഥലം കണ്ടെത്തിയതിലും വികസിപ്പിച്ചെടുത്തതിലും ശാസ്ത്രജ്ഞനും കലാകാരനുമായിരുന്ന ഡോക്ടർ ഹോമി ഭാഭയുടെ പങ്ക് നിസ്തുലമായിരുന്നു. മുംബൈ മഹാനഗരത്തിൽ ഇത്തരം ഒരാവാസ വ്യവസ്ഥ നിലനില്ക്കുന്ന കാര്യം പലർക്കും അറിഞ്ഞുകൂടായിരുന്നു. ദീർഘമായ ഇരുപത്തെട്ട് വർഷങ്ങൾ അവിടെ ജീവിക്കാൻ കഴിഞ്ഞത് വലിയൊരു ഭാഗ്യമായിട്ടാണ് ഞാൻ കരുതുന്നത്. ദിവസവും ട്രെയിനിൽ തിക്കിത്തിരത്തി നുഴഞ്ഞുകയറി വീർപ്പടക്കി യാത്ര ചെയ്യേണ്ടുന്ന ഒരു ജോലിയാണ് എനിക്ക് ലഭിച്ചിരുന്നതെങ്കിൽ ഞാൻ മഹാനഗരത്തിൽ തങ്ങുമായിരുന്നോ എന്ന കാര്യം സംശയമാണ്.

ഇന്ദ്രപ്രസ്ഥയിലെ താമസം പലതുകൊണ്ടും അവിസ്മരണീയമാണ്. അതിൽ ആദ്യമായി എടുത്തു പറയേണ്ടത് ഞങ്ങളുടെ മനസ്സിനിണങ്ങിയ ഒരയല്പക്കക്കാരനെ കിട്ടി എന്നുള്ളതാണ്. ഡോക്ടർ വ്യാസറാവു

നിഞ്ചൂർ എന്ന ഉഡുപ്പി ബ്രാഹ്മണൻ. ഭാര്യ ഭാരതി. അവർക്കും രണ്ടു കുട്ടികൾ, ഉദയനും സന്ധ്യയും. ഞങ്ങളുടെ മക്കളുടെ അതേപ്രായം. രണ്ടു വീടുകളും ഒന്നുപോലെ കഴിഞ്ഞു എന്നുള്ളതാണ് ഇന്ദ്രപ്രസ്ഥയിലെ ജീവിതത്തെ ആകർഷകമാക്കിയത്. കുട്ടികൾക്ക് രണ്ടു വീടുകളും തമ്മിൽ വ്യത്യാസമുണ്ടായിരുന്നില്ല. രണ്ടു വീടുകളുടെ വാതിലുകളും മിക്കവാറും തുറന്നുകിടക്കാറുള്ളതുകൊണ്ട് അവർ നിർബ്ബാധം ഓടിക്കളിച്ച് സ്വാതന്ത്ര്യത്തോടെ രണ്ടിടത്തുമായി വളർന്നു. ഞങ്ങൾ എന്തെങ്കിലും ആവശ്യത്തിന് പുറത്ത് പോവുകയാണെങ്കിൽ കുട്ടികളെ അവർ നോക്കിക്കൊള്ളും. അതുപോലെ അവരുടെ കുട്ടികളെ ഞങ്ങളും. ഡോക്ടർ വ്യാസറാവു ഒരു ശാസ്ത്രജ്ഞൻ മാത്രമല്ല, കന്നഡയിലെ പ്രസിദ്ധനായ എഴുത്തുകാരൻ കൂടിയായിരുന്നു എന്നത് ഞങ്ങളുടെ മനപ്പൊരുത്തത്തിനും സൗഹൃദത്തിനും കാരണമായിട്ടുണ്ടാവാം.

ഞങ്ങൾക്ക് ഇരുകൂട്ടർക്കും പൊതുവായി സഹായത്തിന് ഒരു തെലുങ്ക് വൃദ്ധയുണ്ടായിരുന്നു. അവരുടെ വയസ്സോ പേരോ അവർക്കു തന്നെ നിശ്ചയമില്ല. അവർ തെലുങ്കിനു മീതെ ഹൈദരാബാദി ഹിന്ദിയുടെ പൊട്ടും പൊടിയും വിതറി വിളക്കിയെടുത്ത ഭാഷയിലാണ് സംസാരിക്കുക. അത് തെലുങ്കോ ഹിന്ദിയോ അല്ലാത്തതിനാൽ ആർക്കും മനസ്സിലാവാറില്ല. അവർ ഓർക്കുന്ന ഒരേ ഒരു കാര്യം ഒരിക്കൽ മരിച്ച് പരലോകത്ത് എത്തിയെന്നാണ്. അവിടെ ചെന്നപ്പോൾ ചിത്രഗുപ്തൻ ജനനമരണങ്ങളുടെ പുസ്തകത്തിലൂടെ കണ്ണോടിച്ച് പറഞ്ഞു: "ഇവൾക്ക് മരിക്കാൻ സമയമായിട്ടില്ല. ഉടനെ തിരിച്ച് ഭൂമിയിൽ കൊണ്ട് ചെന്നാക്കൂ." യമദൂതന്മാർ അവരെ തിരിച്ചുകൊണ്ടുപോകാൻ തയ്യാറെടുത്തപ്പോൾ വൃദ്ധ പറഞ്ഞു: "ഞാൻ പോകുന്നില്ല. പോകുന്നതിന് മുമ്പ് നിങ്ങൾക്ക് തെറ്റ് പറ്റിയെന്ന് ലിക്കുണ്ടാരു." ആ വാക്കിന്റെ അർത്ഥം അറിയാതെ യമനും കിങ്കരന്മാരും പകച്ചുനിന്നു. അപ്പോൾ ആംഗ്യഭാഷയിൽ, എഴുതിത്തരൂ എന്ന് തള്ള. പരാജയം സമ്മതിച്ച് യമധർമ്മൻ എഴുതിക്കൊടുത്തതെന്ന് അവകാശപ്പെടുന്ന മുഷിഞ്ഞ ഒരു കടലാസു ചുരുൾ എപ്പോഴും ഒക്കത്തുണ്ടാവും. സംശയം പ്രകടിപ്പിക്കുന്നവരുടെ മുമ്പിൽ അതെടുത്ത് പ്രദർശിപ്പിക്കും. അതുകൊണ്ടാണ് കുട്ടികൾ അവരെ ലിക്കുണ്ടാരു എന്ന് വിളിക്കാൻ തുടങ്ങിയത്. അത് കേട്ട് മറ്റുള്ളവരും.

താമസിക്കാൻ ഒരു വീടായപ്പോൾ ബോംബെ കാണിക്കാൻ അമ്മയെ കൊണ്ടുവരണമെന്ന് തോന്നി. ജീവിതം മുഴുവൻ മക്കളെ പരിപാലിച്ചും അടുക്കളജോലികൾ ചെയ്തും തളർന്നു തുടങ്ങിയ അമ്മയ്ക്ക് പുറംലോകത്തിന്റെ കാറ്റും വെളിച്ചവും ഏല്ക്കട്ടെ. ഇതുവരെ താമസിക്കാൻ സൗകര്യമുള്ള വീടില്ലാത്തതുകൊണ്ട് അങ്ങനെയൊന്നും ആലോചിച്ചില്ല. പൂനെയിൽ താമസിച്ചിരുന്ന അംബുജത്തിന്റെയും ഗിരിജന്റേയും കൂടെ അമ്മ നാട്ടിൽനിന്ന് പോന്നിരുന്നു. അവിടെ കുറച്ചുദിവസം കഴിച്ചതിനു ശേഷം അമ്മ ബോംബെയിലേക്ക് വന്നു. അപ്പോഴേക്കും വീട്ടിലെ ജോലിക്ക് ലിക്കുണ്ടാരുവിന് പകരം ഒരു മഹാരാഷ്ട്രക്കാരി സ്ത്രീയെ

കിട്ടിയിരുന്നു. നിശ്ശബ്ദജീവി. ഏത് സമയവും വായിൽ മുറുക്കാനുള്ള തുകൊണ്ട് സംസാരം മൂളലുകളിലും ആംഗ്യങ്ങളിലും മാത്രം. ഇവർ പെട്ടെന്ന് അമ്മയുമായി ചങ്ങാത്തം സ്ഥാപിച്ചു. ജോലിക്കു വന്നാൽ ആദ്യത്തെ പരിപാടി മുറുക്കാൻ പൊതിയഴിച്ച് അമ്മയുമായി താംബുല രഹസ്യങ്ങൾ പങ്കിടലാണ്. ഭാഷകൾ അറിഞ്ഞു കൂടാത്ത അവർ എങ്ങ നെയാണ് ആശയവിനിമയം നടത്തുന്നതെന്ന് ഞങ്ങൾ വിസ്മയിച്ചിരുന്നു. രുഗ്മിണി വീട്ടുജോലികളിൽ മുഴുകുമ്പോൾ അമ്മയ്ക്ക് കൂട്ടിരിക്കാൻ മിസിസ്സ് കുറുപ്പ്, മിസിസ്സ് പണിക്കർ എന്നിങ്ങനെ ചിലരുണ്ടായത് സഹാ യമായി. അമ്മ ഞങ്ങളോടൊപ്പം ഒന്നോ രണ്ടോ മാസങ്ങളേ താമസി ച്ചുള്ളൂ. ബോംബെയുടെ ചില പ്രധാന ഭാഗങ്ങൾ കാണാനേ അമ്മയുടെ ആരോഗ്യവും പ്രായവും അനുവദിച്ചുള്ളൂ.

ഇന്ദ്രപ്രസ്ഥയിൽ ഞങ്ങൾ താമസം തുടങ്ങുമ്പോൾ തൊട്ടപ്പുറത്ത് ജനതാ കോളനി എന്നൊരാവാസ കേന്ദ്രമുണ്ടായിരുന്നു. അതിനുള്ളിൽ ആയിരക്കണക്കിന് കുടുംബങ്ങളും. ഭൂരിഭാഗവും തമിഴ്നാട്ടുകാർ. ജനതാ കോളനിയിൽ കിട്ടാത്തതായി ഒന്നുമുണ്ടായിരുന്നില്ല. അവിടെ നടക്കാത്ത കുറ്റകൃത്യങ്ങളും. ഞങ്ങൾക്ക് അന്ന് അവരുടെ സാമീപ്യം ഉപകാരപ്ര ദവും ഉപദ്രവവുമായിരുന്നു. രാത്രി പാതിര കഴിഞ്ഞാലും കോളനിയിൽ മനുഷ്യസഞ്ചാരം നിലച്ചിരുന്നില്ല. മാൻഖുർദിൽ രാത്രിയിലെ അവസാന വണ്ടിയിറങ്ങി കോളനിയിലൂടെ എളുപ്പവഴിയുണ്ടാക്കി കടന്നുപോകുന്ന യാത്രക്കാരുടെ ചിരിയും ബഹളവും കൂക്കും വിളിയും ഞങ്ങളുടെ രാത്രി കളെ ശബ്ദമുഖരിതമാക്കുകയും കുട്ടികളുടെ ഉറക്കം കെടുത്തുകയും ചെയ്തുകൊണ്ടിരുന്നു. പകൽസമയങ്ങളിൽ സംശയം ജനിപ്പിക്കുന്ന കഥാ പാത്രങ്ങൾ കെട്ടിടങ്ങൾക്കു താഴെ നിർഭയം വിഹരിച്ചു. അവരോട് എന്തെ ങ്കിലും ചോദിച്ചാൽ “ഇത് സർക്കാർ വക സ്ഥലമല്ലേ നിങ്ങളുടെ കുടുംബ സ്വത്തൊന്നുമല്ലല്ലോ” എന്നാവും മറുപടി. അതുകൊണ്ട് ഞങ്ങൾ അവ രുടെ സാന്നിദ്ധ്യവുമായി പൊരുത്തപ്പെട്ടു. കോളനി സുരക്ഷിത മേഖല യിലായിരുന്നതിനാൽ ജനതാ കോളനിയിലെ താമസക്കാർക്ക് നഷ്ടപരി ഹാരം നല്കി അവരെ മറ്റൊരിടത്തേക്ക് മാറ്റി താമസിപ്പിക്കുവാൻ സർക്കാർ നിരന്തരം ശ്രമിച്ചുകൊണ്ടിരുന്നു. എന്നാൽ അത്തരം ശ്രമങ്ങളെ വർദ്ധിതവീര്യത്തോടെ തടസ്സപ്പെടുത്തുവാൻ രാഷ്ട്രീയ പാർട്ടികളുണ്ടാ യിരുന്നതുകൊണ്ട് ശ്രമങ്ങൾ പരാജയപ്പെട്ടതേയുള്ളൂ. അവസാനം അടി യന്തരാവസ്ഥക്കാലത്താണ് ജനതാ കോളനി ട്രോംബെയിലെ ചീറ്റാ ക്യാമ്പിലേക്ക് മാറ്റിയത്. മിലിട്ടറിയും പട്ടാളവും അണിനിരന്ന് ഭീതിദമായ ഒരന്തരീക്ഷത്തിലാണ് ജനതാ കോളനിയുടെ സ്ഥലംമാറ്റമുണ്ടായത്.

അണുശക്തി നഗറിൽ ഡിപ്പാർട്ട്മെന്റ് വക രണ്ട് സ്കൂളുകളും ജൂനി യർ കോളേജും ഉണ്ടായിരുന്നതുകൊണ്ട് കുട്ടികൾക്ക് പഠിക്കാൻ പുറത്തു പോകേണ്ടിവന്നില്ല. പ്രവേശനം ലഭിക്കാൻ തലവരിപ്പണം കൊടുക്കേണ്ടി വന്നില്ല. മിക്കവാറും രക്ഷിതാക്കൾ വിദ്യാഭ്യാസമുള്ളവരായതിനാൽ കുട്ടി കളുടെ പഠിപ്പിന് ഏറെ പ്രാധാന്യം കൊടുക്കുക മാത്രമല്ല, ഒരുതരം മത്സര

ബുദ്ധിയോടെ കുട്ടികളെ പഠിപ്പിക്കുകയും ചെയ്തിരുന്നു. സ്ത്രീകൾ തമ്മിൽ കണ്ടുമുട്ടുമ്പോൾ വസ്ത്രങ്ങളെക്കുറിച്ചോ ആഭരണങ്ങളെക്കുറിച്ചോ അന്വേഷിക്കുന്നതിനേക്കാൾ കൂടുതലായി കുട്ടികൾക്ക് യൂണിറ്റ് ടെസ്റ്റിലും മറ്റും കിട്ടുന്ന മാർക്കിനെക്കുറിച്ചാവും സംസാരിക്കുക. ഇത് പലപ്പോഴും വിദ്യാർത്ഥികൾ തമ്മിൽ ആരോഗ്യകരമായ മത്സരത്തിന് ഇടയാക്കിയിരുന്നു എന്നുള്ളത് എടുത്തുപറയേണ്ടതാണ്. ഭാഭാ പരമാണു ഗവേഷണ കേന്ദ്രത്തിലെ ജോലി തുടക്കത്തിൽ വലിയ ശമ്പളമൊന്നുമില്ലാത്ത 'സർക്കാർ' ജോലി തന്നെയായിരുന്നു. പുറത്ത് സ്വകാര്യ സ്ഥാപനങ്ങളിലെ ശമ്പളവുമായി താരമത്യപ്പെടുത്തുമ്പോൾ നിരാശ തോന്നാറുണ്ട്. ചിന്തകൾ ഇരുളുന്ന മുഹൂർത്തങ്ങളിൽ ഞാൻ പേരും പെരുമയുമുള്ള സ്വകാര്യ സ്ഥാപനങ്ങളെ സ്വപ്നം കാണാൻ തുടങ്ങി. അങ്ങനെ പ്രസിദ്ധമായ ചില സ്ഥാപനങ്ങളിലേക്ക് അപേക്ഷകൾ അയച്ചു. രണ്ടുമൂന്നിടങ്ങളിൽ അഭിമുഖത്തിനും പോയി. കാര്യമൊന്നും ഉണ്ടായില്ല. ഒന്നും തടഞ്ഞില്ല. എന്നാൽ പിന്നെ ബി എ ആർ സി (ഭാഭാ അറ്റോമിക് റിസർച്ച് സെന്റർ) തന്നെ മതിയെന്ന് വച്ചു. ആ തീരുമാനത്തിലെത്തിയതിനുശേഷമാണ്, കുടുംബജീവിതത്തിലേക്കുള്ള കാൽവയ്പ്. അതോടെ അക്കരപ്പച്ചകളുടെ ആകർഷണം എന്നെ അലട്ടാതായി. മാത്രമല്ല, ഭാഭാ പരമാണു ഗവേഷണകേന്ദ്രത്തിലെ ജോലി സാമ്പത്തികമായി അനാകർഷകമായിരുന്നെങ്കിലും കുട്ടികളുടെ വിദ്യാഭ്യാസം, താമസസൗകര്യങ്ങൾ, പ്രകൃതിരമണീയമായ ചുറ്റുപാടുകൾ, ആരോഗ്യപരിപാലനം, യാത്രാസൗകര്യങ്ങൾ, വ്യക്തിസ്വാതന്ത്ര്യം, ശാസ്ത്രീയ ചിന്താഗതികളും ഗവേഷണവും പ്രോത്സാഹിപ്പിക്കുന്ന കിടയറ്റ സൗകര്യങ്ങൾ, അതിനൂതനമായ ഒരു ശാസ്ത്ര സാങ്കേതികരംഗത്ത് നടക്കുന്ന ചലനങ്ങളുടെ പ്രതിധ്വനികളിൽ ചിലതെങ്കിലും ഉൾക്കൊള്ളാൻ കഴിയുന്നത്, ഇവയൊക്കെ വലിയ നേട്ടമാണെന്ന് തിരിച്ചറിഞ്ഞതു മുതൽ ആ സ്ഥാപനത്തിന്റെ പുറത്തുള്ള ലോകം ഞാൻ മറന്നു.

തുടക്കത്തിൽ ആകെയുണ്ടായിരുന്ന അസൗകര്യം പ്ലൂട്ടോണിയം പ്ലാന്റിൽ ഷിഫ്റ്റ് ജോലിയിലായിരുന്നു എന്നുള്ളതാണ്. ഇതിന്റെ കുഴപ്പം, പരിശീലിച്ച ജീവിതചര്യകൾ തെറ്റുന്നു എന്ന് മാത്രമല്ല, അത് അസുഖങ്ങൾക്കും വഴിയൊരുക്കി എന്നുള്ളതാണ്. ഒട്ടും മോശമല്ലാത്ത രീതിയിൽതന്നെ എനിക്ക് ഇത് അനുഭവിക്കേണ്ടി വന്നു. ലോകത്തിലുള്ള സകല ചരാചരങ്ങളും രാത്രി കിടന്നുറങ്ങുമ്പോൾ കണ്ണിൽ എണ്ണയൊഴിച്ച് ഉറങ്ങാതെ ജോലി ചെയ്യുന്നവരെക്കുറിച്ച് കേട്ടിരുന്നെങ്കിലും അത് സ്വന്തം അനുഭവമായി മാറുമെന്ന് പ്രതീക്ഷിച്ചിരുന്നില്ല. തുടക്കത്തിൽ ഉറക്കത്തിനെ സമയമാറ്റത്തിനനുസരിച്ച് ഇണക്കിയെടുക്കാൻ പ്രയാസപ്പെടേണ്ടിവന്നു. അതിന്റെ ഫലമായി ഇടയ്ക്കിടെ ഉറക്കം ഭംഗപ്പെടുത്തുന്ന വയറ്റിൽ വേദന പിടിപെട്ടു. ഈ അനുഭവം *ആയിരം സൂര്യന്മാർ* എന്ന നോവലിൽ വിളക്കിച്ചേർക്കാൻ ശ്രമിച്ചിട്ടുണ്ട്. രാത്രി ജോലികൊണ്ട് എനിക്കുണ്ടായ നേട്ടം *നഗരത്തിന്റെ മുഖവും മൃഗതൃഷ്ണ*യും എഴുതാൻ

കഴിഞ്ഞു എന്നുള്ളതാണ്. വിവാഹം കഴിഞ്ഞതോടെ ഷിഫ്റ്റ് ജോലിയിൽ നിന്ന് മോചനമായി.

രുഗ്മിണിയുടെ മൂത്ത ചേച്ചി ചെമ്പൂരിലെ പതിനൊന്നാം റോഡിൽ 'ചെസ്മോൺടെ' എന്ന ഇരുനിലക്കെട്ടിടത്തിന്റെ മുകളിലത്തെ നിലയിലായിരുന്നു താമസം. അന്ന് ഞങ്ങളുടെ ഡിസ്പെൻസറി ചെമ്പൂരായിരുന്നതുകൊണ്ട് സംഗീതയ്ക്ക് ട്രിപ്പിൾ ഇഞ്ചക്ഷനും മറ്റും കൊടുക്കാൻ ചെമ്പൂരിൽ പോകേണ്ടതുണ്ടായിരുന്നു. അപ്പോഴെല്ലാം ഞങ്ങൾ ചേച്ചിയുടെ വീട്ടിലും സന്ദർശനം നടത്തി. കുട്ടിയേയും കൊണ്ടുള്ള ഔട്ടിങ് എന്ന് പറയാൻ അത് മാത്രമേ ഉണ്ടായിരുന്നുള്ളു. സംഗീതയ്ക്ക് ഒന്നര വയസ്സുള്ളപ്പോഴാണ് സന്ദീപിന്റെ ജനനം. സയണിലെ മർച്ചന്റ് ഹോസ്പിറ്റലിലായിരുന്നു അവൻ ജനിച്ചത്.

1971 ഡിസംബർ 3 ന് ഇന്ത്യയുടെ പതിനൊന്ന് എയർ ഫീൽഡുകളിൽ പാകിസ്ഥാൻ നടത്തിയ വ്യോമാക്രമണങ്ങളാണ് ബംഗ്ലാദേശ് യുദ്ധത്തിന്റെ തുടക്കം. അതവസാനിക്കുന്നത് ബംഗ്ലാദേശിന്റെ രൂപീകരണത്തോടെയായിരുന്നു. ഇത് ഞങ്ങളെ വല്ലാതെ ഉൽക്കണ്ഠാകുലരാക്കി. ബ്ലാക്ക് ഔട്ടും നിശാ നിയമവും പ്രഖ്യാപിച്ചതോടെ മനസ്സമാധാനം നഷ്ടപ്പെട്ടു. രുഗ്മിണിയെ നാട്ടിൽ കൊണ്ടുപോകാമോ എന്ന് ഡോക്ടറോട് ആലോചിച്ചു. അത് ഒട്ടും പ്രായോഗികമല്ലെന്ന് ഡോക്ടറുടെ മറുപടി. തുടർന്ന് ഒരു ചോദ്യവും. "യുദ്ധം അത്രയൊക്കെ നീണ്ടു നില്ക്കുമെന്ന് നിങ്ങൾ കരുതുന്നുണ്ടോ. അഥവാ നീണ്ടുനില്ക്കുകയാണെങ്കിൽ ഡ്യൂ ഡെയ്റ്റിന് ഒരാഴ്ചമുമ്പുതന്നെ അഡ്മിറ്റ് ചെയ്യാം."

എന്തായാലും 1971 ഡിസംബർ 16 ന് യുദ്ധം അവസാനിച്ചപ്പോൾ ഏറ്റവും അധികം സന്തോഷിച്ചത് ഞങ്ങളായിരുന്നു. എങ്കിലും എന്റെ മനസ്സിൽ പലതരം ആശങ്കകളും ഭയങ്ങളും കുടിയേറിയിരുന്നു. ഒന്നര വയസ്സുള്ള സംഗീതയെ രുഗ്മിണിയുടെ ആസ്പത്രിവാസക്കാലത്ത് ഞാനെങ്ങനെ നോക്കും എന്നതായിരുന്ന എന്നെ കുഴക്കിയിരുന്ന പ്രശ്നം. എന്നാൽ രുഗ്മിണിയും സംഗീതയും നാട്ടിൽനിന്ന് പോന്നപ്പോൾ അവരോടൊപ്പം ബോംബെ കാണാൻ വന്നിരുന്ന എന്റെ അനിയത്തി വിശാലത്തിന്റെ സാന്നിദ്ധ്യം സഹായകമായി തോന്നി. അവൾക്ക് വീട് ഭരിക്കാനും കുട്ടിയെ നോക്കാനും ഒന്നും അറിയില്ലെങ്കിലും വീട്ടിൽ ഒരാളുണ്ടെന്നത് ആശ്വാസമായി. വിശാലം അധികം സംസാരിക്കാറില്ലെങ്കിലും വിവേകശീലവും കാര്യപ്രാപ്തിയും ഉള്ളവളായിരുന്നു. അവളെ മൂന്നുകൊല്ലം മുമ്പ് അവിചാരിതമായി ഹൃദ്രോഗംമൂലം പൊടുന്നനെ ഞങ്ങൾക്ക് നഷ്ടപ്പെട്ടു എന്നത് കാലത്തിന് നേർപ്പിക്കാൻ കഴിയാത്ത വേദനയാണ്. വിശാലത്തിന്റെ മരണത്തിന് മുമ്പുതന്നെ റെയിൽവേ ഉദ്യോഗസ്ഥനായിരുന്ന ഭർത്താവ്, ഉണ്ണികൃഷ്ണൻ, അന്തരിച്ചിരുന്നു. ആ വിയോഗവും മൂന്ന് ആൺകുട്ടികളെ വളർത്താനും പഠിപ്പിക്കാനുമുള്ള സംഘർഷവുമായിരിക്കണം വിശാലത്തിന്റെ അകാലവിയോഗത്തിന് കാരണം. മരണശേഷമാണെങ്കിലും അവളുടെ മക്കൾ പഠിക്കുകയും നല്ലനിലയിൽ ജീവിതമാ

രംഭിക്കുകയും ചെയ്തിരിക്കുന്നു എന്നത് ആശ്വാസകരം തന്നെ.

അന്ന് അണുശക്തിനഗറിൽ ഹോസ്പിറ്റൽ തുടങ്ങിയിരുന്നില്ല. അത്യാവശ്യം ഉയർന്ന ചികിത്സയോ സർജറിയോ വേണ്ടി വരുമ്പോൾ ബൈക്കുളയിലുള്ള ജെ ജെ ഹോസ്പിറ്റലിലേക്ക് അയയ്ക്കുകയാണ് പതിവ്. ബി എ ആർ സിയുടെ ഹോസ്പിറ്റൽ യൂണിറ്റ് അവിടെയാണ് പ്രവർത്തിച്ചിരുന്നത്. അണുശക്തിനഗറിൽനിന്ന് വളരെ ദൂരെ.

ഈ അസൗകര്യത്തിന് പരിഹാരമായി അണുശക്തി നഗറിനടുത്തുള്ള ചില ആസ്പത്രികളുടെയും മെറ്റേണിറ്റി നഴ്സിങ് ഹോമുകളുടെയും ഒരു പാനൽ രൂപീകരിച്ചിരുന്നു. അതിലൊന്നായിരുന്നു സയണിലെ മർച്ചന്റ് ഹോസ്പിറ്റൽ.

യുദ്ധവും ബ്ലാക്ക് ഔട്ടും അവസാനിച്ച സമാധാനത്തിലായിരുന്നു ഞങ്ങൾ. ഒരുദിവസം അതിരാവിലെ രുഗ്മിണി നല്ല സുഖമില്ലെന്ന് പറഞ്ഞു. കാലത്തായിരുന്നതുകൊണ്ട് ടാക്സിക്ക് വേണ്ടി പ്രയാസപ്പെടേണ്ടി വന്നില്ല. ഒട്ടും വൈകിക്കാതെ സയണിലേക്ക് തിരിച്ചു. യാത്രയ്ക്കിടയിൽ അച്ഛനാകാൻ പോകുന്ന എല്ലാ പുരുഷന്മാരും അനുഭവിക്കുന്ന ഉൽക്കണ്ഠകളും ആകുലതകളും ഞാനും അനുഭവിച്ചു. മർച്ചന്റ് ആസ്പത്രിയിൽ ചെന്നതും സിസ്റ്റേഴ്സ് രുഗ്മിണിയെ ഏറ്റെടുത്ത് ലേബർറൂമിലേക്ക് കൊണ്ടുപോയി. തെല്ലിട കഴിഞ്ഞപ്പോൾ ഒരു സിസ്റ്റർ വന്ന് പറഞ്ഞു. "നിങ്ങൾക്ക് അധികം വൈകാതെ കുഞ്ഞിനെ കണ്ട് തിരിച്ചു പോകാം." പെട്ടെന്ന് എന്റെ മനസ്സ് ശാന്തമായി.

ഒരു മണിക്കൂർ കഴിഞ്ഞ് ഞാൻ എന്റെ മകനെ കണ്ട് തിരിച്ചുപോന്നു.

പരിമിതമായ വരുമാനവും സൗകര്യങ്ങളും വച്ച് രണ്ടു കൊച്ചുകുട്ടികളെ വളർത്തുന്നത് ആയാസകരമായിരുന്നു. ഇതിനു പുറമെയാണ്, ഒഴിവാക്കാനാവാത്ത ചിലരും ഞങ്ങളോടൊപ്പം താമസിക്കാനെത്തുന്നത്. ബോംബെയിൽ അച്ഛനേയും അമ്മയേയും വാങ്ങാനാവും. എന്നാൽ സുരക്ഷിതമായി അന്തിയുറങ്ങാനൊരിടം ലഭിക്കുന്നത് ചിന്തിക്കാനാവാത്ത ആഡംബരമാണ്. ഞങ്ങളുടെ കൂടെ രുഗ്മിണിയുടെ അനിയൻ മോഹൻ തുടക്കം മുതലേ ഉണ്ടായിരുന്നു. ടി ഐ എഫ് ആറിലായിരുന്നു ജോലി.

പുറകെ എന്റെ അനിയനും ജോലി തേടി ബോംബെയിലെത്തി. താമസം ഞങ്ങളോടൊപ്പംതന്നെ. അംഗസംഖ്യ വർദ്ധിച്ചതിന്റെ ക്ലേശങ്ങൾ മുഴുവൻ സഹിച്ചത് രുഗ്മിണിയായിരുന്നു. ഇന്നത്തെപ്പോലെ ഗൃഹോപകരണങ്ങൾ സുലഭമല്ലാത്ത ആ കാലത്ത് അരച്ചും പൊടിച്ചുമൊക്കെ ഭക്ഷണം പാകംചെയ്യുന്നത് ശ്രമകരമായിരുന്നു. വളരെ ദിവസത്തെ കാത്തിരിപ്പിന് ശേഷം ഒരു മിക്സി വാങ്ങിയത് ഞാനോർക്കുന്നു. ഇൻസ്റ്റാൾമെന്റിൽ വാങ്ങിയ ഫിലിപ്സ് മെയ്സ്ട്രോ റേഡിയോ പഴയ കാലത്തിന്റെ ഓർമ്മയ്ക്കായി ഞങ്ങൾ ഇപ്പോഴും സൂക്ഷിക്കുന്നു.

കുട്ടികളുടെ പാലനവും കുടുംബ പ്രാരാബ്ധങ്ങളും ഭാര്യയുടെ ആരോഗ്യത്തെ ബാധിക്കുന്നത് എന്നെ അസ്വസ്ഥനാക്കിയിരുന്നു.

ഞങ്ങൾ ബോംബെയിലെത്തി അധികം കാലതാമസമില്ലാതെ മൂത്ത

ചേച്ചിയുടെ ഭർത്താവിന് (ഭാസ്കരേട്ടന്) ഡൽഹിയിലേക്ക് സ്ഥലംമാറ്റമായി. ചേച്ചിയേയും രണ്ടു കുട്ടികളെയും ഡൽഹിയിലെ തീക്ഷ്ണമായ കാലാവസ്ഥകളിലേക്ക് കൊണ്ടുപോകാൻ അദ്ദേഹത്തിന് താല്പര്യമുണ്ടായിരുന്നില്ല.

അവരുടെ മകനായ സേതുവിന്റെ വിദ്യാഭ്യാസം തടസ്സപ്പെടുത്തി ഡൽഹിയിലേക്കോ നാട്ടിലേക്കോ കൊണ്ടുപോകുന്നതിലും വൈമുഖ്യമുണ്ടായിരുന്നു. അദ്ദേഹം ഒരു ദിവസം തയ്യാറെടുപ്പൊന്നും കൂടാതെ എന്നോട് പറഞ്ഞു: "സേതുവിനെ ഇവിടെ നിർത്തി പഠിപ്പിക്കുകയാണെങ്കിൽ എനിക്ക് മനസ്സമാധാനത്തോടെ ഡൽഹിക്ക് പോകാം. നിങ്ങൾക്ക് അസൗകര്യമാവുമെന്ന് എനിക്കറിയാം. എങ്കിലും ഒരു കുട്ടിയുടെ ഭാവിയെക്കരുതി."

അദ്ദേഹം മുഴുമിക്കുന്നതിന് മുമ്പ്, രുഗ്മിണിയോടു പോലും ആലോചിക്കാതെ ഞാൻ പറഞ്ഞു, "അങ്ങനെയാവട്ടെ."

ഒരുപക്ഷേ, എന്നോട് തോന്നിയിട്ടുള്ള അടുപ്പം കൊണ്ടാവാം ഭാസ്കരേട്ടൻ അങ്ങനെ ഒരാവശ്യം ഉന്നയിച്ചത്. ഭാസ്കരേട്ടൻ ഡൽഹിയിൽനിന്ന് വരുമ്പോഴൊക്കെ ഞങ്ങളുടെ കൂടെയാണ് താമസിക്കുക. രണ്ടു മൂന്നു ദിവസം മോനോടൊപ്പം കഴിയാമല്ലോ. ഇത്രയും കാലം ബോംബെയിലും ഡൽഹിയിലും ജീവിച്ചുവെങ്കിലും ഭാസ്കരേട്ടൻ ചപ്പാത്തി തിന്നിട്ടേയില്ല എന്നതാണ് അസാധാരണമായ വാസ്തവം. ചോറും മത്സ്യക്കൂട്ടാനും മതി ആ ഗുരുവായൂർക്കാരന്. ജപ്പാനിൽ പോയിട്ടും ചോറു മാത്രമേ കഴിച്ചിട്ടുള്ളൂ എന്ന് പറഞ്ഞപ്പോൾ ഞങ്ങൾ അത്ഭുതപ്പെട്ടു. ഭാസ്കരേട്ടൻ മുംബൈയിലെ പല മുന്തിയ ഹോട്ടലുകളിലും ഞങ്ങളെ അത്താഴത്തിന് കൊണ്ടുപോകാറുണ്ട്. എന്റെ കുട്ടികൾ ആദ്യമായി വിമാനയാത്ര നടത്തിയതിന് കാരണക്കാരനും അദ്ദേഹംതന്നെ. ഭാസ്കരേട്ടന്റെ അന്ത്യകാലം ക്ലേശഭരിതമായിരുന്നു. കാഴ്ചശക്തി നശിച്ചതുകൊണ്ട് അദ്ദേഹം ഏറെ ദുഃഖിച്ചു. എങ്കിലും മരിക്കുന്നതിനുമുമ്പ് മകനെ താൻ ജോലി ചെയ്തിരുന്ന സ്ഥാപനത്തിൽത്തന്നെ ഉദ്യോഗത്തിൽ കയറ്റിയത് ഭാഗ്യമായി.

2010 ൽ അദ്ദേഹം മരിക്കുമ്പോൾ ഞങ്ങൾ സന്ദീപിന്റെ കൂടെ അമേരിക്കയിലായിരുന്നു. ഭാസ്കരേട്ടൻ ജപ്പാനിൽനിന്ന് കൊണ്ടുവന്ന ഗെയ്ഷാ സുന്ദരി കണ്ണാടിക്കൂട്ടിലിരുന്ന് പുഞ്ചിരിക്കുമ്പോൾ ഞങ്ങൾ അദ്ദേഹത്തെ സ്നേഹത്തോടെ ഓർക്കുന്നു.

കഥകളുടെ രാജ്ഞി

ബോംബെയിൽ വന്നതിനുശേഷം ഞങ്ങൾ ആദ്യം നടത്തിയ ദൂരയാത്ര ചർച്ച്ഗേറ്റിലെ ബാങ്ക് ഹൗസിലേക്കായിരുന്നു. പ്രസിദ്ധ കവയിത്രിയും കഥാകാരിയുമായ മാധവിക്കുട്ടിയുടെ വീട്ടിലേക്ക്.

"അച്ഛൻ മാധവിക്കുട്ടി ആന്റിയെ എങ്ങനെയാണ് പരിചയപ്പെട്ടത്" എന്ന് സംഗീതയുടെ അന്വേഷണം.

പ്രസിദ്ധ സാഹിത്യകാരനായ സി രാധാകൃഷ്ണനാണ് ഞങ്ങളെ പരിചയപ്പെടുത്തുന്നത്. രാധാകൃഷ്ണൻ അന്ന് *ടൈംസ് ഓഫ് ഇന്ത്യ*യുടെ *സയൻസ് ടുഡേ* എന്ന ശാസ്ത്രമാസികയുടെ പത്രാധിപരായിരുന്നു. താമസം ചെമ്പൂരിൽ. പരേതനായ വി ടി ഗോപാലകൃഷ്ണനാണ് രാധാകൃഷ്ണന്റെ സാന്നിദ്ധ്യം മണത്തറിഞ്ഞത്. മാത്രമല്ല, ഞങ്ങളൊക്കെക്കൂടി സാഹിത്യവേദി എന്നൊരു സംഘടനയ്ക്ക് രൂപം കൊടുക്കേണ്ടതിന്റെ പ്രാഥമിക ചർച്ചകളിൽ ഏർപ്പെട്ടിരുന്നു. നാല്പത്തേഴുകൊല്ലം മുമ്പ് പിറവിയെടുത്ത ആ സംഘടന തല്ലിപ്പിരിയാതെ ഇന്നും സജീവസാന്നിദ്ധ്യമായി വി ടി യുടെ ഓർമ്മ നിലനിർത്തുന്നു എന്നത് വലിയ കാര്യമാണ്. ആസ്തിയും അധികാരവും അതിനോട് ബന്ധപ്പെടുത്താതിരുന്നതാണ് അതിജീവനത്തിന്റെ രഹസ്യം. ശർക്കരക്കുടങ്ങളുണ്ടെങ്കിലല്ലേ കൈയിട്ടുവാരാൻ മത്സരമുണ്ടാവൂ?

(വി ടി ഗോപാലകൃഷ്ണന്റെ പേരിൽ ഒരു സാഹിത്യപുരസ്കാരം വർഷംതോറും സാഹിത്യവേദിയിൽ അവതരിപ്പിക്കുന്ന ഏറ്റവും നല്ല രചനയ്ക്ക് സാഹിത്യവേദിയുടെ വാർഷികത്തിന് അദ്ദേഹത്തിന്റെ കുടുംബാംഗങ്ങൾ നല്കിവരുന്നു. പ്രൊഫസർ പി എ വാസുദേവന്റെ നേതൃത്വത്തിൽ രൂപീകരിക്കുന്ന ഒരു കമ്മിറ്റിയാണ് അതാത് വർഷത്തെ മികച്ചരചന – കഥ, കവിത, നിരൂപണം – തെരഞ്ഞെടുക്കുന്നത്. പതിനെട്ടാമത് വി ടി

ഗോപാലകൃഷ്ണൻ സാഹിത്യ പുരസ്കാര സമർപ്പണം നടന്നത് 2016 മാർച്ച് ആറിനാണ്)

സാഹിത്യവേദിയുടെ ചിന്തകളുമായിട്ടാണ് ഞാനും വി ടിയും ഒരുച്ച നേരത്ത് *ടൈംസ് ഓഫ് ഇന്ത്യ*യിൽ കയറിച്ചെന്ന് രാധാകൃഷ്ണനെ കോർത്തെടുത്തത്. ഞങ്ങളെല്ലാവരും ചെമ്പൂരും പരിസരങ്ങളിലുമായി താമസിച്ചിരുന്നതുകൊണ്ട് സൗഹൃദം തഴച്ചുവളർന്നു. അങ്ങനെയുള്ള അടുപ്പത്തിന്റെ പേരിലാണ് രാധാകൃഷ്ണനൊപ്പം മാധവിക്കുട്ടിയെ കാണാനുള്ള അവസരം വീണുകിട്ടുന്നത്. അതിനുശേഷം സൗകര്യപ്പെടുമ്പോൾ ഞാൻ അവരെ പോയി കാണാറുണ്ട്. ആമി എന്ന് വിളിപ്പേരുള്ള നാലപ്പാട്ട് കമല, മാധവദാസിനെ വിവാഹം ചെയ്ത് കമലാദാസ് ആയി. എന്നാൽ മലയാളത്തിൽ എഴുതുമ്പോൾ അവർ മാധവിക്കുട്ടി എന്ന പേര് നിലനിർത്തി. ഒരിക്കൽ ഞാൻ ചോദിക്കുകയുണ്ടായി, "മലയാളത്തിൽ എഴുതുമ്പോൾ മാധവിക്കുട്ടിയും ഇംഗ്ലീഷിലെഴുതുമ്പോൾ കമലാദാസും ആയി ആൾമാറാട്ടം നടത്തുന്നതെന്തുകൊണ്ടാണ്?"

"മലയാളത്തിൽ എഴുതിത്തുടങ്ങിയപ്പോൾ നാലപ്പാട്ട് കമല എന്ന പേരിലാണ് എഴുതാറ്. എന്നാൽ ഞാൻ മലയാളത്തിൽ എഴുതുന്ന കഥകൾ ഏതെങ്കിലും തരത്തിൽ മുത്തശ്ശിയെ വേദനിപ്പിച്ചെങ്കിലോ എന്ന് കരുതിയാണ് മാധവിക്കുട്ടി എന്ന തൂലികാനാമം സ്വീകരിച്ചത്. മുത്തശ്ശിയുടെ കാലം കഴിഞ്ഞിട്ടും ആ പേര് ഉപേക്ഷിച്ചില്ല."

വളരെ വിചിത്രമായ സ്വഭാവവും ജീവിതവീക്ഷണവും അവർക്കുണ്ടായിരുന്നു എന്നതിന്റെ തെളിവാണ് മാധവിക്കുട്ടിയുടെ രചനകൾ. അനന്യമായ ഭാവനയും അചുംബിതമായ പ്രമേയങ്ങളും മാധവിക്കുട്ടിയുടെ കഥകളേയും കവിതകളേയും ഉദാത്തമാക്കുന്നു. സ്ത്രീയുടെ വികാരങ്ങളും കാമവും ലൈംഗികതയും ആശയും ആവേശവും ദുരിതങ്ങളും സഹനങ്ങളും പച്ചയായും ധൈര്യത്തോടെയും തുറന്നെഴുതാനുള്ള ഉൾക്കരുത്ത് മാധവിക്കുട്ടിയെപ്പോലെ പ്രകടിപ്പിച്ച മറ്റൊരെഴുത്തുകാരി മലയാളത്തിലുണ്ടോ എന്നത് സംശയാസ്പദമാണ്. ജീവിതത്തിൽ പല വേഷങ്ങളണിയാനും അനുഭവങ്ങളുടെ ആഴങ്ങളിലേക്ക് ഇറങ്ങിച്ചെല്ലാനും അദമ്യമായ ഒരന്തഃപ്രേരണ അവർക്കുണ്ടായിരുന്നു. ഓരോ തവണയും മാധവിക്കുട്ടിയെ കണ്ട് തിരിച്ചു പോരുമ്പോൾ മനസ്സിലേക്ക് വെളിച്ചത്തിന്റെ ഒരു പുതിയ കിരണം ഊർന്നുവീണതായി തോന്നാറുണ്ട്.

ഞാൻ അന്നുവരെ മനസ്സിലാക്കാത്ത, തിരിച്ചറിയാത്ത ഏതോ ജീവിതവീക്ഷണം കൈവന്നതുപോലെ. എന്നെ സംബന്ധിച്ചിടത്തോളം അതവരുടെ അത്ഭുതസിദ്ധിയായിരുന്നു. പരിമിതമായ വാക്കുകളിൽ പരമസത്യങ്ങൾ പ്രകടിപ്പിക്കുന്ന മാന്ത്രികവിദ്യ മാധവിക്കുട്ടിയുടെ എഴുത്തിന്റെ പ്രത്യേകതയായിരുന്നു.

മാധവിക്കുട്ടിയുമായി പരിചയപ്പെട്ടതിനു ശേഷമായിരുന്നു എന്റെ വിവാഹം. ഞാൻ കല്യാണം കഴിക്കാൻ പോകുന്നു എന്ന് പറഞ്ഞപ്പോൾ അവർ സ്വതഃസിദ്ധമായ മൃദുലശബ്ദത്തിൽ, "അത്യോ, അത് നന്നായി"

എന്ന് പറഞ്ഞു. തെല്ലിട കഴിഞ്ഞ് അവർ കൂട്ടിച്ചേർത്തു, “കല്യാണം കഴിഞ്ഞാൽ ബാലകൃഷ്ണനൊന്നും ഇവിടെ വരില്ല.” എന്താണ് അങ്ങനെ പറഞ്ഞത് എന്ന് ചോദിച്ചപ്പോൾ “അനുഭവം” എന്ന് മറുപടി. “എന്റെ പല സുഹൃത്തുക്കളും കല്യാണം കഴിഞ്ഞതോടെ ഇവിടെ വരാതായി. അവരുടെ ഭാര്യമാർക്കൊന്നും എന്നെ ഇഷ്ടപ്പെട്ടില്ല. അവർ പറയാൻ മടിച്ച് മനസ്സിലൊളിപ്പിക്കുന്ന കാര്യങ്ങൾ ഞാൻ പച്ചയായി എഴുതുന്നതാവാം അനിഷ്ടത്തിനു കാരണം.”

“ശരി, എന്റെ കൂടെ ജീവിക്കാൻ വരുന്ന പെൺകുട്ടിക്ക് ചേച്ചിയെ ഇഷ്ടപ്പെടുമോ എന്ന് പരീക്ഷിച്ച് നോക്കാം.”

“അത് നല്ല കാര്യമാണ്. കല്യാണമൊക്കെ കഴിഞ്ഞ് തിരിച്ചു വന്നാൽ നിങ്ങൾ രണ്ടുപേരും കൂടി ഒരു ദിവസം ഇവിടെവന്ന് താമസിക്കണം. ഞാൻ കാത്തിരിക്കും.”

അണുശക്തി നഗറിൽ നിന്ന് 90 എൽ റ്റി ഡി എന്ന ഡബിൾ ഡക്കർ ബസ് ഫൗണ്ടനിലേക്കോ ഇലക്ട്രിക് ഹൗസിലേക്കോ ഓടിക്കൊണ്ടിരുന്നു. അതിന്റെ മുകൾത്തട്ടിൽ കയറിയിരുന്നാൽ കാഴ്ചകൾ കണ്ട് ഒന്നൊന്നര മണിക്കൂർ കൊണ്ട് ഫൗണ്ടനിലെത്താം.

അവിടുന്ന് ബാങ്ക് ഹൗസിലേക്ക് നടക്കാനുള്ള ദൂരമേയുള്ളു. ബാങ്ക്ഹൗസിന് സമീപം ആകാശവാണിയും മന്ത്രാലയവും മറ്റുമാണ്. ബോംബെയിലെ പ്രാന്തപ്രദേശങ്ങളിൽ കഴിയുന്ന ഞങ്ങൾക്ക് നഗരഹൃദയത്തിൽ ഒരു ദിവസം കഴിക്കുന്നത് വ്യത്യസ്ത അനുഭവമായിരുന്നു. അന്നു സന്ധ്യയ്ക്ക് മടക്കയാത്രയുടെ ആവലാതികളില്ലാതെ ഞങ്ങൾ മറൈൻഡ്രൈവിലും ഗെയ്റ്റ്വേ ഓഫ് ഇന്ത്യയിലും നടന്ന് വെളിച്ചത്തിൽ കുളിച്ചുനില്ക്കുന്ന നഗരം കണ്ടു.

കുന്നംകുളത്തുകാരിയായ രുഗ്മിണി അയൽദേശമായ പുന്നയൂർക്കുളത്തുകാരി മാധവിക്കുട്ടിയുമായി വളരെ പെട്ടെന്ന് അടുത്തു. ലോകപ്രശസ്തയായ കവയിത്രി നാലപ്പാട്ടു തറവാട്ടിലെ ആതിഥേയയായി മാറുന്ന കാഴ്ച എന്നെ അത്ഭുതപ്പെടുത്തി. അന്ന് മാധവിക്കുട്ടിയുടെ സഹായിയായി ചിരുതേയി അമ്മ എന്ന ഒരു സ്ത്രീയുണ്ടായിരുന്നു. തോടയണിഞ്ഞ അവരുടെ മുഖവും ചിരിയും പെരുമാറ്റവും സംസാരവും രുഗ്മിണിക്ക് ഇഷ്ടമായി. രണ്ടുപേരും കൂടി അടുക്കളക്കാര്യങ്ങൾ സംസാരിച്ചു. പാചകരഹസ്യങ്ങൾ കൈമാറി. മാധവിക്കുട്ടിയുടെ ജാനുവമ്മ കഥകളിലെ പ്രധാന കഥാപാത്രം ചിരുതേയി അമ്മയാണ്. മാധവിക്കുട്ടിയുടെ മരണശേഷം പല ചാനലുകാരും ചിരുതേയി അമ്മയെ അവതരിപ്പിക്കയുണ്ടായി.

രുഗ്മിണിയുമായി സംസാരിക്കവേ, പഠിച്ചത് മമ്മിയൂരുള്ള ലിറ്റിൽ ഫ്ളവർ കോളജിലാണെന്ന് പറഞ്ഞപ്പോൾ മാധവിക്കുട്ടിയുടെ വീട്ടിലെ സുവർണ്ണയും (ഡോക്ടർ സുവർണ്ണ നാലപ്പാട്ട്) വാസന്തിയുമൊക്കെ അവിടെ പഠിച്ചിരുന്നതായും രുഗ്മിണി അവരെ അറിയുമെന്നും പറഞ്ഞപ്പോൾ അവർക്ക് പ്രത്യേകമായൊരടുപ്പം തോന്നിയിരിക്കാം. ഈ അടുപ്പം മാധവിക്കുട്ടിയുടെ മരണംവരെ നിലനിന്നു. മനസ്സു തുറന്നുള്ള സംസാര

ത്തിനിടയിൽ രുഗ്മിണി ശാസ്ത്രീയ സംഗീതം അഭ്യസിച്ചിട്ടുണ്ടെന്നും യൂത്ത് ഫെസ്റ്റിവലിലും മറ്റും പങ്കെടുത്തിട്ടുണ്ടെന്നും പറഞ്ഞുപോയി. ഉടനെ ആമിയോപ്പു ദാസേട്ടനെ വിളിച്ച് രുഗ്മിണി പാടുമെന്ന് പറഞ്ഞു. ഉടനെ പാട്ടുപാടണമെന്ന് നിർബ്ബന്ധം. ഒഴികഴിവുകൾ പറഞ്ഞെങ്കിലും രക്ഷപ്പെടാനായില്ല. പാട്ടു പാടേണ്ടി വന്നു. ദാസേട്ടന് ഇഷ്ടപ്പെട്ട പാട്ടുകൾ മൂന്നെണ്ണമായിരുന്നു.

1. അന്ന് നിന്റെ നുണക്കുഴി വിരിഞ്ഞിട്ടില്ല.
2. അല്ലിയാമ്പൽക്കടവിലന്നരയ്ക്കു വെള്ളം
3. സ്വർണ്ണച്ചാമരം വീശിയെത്തുന്ന സ്വപ്നമായിരുന്നെങ്കിൽ ഞാൻ

എന്ന് ചെല്ലുമ്പോഴും ഈ പാട്ടുകൾ പാടണമെന്നത് നിർബ്ബന്ധമായിരുന്നു. അദ്ദേഹം തിരുവനന്തപുരത്തെ സ്ഥാണുവിലാസം ബംഗ്ലാവിൽ രോഗശയ്യയിലാവുന്നതുവരെ ഈ പതിവ് തുടർന്നുപോന്നു.

ഞങ്ങളുടെ ദീർഘകാല പരിചയത്തിനിടയ്ക്ക് ഉണ്ടായ രണ്ടു കാര്യങ്ങൾ ഇവിടെ സൂചിപ്പിക്കാതെ വയ്യ.

കല്യാണമൊക്കെ കഴിഞ്ഞതിന് ശേഷം ഒരു ദിവസം ഞാൻ ബാങ്ക് ഹൗസിൽ ചെന്നപ്പോൾ മാധവിക്കുട്ടി പറഞ്ഞു.

“പി ടി കുഞ്ഞുമുഹമ്മദ് ‘ചുവന്ന പാവാട’ എന്ന എന്റെ കഥ സിനിമയാക്കാൻ ആഗ്രഹിക്കുന്നു. അതിന്റെ സ്ക്രിപ്റ്റ് ബാലകൃഷ്ണൻ എഴുതണം.”

ഞാൻ ഒന്നു ഞെട്ടി.

“സിനിമയെക്കുറിച്ചോ തിരക്കഥയെക്കുറിച്ചോ എനിക്കൊന്നും അറിഞ്ഞുകൂടാ.”

“അതൊന്നും സാരമില്ല. കുട്ടി ഭാഷ നന്നായി കൈകാര്യം ചെയ്യുന്ന ആളല്ലേ. എനിക്കാണെങ്കിൽ വാക്കുകളുടെ ദാരിദ്ര്യവുമുണ്ട്.”

ഞാനത് കേട്ട് അന്തം വിട്ടിരുന്നു. കഥകളുടെ രാജ്ഞിക്ക് വാക്കുകളുടെ ദാരിദ്ര്യം! അവരുടെ കഥയ്ക്ക് സാഹിത്യത്തിൽ ആരുമല്ലാത്ത ഞാൻ തിരക്കഥ എഴുതുക!!

അങ്ങനെയൊരു പാതകം ഞാൻ ചെയ്യില്ലെന്ന് വിനീതമായി പറഞ്ഞു.

എന്നാൽ ചേച്ചി സമ്മതിച്ചില്ല.

“ആദ്യം എഴുതിക്കൊണ്ടു വരൂ. മിനുക്കുപണികളും വേണ്ട മാറ്റങ്ങളും ഞാൻ ചെയ്തോളാം.”

നിർബ്ബന്ധിച്ച് എന്നെക്കൊണ്ട് എഴുതിച്ചു. എന്നാൽ ചേച്ചി സമ്മതിച്ചില്ല.

അത് കൊണ്ടുചെന്നു കൊടുത്തപ്പോൾ കുഞ്ഞുമുഹമ്മദ് കൊടുത്തതാണെന്ന് പറഞ്ഞ് ഒരു കവർ എന്നെ പിടിപ്പിച്ചു. അതിൽ ആയിരം ഉറുപ്പികയുണ്ടായിരുന്നു. അന്ന് അത് വലിയൊരു സംഖ്യയായിരുന്നു. എനിക്ക് കാശിന് ബുദ്ധിമുട്ടുണ്ടാവും എന്നോർത്ത് എന്നെക്കൊണ്ട് തിരക്കഥ എഴുതിച്ചതല്ലേ എന്ന സംശയം ഇപ്പോഴും ബാക്കിയാണ്.

ഞങ്ങളുടെ കോളനിയിലുണ്ടായിരുന്ന ട്രോംബെ ടൗൺഷിപ്പ് ഫൈൻ

ആർട്സ് ക്ലബ്ബിൽ ഞാൻ അംഗമായിരുന്നു. അവരുടെ വാർഷികത്തിന് മാധവിക്കുട്ടിയെ മുഖ്യാതിഥിയായി കിട്ടുമോ എന്ന് കാര്യദർശി എന്നോട് ചോദിച്ചു. ദൂരം അധികമായതുകൊണ്ട് അവർ വരുമോ എന്ന കാര്യത്തിൽ എനിക്ക് സംശയമുണ്ടായിരുന്നു. ഞാൻ ശ്രമിക്കാം എന്നുമാത്രം പറഞ്ഞു.

അടുത്ത തവണ അവിടെ പോയപ്പോൾ കാര്യം അവതരിപ്പിച്ചു.

"എനിക്ക് പ്രസംഗിക്കാനൊന്നും അറീല്യ കുട്ടീ" എന്ന് മറുപടി.

"എന്റെ വീട് അവിടെത്തന്നെയാണ്. കൂട്ടത്തിൽ ഞങ്ങളുടെ വീട്ടിലൊന്ന് വരാമല്ലോ."

"അത് നല്ല കാര്യമാണ്. ഞാൻ വരാം."

ഞങ്ങൾക്ക് വളരെ സന്തോഷമായി. ഫൈൻ ആർട്സുകാർക്ക് അതിലേറെ സന്തോഷം.

ആദ്യം ചേച്ചിയും ദാസേട്ടനും ഞങ്ങളുടെ വീട്ടിൽ വന്ന് അല്പം വിശ്രമിച്ചതിനുശേഷമാണ് പരിപാടി നടക്കുന്ന സ്ഥലത്തേക്ക് പോയത്. രണ്ടുപേരെയും വേദിയിലിരുത്തി ഭാരവാഹികൾ വേണ്ടവിധം ആദരിച്ചു.

ആയിരക്കണക്കിന് പ്രേക്ഷകർ നിറഞ്ഞ സ്കൂൾ മൈതാനവും പുല്ത്തകിടികളും പശ്ചാത്തലത്തിലെ ഹരിതസാന്ദ്രമായ കുന്നുകളുടെ ഭംഗിയും മാധവിക്കുട്ടിയെ ആഹ്ലാദിപ്പിച്ചു. അണുശക്തി നഗറിന്റെ പ്രകൃതി ഭംഗിയെ പുകഴ്ത്തുകയും ഇവിടെ വരാൻ കഴിഞ്ഞതിൽ സന്തോഷം രേഖപ്പെടുത്തുകയും ചെയ്തു, പ്രസംഗത്തിൽ.

യാദൃച്ഛികമായി ആരംഭിച്ച ഒരു പരിചയം കുടുംബ ബന്ധങ്ങളിലേക്കും ഗാഢമായ സൗഹൃദങ്ങളിലേക്കും വളരുമ്പോൾ, പൊങ്ങച്ചമോ നാട്യങ്ങളോ ഇല്ലാത്ത മാധവിക്കുട്ടിയുടെ ഹൃദയനൈർമ്മല്യമാണ് ഞങ്ങളെ വിസ്മയിപ്പിച്ചത്.

കണ്ടുമുട്ടുമ്പോഴൊക്കെ മാധവിക്കുട്ടി പറയാറുണ്ട്, രുഗ്മിണിക്ക് ഒരനിയത്തി ഉണ്ടായിരുന്നെങ്കിൽ മോനുവിനെക്കൊണ്ട് കല്യാണം കഴിപ്പിക്കാമായിരുന്നു എന്ന്. ഞങ്ങൾ അതൊരു താമശയായിട്ടേ കരുതിയിരുന്നുള്ളൂ.

ആയിടയ്ക്കാണ് വെസ്റ്റ് ഇന്റീസിൽ (ജമൈക്ക) ജോലി ചെയ്തിരുന്ന രുഗ്മിണിയുടെ അനിയൻ മോഹനൻ കല്യാണം കഴിക്കാനുള്ള ഉദ്ദേശ്യത്തോടെ ഇന്ത്യയിലേക്ക് വരുന്നത്. ബോംബെയിൽ കുറച്ചുദിവസം തങ്ങി നാട്ടിൽ പോകാനായിരുന്നു പ്ലാൻ. മാധവിക്കുട്ടിയെ ഞങ്ങൾക്ക് പരിചയമാണെന്നും വല്ലപ്പോഴും ഞങ്ങൾ അവിടെ പോകാറുണ്ടെന്നും പറഞ്ഞപ്പോൾ മോഹനനും അവരെ കാണാനുള്ള ആഗ്രഹം പ്രകടിപ്പിച്ചു. ഞങ്ങൾ അവിടെപ്പോയി തിരിച്ചുവന്ന് രണ്ടുദിവസം കഴിഞ്ഞപ്പോൾ ആമിയോപ്പു വിളിച്ചു. അവരുടെ ബാല്യകാലസുഹൃത്തും ദാസേട്ടന്റെ കസിനുമായ പ്രസന്നയുടെ മൂത്ത മകൾ ലക്ഷ്മി ബോംബെ യൂണിവേഴ്സിറ്റിയിൽ മാത്സ് എം എസ് സിക്ക് പഠിക്കുന്നു. മോഹൻ ആ കുട്ടിയെ വെറുതെ ഒന്ന് കാണട്ടെ. അവർക്ക് തമ്മിൽ ഇഷ്ടപ്പെട്ടാൽ അതൊരു നല്ല ബന്ധമായിരിക്കും. പ്രസന്നയ്ക്ക് വളരെ സമാധാനമാവും. അവൾക്ക് ലക്ഷ്മിയെ

കൂടാതെ രണ്ടു പെൺകുട്ടികൾ കൂടിയുണ്ട്. പാവം, എപ്പോഴും ആ വ്യസനത്തിലാണ്. ഞാൻ എല്ലാം കേട്ടിരുന്നെങ്കിലും മറുപടിയൊന്നും പറഞ്ഞില്ല. മോഹനന് അമ്മയും രണ്ടു സഹോദരന്മാരും നാട്ടിലുണ്ട്. അവരോടൊക്കെ ആലോചിച്ച് തീരുമാനിക്കേണ്ട ഒരു കാര്യത്തെക്കുറിച്ച് ഞാനെങ്ങനെ അഭിപ്രായം പറയും.

"നമുക്ക് മുൻവിധികളൊന്നും വേണ്ട. അവർ തമ്മിൽ ഒന്ന് കാണട്ടെ. ഇഷ്ടപ്പെട്ടെങ്കിലല്ലേ മുന്നോട്ട് ചിന്തിക്കേണ്ടൂ? ബാങ്ക് ഹൗസിൽ വച്ച് നമുക്ക് ഗംഭീരമായ പെണ്ണുകാണൽ നടത്താം. സദ്യയൊക്കെ ആവാം അല്ലേ. ഹായ് അതൊക്കെ ഒരു രസം തന്നെയാണേയ്."

അവർ അർത്ഥഗർഭമായി പുഞ്ചിരിച്ചു.

മോഹനൻ ലക്ഷ്മിയെ കണ്ട് തിരിച്ചു പോരുമ്പോൾത്തന്നെ സമ്മതം പ്രകടിപ്പിച്ചു. വീട്ടിൽപ്പോയി അമ്മയോടും ജ്യേഷ്ഠന്മാരോടും ആലോചിച്ചതിനുശേഷം വിവരം അറിയിച്ചാൽ മതിയെന്ന് ഞാൻ അഭിപ്രായപ്പെട്ടു. മോഹനന്റെ വിവാഹം നടക്കുകയാണെങ്കിൽ പങ്കെടുക്കാൻ പാകത്തിൽ ഞങ്ങളും നാട്ടിലെത്തി. അന്നാണ് പുന്നയൂർക്കുളത്തുള്ള പ്രസിദ്ധമായ നാലപ്പാട്ട് തറവാട്ടിൽ ഞാൻ ആദ്യമായും അവസാനമായും പോകുന്നത്.

മാധവിക്കുട്ടി അവരുടെ കൂട്ടുകാരിയും ലക്ഷ്മിയുടെ അമ്മയുമായ പ്രസന്നനായരെ വിളിച്ച് വരുത്തിയിരുന്നു. വാസ്തവത്തിൽ പഴയ തറവാടിരുന്ന സ്ഥാനത്ത് പുതുക്കിപ്പണിത സർവ്വോദയ എന്ന വീടായിരുന്നു അത്. തന്റെ ബാല്യകാല സ്മരണകളിൽ വിവരിച്ചിരിക്കുന്ന നീർമാതളം നിന്നിരുന്ന സ്ഥലവും ആമിയോപ്പുവിന്റെ പ്രിയങ്കരിയായിരുന്ന മുത്തശ്ശിയുടെ ഇരിപ്പിടവും അമ്മാമനായ നാലപ്പാട്ട് നാരായണമേനോന്റെ എഴുത്തുമേശയും മറ്റും അന്ന് കാണിച്ചുതരികയുണ്ടായി. മാധവിക്കുട്ടിയുടെ കാലശേഷം ആ സ്ഥലം കേരള സാഹിത്യ അക്കാദമിക്ക് നല്കുകയും അവിടെ അവർക്കുള്ള സ്മൃതിമണ്ഡപം അടുത്തകാലത്ത് രൂപം കൊള്ളുകയും ചെയ്തിരിക്കുന്നു എന്നാണ് അറിയുന്നത്.

മാധവിക്കുട്ടി ആഗ്രഹിച്ചതുപോലെ ലക്ഷ്മിയും മോഹനനും വിവാഹിതരായി.

സാൻഫ്രാൻസിസ്കോയിൽ വളരെക്കാലം താമസിച്ചതിനുശേഷം ഇപ്പോൾ അവർ അറ്റ്ലാന്റയിലാണ് താമസം.

മാധവിക്കുട്ടിയുമായി രണ്ടു മൂന്നു ദശാബ്ദക്കാലത്തെ പരിചയമുണ്ടായിരുന്നെങ്കിലും ഞാൻ അനാവശ്യമായ ചോദ്യങ്ങളോ അന്വേഷണങ്ങളോ ഒഴിവാക്കിയിരുന്നു. അതുകൊണ്ടാണ് അവർ മതം മാറിയപ്പോൾ പലരും വ്യാഖ്യാനങ്ങളും നിഗമനങ്ങളും നിർല്ലോഭം എടുത്ത് വിളമ്പിയെങ്കിലും ഞാനതിനെക്കുറിച്ച് ഒന്നും അന്വേഷിക്കാതിരുന്നത്. അവരണിയുന്ന വേഷങ്ങളായിരുന്നില്ല ഞങ്ങൾക്ക് പ്രധാനം. അവരുടെ അന്തസ്സും നന്മയും സ്നേഹാർദ്രതയും ആത്മചൈതന്യവുമായിരുന്നു. ആ ചൈതന്യധാരയെ ഇന്നും ഞങ്ങൾ ആദരവോടെ സ്മരിക്കുന്നു.

മാധവിക്കുട്ടി കമലാ സുരയ്യയായി മാറിയതിനുശേഷം ഞങ്ങൾ

അവരെ കാണുന്നത് എറണാകുളത്ത് കടവന്ത്രയിലെ റോയൽ സ്റ്റേഡിയം മാൻഷനിൽ വച്ചാണ്. പൊലീസ് കാവലും മറ്റുമുണ്ടായിരുന്നു. അന്ന് അവർ പറഞ്ഞു, “ബാലകൃഷ്ണനും രുഗ്മിണിക്കും എന്റെ വേഷം പിടിക്കുന്നില്ലെങ്കിൽ ഈ മക്കനയൊക്കെ ഞാൻ അഴിച്ചുവയ്ക്കാം.”

അവരെ പല വേഷങ്ങളിലും ഭാവങ്ങളിലും കണ്ടിട്ടുള്ളതുകൊണ്ട് ഞാൻ പറഞ്ഞു,

“ആമിയോപ്പുവിന്റെ വേഷങ്ങളല്ലല്ലോ ഞങ്ങളെ ആകർഷിച്ചത്.”

അതു കേട്ടപ്പോൾ ആ മുഖത്ത് സ്വതസിദ്ധമായ മന്ദഹാസം തെളിഞ്ഞു.

മാധവിക്കുട്ടിയെക്കുറിച്ച് എനിക്കുള്ള സ്നേഹനിർഭരമായ ഓർമ്മകളും വ്യക്തിപരമായ അനുഭവങ്ങളും അവർ സ്വന്തം കൈപ്പടയിൽ പലപ്പോഴായി എഴുതിയിട്ടുള്ള കത്തുകളും മറ്റും ചേർത്ത് ഒരോർമ്മപ്പുസ്തകം അവരുടെ മരണശേഷം പ്രസിദ്ധീകരിക്കാൻ ഞാൻ ആഗ്രഹിച്ചു. കേരളത്തിലെ പ്രസിദ്ധമായ ഒരു പ്രസാധകസ്ഥാപനം അത് പ്രസിദ്ധീകരിക്കാമെന്ന് സമ്മതിച്ചു. എന്നാൽ അവർ മാധവിക്കുട്ടിയുടെ സമഗ്രസംഭാവനകൾ ഒന്നിച്ചുചേർത്ത് പ്രസിദ്ധീകരിക്കുന്ന തിരക്കിലായിരുന്നു. അതിൽ അവരുടെ കത്തുകൾ ഉൾപ്പെടുത്താൻ അനുമതി ചോദിച്ചു. പുസ്തകം പിന്നെ പ്രസിദ്ധീകരിക്കാം എന്നായിരുന്നു ധാരണ. എന്നാൽ പിന്നീട് അവർ കാലുമാറി. അവരുടെ സമ്പൂർണ്ണ കൃതികൾക്ക് ശേഷം ഈ പുസ്തകത്തിന് പ്രസക്തിയില്ലെന്ന് ന്യായം. പ്രസിദ്ധീകരണരംഗത്ത് ദീർഘകാല പാരമ്പര്യമുള്ളവർക്ക് ആ വിപര്യയം മുൻകൂട്ടി കാണാനായില്ല എന്നത് അവിശ്വസനീയമായി തോന്നി എനിക്ക്. ഞാനെന്റെ പ്രതിഷേധം അവരെ അറിയിക്കുകയും അതിനെക്കുറിച്ച് വിസ്മരിക്കുകയും ചെയ്തു.

സംഗീത വിവാഹിതയായതിനുശേഷം ഉണ്ണിയോടൊപ്പം അക്കാലത്ത് കടവന്ത്രയിലെ റോയൽ സ്റ്റേഡിയം മാൻഷനിൽ താമസിച്ചിരുന്ന മാധവിക്കുട്ടിയെ പോയി കാണുകയുണ്ടായി. പൂജയ്ക്കും അവരെ കാണാനും അവരോടൊപ്പം ഒരു ഫോട്ടോ എടുക്കാനും ഭാഗ്യമുണ്ടായി. ലോകപ്രശസ്തയായ ആ എഴുത്തുകാരിയെ കുറച്ചെങ്കിലും അടുത്തറിയാനും അവരുമായി സ്നേഹബന്ധം പുലർത്താനും കഴിഞ്ഞത് സൗഭാഗ്യമായി കരുതുന്നവരാണ് ഞങ്ങൾ.

പൂനെയിൽ *സകാൽ* എന്ന മറാത്തി പത്രത്തിന്റെ ഒരാഘോഷച്ചടങ്ങിൽ ശരദ് പവാർ പ്രത്യേകം നിർബ്ബന്ധിച്ചതുകൊണ്ട് അവർക്ക് പങ്കെടുക്കേണ്ടി വന്നു. എറണാകുളത്തേക്കുള്ള മടക്കയാത്ര ബോംബെയിൽ കൂടിയാണ് ബുക്ക് ചെയ്തിരുന്നത്. എന്നാൽ ബുക്ക് ചെയ്ത ആളുകളുടെ പിഴവുകൊണ്ട് അവർക്ക് ഒരു ദിവസം ഡൊമസ്റ്റിക്ക് എയർപോർട്ടിനടുത്തുള്ള സെൻടോർ ഹോട്ടലിൽ തങ്ങേണ്ടി വന്നു. ഒറ്റയ്ക്കിരുന്നു മടുത്തതുകൊണ്ടോ എന്തോ എനിക്ക് ഫോൺ ചെയ്തു. ഞങ്ങൾ എന്തെങ്കിലും ഭക്ഷണം കൊണ്ടുവരട്ടെ എന്ന് ചോദിച്ചപ്പോൾ ഇത്രയും ദൂരം യാത്ര ചെയ്ത് വരുന്നത് നിങ്ങൾക്ക് ബുദ്ധിമുട്ടാവും, അത് വേണ്ട എന്ന്

മറുപടി. ഞങ്ങളുടെ നിർബ്ബന്ധത്തിനു വഴങ്ങി അല്പം തൈർ സാദം കഴിക്കാമെന്ന് സമ്മതിച്ചു. ഞങ്ങൾ കാണാൻ ചെന്നപ്പോൾ വലിയ സന്തോഷമായി. സംസാരത്തിനിടെ, സന്ദീപിനെ കണ്ടിട്ട് വളരെ കാലമായി എന്നും അവൻ വലുതായോ എന്നും മറ്റും അന്വേഷിച്ചു. സന്ദീപിന് ടാറ്റാ കൺസൾട്ടൻസിയിലായിരുന്നു ജോലി, അന്ധേരിയിൽ സീപ്സിലായിരുന്നു (SEEPZ) ഓഫീസ്.

ഓഫീസ് വിട്ടു പോകുമ്പോൾ ഹോട്ടലിൽ വരാൻ പറഞ്ഞതനുസരിച്ച് അവിടെ വന്ന് മാധവിക്കുട്ടിയെ കാണുകയുണ്ടായി. ചേച്ചിക്ക് വളരെ സന്തോഷമായി. അവന് എട്ടോ പത്തോ വയസ്സുള്ളപ്പോൾ കണ്ടതിന്റെ ഓർമ്മ പുതുക്കാൻ അങ്ങനെ ഒരവസരം വന്നു.

പിന്നീട് ഞങ്ങൾ ഒരുമിച്ച് ആമിയോപ്പുവിനെ കണ്ടത് പൂനെയിൽ ഇളയമകൻ ശോഡു (ജയസൂര്യ) വിന്റെ ഫ്ളാറ്റിൽ താമസിക്കുമ്പോഴാണ്. അന്ന് അവർ വളരെ ക്ഷീണിച്ചിരുന്നു. കിടപ്പുമുറിയിൽ ചെന്ന ഞങ്ങളെ അരികിലിരുത്തി, “ഞാൻ മരിക്കാറായോ?” എന്ന് ചോദിച്ചപ്പോൾ തോന്നിയ പരിഭ്രമം മറച്ചുകൊണ്ട് ഞാൻ പറഞ്ഞു.

“ഹേയ്, ചേച്ചി ഇനിയും വളരെക്കാലം ജീവിക്കും. അത് ഞങ്ങളുടെ മാത്രമല്ല, സാഹിത്യപ്രേമികളുടെ മുഴുവൻ ആവശ്യവും പ്രാർത്ഥനയുമാണ്.” അപ്പോൾ ആ ചുണ്ടിൽ ഒരു പുഞ്ചിരി വിടരുന്നതും അടുത്ത നിമിഷം കൊഴിഞ്ഞു വീഴുന്നതും ഞാൻ വേദനയോടെ കണ്ടു.

അവസാനമായി വാഷിയിലെ കേരളഹൗസിൽ വച്ച് കണ്ട ചേച്ചിയുടെ ഭൗതികശരീരം ചേതനയറ്റതായിരുന്നു. അത് കണ്ടു നില്ക്കുന്നത് മർമ്മഭേദകമായി തോന്നി. ഞാൻ മോനുവിന്റെ തോളിൽ കൈവച്ച് ഒരു നിമിഷം നിന്ന് തിരിച്ചുപോന്നു. കേരളത്തിന്റെ സാംസ്കാരിക മന്ത്രിയായിരുന്ന എം എ ബേബി മാധവിക്കുട്ടിയുടെ ഭൗതികശരീരത്തെ പൂനെ മുതൽ തിരുവനന്തപുരം വരെ അനുഗമിച്ചു എന്നുള്ളത് കേരളം അവരോട് കാണിച്ച ആദരവിന്റെ തെളിവാണ്.

ഞങ്ങളുടെ ജീവിതത്തിൽ അവിസ്മരണീയമായിത്തീർന്ന ഒരു മഹനീയ സാന്നിദ്ധ്യത്തിന്റെ അഭാവം ഉളവാക്കിയ ശൂന്യത ഇന്നും നിലനില്ക്കുന്നു.

സ്വകാര്യമായ അഭിമാനം

എൺപത്തിരണ്ടിൽ ഞങ്ങൾ പതിനാറ് നിലകളുള്ള എവറസ്റ്റ് എന്ന കെട്ടിടത്തിലെ പതിനാറാം നിലയിൽ താമസം തുടങ്ങി. അങ്ങനെ ഉയരങ്ങളിൽ ജീവിക്കുന്ന അനുഭവവും കൈവന്നു. പതിനാറ് നിലകളിലായി 64 കുടുംബങ്ങൾ. ഞങ്ങളുടെ അയൽക്കാരായി പഞ്ചാലും ഭാര്യയും മൂന്നു കുട്ടികളും. അവർ ഗുജറാത്തികളായിരുന്നു. മൂത്തമകൻ രാജേഷ് ആർക്കിടെക്ചറിന് പഠിക്കുകയായിരുന്നു. രണ്ടാമത്തെ പെൺകുട്ടി ഭൈരവിയും അതിനുതാഴെ ഭൂപേഷും.

ഞങ്ങളുടെ കുട്ടികൾ വളരെ വേഗം അവരോടിണങ്ങി. രണ്ടാമത്തെ അയൽവാസി ഡോക്ടർ ആശാ ദാമോദരൻ, അവരുടെ ഭർത്താവായ എഞ്ചിനീയർ ദാമോദരൻ. ദാമോദരൻ തമിഴ്നാട്ടുകാരനും ഡോക്ടർ ആശ മഹാരാഷ്ട്രക്കാരിയുമായിരുന്നു.

ഇവർ രാജസ്ഥാനിലെ (കോട്ട) ആണവ നിലയത്തിൽനിന്നും മുംബൈയിലേക്ക് സ്ഥലം മാറ്റം വാങ്ങി വന്നവരായിരുന്നു. ഞാൻ മുമ്പൊരിക്കൽ കോട്ടയിൽ പോയപ്പോൾ അവരെ പരിചയപ്പെട്ടിരുന്നു. അവർക്ക് ഗംഭീരനായ ഒരൽസേഷ്യൻ നായയുണ്ടായിരുന്നു. നിരുപദ്രവിയാണെങ്കിലും കുട്ടികൾക്കൊക്കെ അതിനെ പേടിയായിരുന്നു. എന്നാൽ ആ നായ പലപ്പോഴും റേഷനും പലവ്യഞ്ജനങ്ങളും പച്ചക്കറിയുമൊക്കെ അടങ്ങുന്ന സഞ്ചി കടിച്ചു പിടിച്ച് കൊണ്ടുവരുന്നത് കുട്ടികളും വലിയവരും നോക്കിനില്ക്കാറുള്ള അത്ഭുതക്കാഴ്ചയായിരുന്നു.

കുട്ടികളില്ലാത്ത ആ ദമ്പതികൾ നായയെ ഒരു പുത്രനെപ്പോലെ സ്നേഹിച്ചിരുന്നു. പിന്നീട് അഞ്ചോ ആറോ വർഷത്തിനുശേഷം ഒരു പ്രഭാതത്തിൽ അതിന്റെ ജീവൻ വെടിഞ്ഞതായി ഞങ്ങളറിഞ്ഞു. നായയുടെ മൃതദേഹത്തിനരികെ ദുഃഖാർത്തരായിരിക്കുന്ന ആ ദമ്പതികളുടെ

ചിത്രം ഇന്നും മായാതെ മനസ്സിലുണ്ട്.

അവർ മറ്റൊരു ഫ്ളാറ്റിലേക്ക് താമസം മാറ്റിയതിനെത്തുടർന്ന് വന്ന താമസക്കാർ മലയാളികളായിരുന്നു. രവിയും വിജയയും അവരുടെ രണ്ടു കുട്ടികളും. സുജിതും സ്മിതയും. രവിക്ക് ടാറ്റാ ഫൈനാൻസിലായിരുന്നു ജോലി. വിജയയ്ക്ക് ബി എ ആർ സിയിലും. ജീവിതം സുഖിക്കാനും ആഘോഷിക്കാനും ഉള്ളതാണെന്ന വിശ്വാസക്കാരനായിരുന്നു രവി.

ഞങ്ങളുടെ നേരെ എതിർവശത്തെ ഫ്ളാറ്റിൽ ബംഗാളിയായ നന്ദിയും പഞ്ചാബി ഭാര്യയും രണ്ടു കുട്ടികളും. നന്ദിയുടെ അച്ഛൻ ബംഗാളി. അമ്മ പാഴ്സിയാണെന്നാണ് ഓർമ്മ. തികച്ചും ജാതിമത പ്രാദേശിക വ്യത്യാസങ്ങളില്ലാത്ത ഒരു കുടുംബമായിരുന്നു അവരുടേത്.

ഇന്ദ്രപ്രസ്ഥയിലെപ്പോലെ കുടുംബങ്ങൾ തമ്മിൽ ഗാഢബന്ധങ്ങൾ സാമാന്യേന കുറവായിരുന്നു. എന്നാലും ഹോളിയും ദീപാവലിയും മറ്റും കെങ്കേമമായി ആഘോഷിക്കാറുണ്ട്. കുട്ടികൾ മാത്രമല്ല, ഞങ്ങളും ചായത്തിൽ മുങ്ങാറുണ്ട്.

കാറ്റിന്റെ ചൂളംവിളിയും മഴയുടെ ആരവവും അനുഭവിച്ചറിഞ്ഞത് എവറസ്റ്റിലെ വാസക്കാലത്താണ്. മാത്രമല്ല, എന്റെ ജീവിതത്തിലെ പല പ്രധാനപ്പെട്ട സംഭവങ്ങളും നടന്നത് അവിടെ വച്ചാണ്.

ബിരുദമെടുത്ത് പതിനഞ്ച് കൊല്ലത്തിനുശേഷം രുഗ്മിണി ബി എഡ്ഡിന് പഠിക്കാൻ പോയതും അദ്ധ്യാപികയായതും ഒരു വഴിത്തിരിവായിരുന്നു. അതിന് എന്നെ പ്രേരിപ്പിച്ചത് എന്റെ സുഹൃത്തും സഹപ്രവർത്തകനുമായിരുന്ന ശ്രീമാൻ ധാബാഡ്ക്കറാണ് എന്ന് നന്ദിയോടെ സ്മരിക്കട്ടെ. ബി എഡ് കഴിഞ്ഞ് അടുത്തുതന്നെയുള്ള ഒരു സ്കൂളിൽ അദ്ധ്യാപികയായി ജോലി ചെയ്തു തുടങ്ങിയതോടെ ഞങ്ങളുടെ ജീവിതത്തിലെ ചിട്ടവട്ടങ്ങൾ മാറി. കുട്ടികൾ കൂടുതലായി സ്വന്തം കാര്യങ്ങൾ നോക്കാൻ തുടങ്ങി. അത്യാവശ്യ സന്ദർങ്ങളിൽ എനിക്ക് അടുക്കളക്കാര്യങ്ങളിൽവരെ ശ്രദ്ധ ചെലുത്തേണ്ടതായും വന്നു. ചുരുക്കത്തിൽ ഞങ്ങൾ ഞങ്ങളുടെ ടൈംടേബിളുകൾ മാറ്റി എഴുതി. ക്ലാസെടുക്കുന്നതിലും കുട്ടികളെ പഠിപ്പിക്കുന്നതിലും രുഗ്മിണി ജീവിതത്തിന്റെ സാർത്ഥകത കണ്ടെത്തി.

ഏതാണ്ട് ആ സമയത്താണ് എന്ന് തോന്നുന്നു, താനെ കടലിടുക്കിനപ്പുറം ഒരു പുതിയ നഗരത്തിന്റെ നിർമ്മാണ പ്രവർത്തനങ്ങൾ തുടങ്ങുന്നത്. അവിടെയുണ്ടാക്കുന്ന പാർപ്പിടങ്ങൾ വില്ക്കാനും ആ പുതുസംരംഭത്തിലേക്ക് ആളുകളെ ആകർഷിക്കുവാനും വേണ്ടി സിഡ്കോയിലെ (City Industrial Development Corporation) ഒരു സംഘം ആഫീസർമാർ ദിവസങ്ങളോളം ബി എ ആർ സിയിൽ വന്ന് ക്യാമ്പ് ചെയ്തു. കച്ചവടക്കണ്ണുള്ള പലരും നിസ്സാരമായ സംഖ്യകൾ മുടക്കി വലിയ വീടുകൾ ബുക്ക് ചെയ്തു. എന്നാൽ പലരും അവിടേക്കുള്ള യാത്രാക്ലേശങ്ങളോർത്ത് മടിച്ച് പിന്മാറി. പഴയ ബോംബെയിൽനിന്ന് വ്യത്യസ്തമായി നവിമുംബൈ ശരിയായ രീതിയിൽ പ്ലാൻ ചെയ്ത നഗരമായിരിക്കുമെന്ന് സിഡ്കോയുടെ ലഘുലേഖകളും പത്രങ്ങളും ഊന്നിപ്പറഞ്ഞിരുന്നു. നഗ

രനിർമ്മാണത്തിന്റെ പുരോഗതി ദ്രുതഗതിയിലായപ്പോൾ കൂടുതൽ ആളുകൾ ബോധവാന്മാരായി. ഗവൺമെന്റ് നേരിട്ട് നടത്തുന്ന സംരംഭമായതുകൊണ്ട് കാര്യങ്ങൾ സുതാര്യമായിരിക്കുമെന്ന് ഉറപ്പുണ്ടായിരുന്നു.

കടലിടുക്കിന് മുകളിലൂടെ ആദ്യം പാലവും പിന്നെ റെയിൽപ്പാതയും നിർമ്മിക്കുവാനുള്ള പ്രാഥമിക പ്രവർത്തനങ്ങൾ തുടങ്ങിയപ്പോൾ അതുവരെ മയങ്ങിക്കിടന്ന പലരും ഞെട്ടിയുണർന്ന് കണ്ണു തിരുമ്മി. ആ കൂട്ടത്തിൽ ഞങ്ങളുടെ പ്ലാന്റിൽ ജോലി ചെയ്തിരുന്ന ചിലരും ഉണ്ടായിരുന്നു. അവർ ഒത്തൊരുമിച്ച് നവിമുംബൈയിൽ കുടിയേറാനുള്ള ഒരു പദ്ധതി ആവിഷ്കരിച്ചു. അപ്പോഴേക്കും പാലംപണി തുടങ്ങിയിരുന്നതുകൊണ്ട് ഭൂമിയുടെ വില വാണംപോലെ മുകളിലേക്ക് കുതിച്ചുകൊണ്ടിരുന്നു. മുമ്പും പിമ്പും ആലോചിക്കാതെ ഞാനും അവരുടെ കൂടെ കൂടി.

ഇതിനുമുമ്പ് പ്രധാന നഗരത്തിൽ, ഞങ്ങളുടെ കോളനിക്ക് സമീപം തന്നെ ചെറിയ ബംഗ്ലാവുകൾ നിർമ്മിക്കാൻ എന്റെ കുറെ സുഹൃത്തുക്കൾ മുന്നോട്ടിറങ്ങി. അന്ന് അതിന് വേണ്ട പണം സ്വരൂപിക്കാൻ വഴി കാണാത്തതുകൊണ്ട് ഞാൻ ഒഴിഞ്ഞുമാറി. ഇന്നും ആ സ്ഥലം കാണുമ്പോൾ ഞങ്ങൾക്ക് നഷ്ടബോധം തോന്നും. അതുകൊണ്ടാണ് വാഷിയിലെ ഭവനനിർമ്മാണ പദ്ധതിയിൽ ചേർന്നത്.

എന്റെ ജീവിതത്തിലെ പ്രധാനപ്പെട്ട പല കാര്യങ്ങളും നടന്നത് എവറസ്റ്റിൽ താമസിക്കുമ്പോഴാണ്. മകളുടെ വിവാഹം, മകന്റെ തിളക്കമുള്ള വിജയം, ജോലി, കൊച്ചുമകളുടെ ജനനം മുതലായവ.

സയണിലെ എസ് ഐ ഇ എസ് കോളേജിലാണ് സംഗീത ബിരുദ പഠനം നടത്തിയത്. പിന്നീട് യു ഡി സി ടിയിൽ നിന്ന് ബിരുദാനന്തര ബിരുദം നേടി. ഏതാണ്ട് ആ സമയത്ത് ഞങ്ങൾ അവളുടെ വിവാഹത്തെപ്പറ്റിയും ചിന്തിച്ചുതുടങ്ങിയിരുന്നു. ആയിടയ്ക്കാണ് എന്റെ വളരെ അടുത്ത സുഹൃത്തായ പി പി ശ്രീനിവാസൻ മുഖാന്തരം ഒരാലോചന വരുന്നത്.

ശ്രീനിവാസനും ഞാനും പ്ലൂട്ടോണിയം പ്ലാന്റിൽ ഒരേ ഷിഫ്റ്റിലാണ് ജോലി ചെയ്തിരുന്നത്. ഞങ്ങൾ തമ്മിൽ കൈമാറാത്ത രഹസ്യങ്ങളൊന്നുമില്ല. ശ്രീനിവാസന്റെ വീട് കണ്ണൂരായിരുന്നു. കെമിക്കൽ എഞ്ചിനീയറിങ്ങാണ് പഠിച്ചത്. അതുകൊണ്ട് തരം കിട്ടുമ്പോൾ പുറത്തുചാടാൻ തീരുമാനിക്കുകയും നിരന്തരമായി അതിന് ശ്രമിക്കുകയും ചെയ്തുകൊണ്ടിരുന്നു. ശ്രീനിവാസൻ ദൃഢചിത്തനായിരുന്നതുകൊണ്ട് തീരുമാനങ്ങളെടുത്താൽ പിന്നെ വ്യതിചലിക്കാറില്ല. എന്റെ പ്രകൃതം നേരെ മറിച്ചും. അതുകൊണ്ടാണ് ശ്രീനിവാസൻ സുരക്ഷിതമായ ഗവൺമെന്റ് ജോലിയുപേക്ഷിച്ച് പുതിയതായി തുടങ്ങിയ നോസിൽ (NOCIL) എന്ന പെട്രോകെമിക്കൽ കോംപ്ലക്സിൽ ചേർന്നത്. പിന്നീട് ശ്രീനിവാസൻ വിദേശത്ത് പോവുകയും കൂടുതൽ കൂടുതൽ ഉയരങ്ങളിലെത്തുകയും ചെയ്തു. ഇപ്പോൾ കോയമ്പത്തൂരിൽ വിശ്രമജീവിതം നയിക്കുന്നു. ശ്രീനിവാസന്റെയും പ്രഭയുടെയും മക്കൾ സുജിതും സമീതും ഉന്നത വിദ്യാഭ്യാസ

ത്തിനുശേഷം അമേരിക്കയിൽ നല്ല നിലയിൽ കഴിയുന്നു. അരനൂറ്റാണ്ടിനു ശേഷവും ഞങ്ങളുടെ കുടുംബ ബന്ധങ്ങൾ അഭംഗുരം തുടരുന്നു.

ശ്രീനിവാസൻ കൊണ്ടുവന്ന ഒരു കാര്യമായതുകൊണ്ട് ഞങ്ങൾ കൂടുതലായി അന്വേഷണങ്ങൾ നടത്തിയില്ല.

ഉണ്ണി (ഉണ്ണികൃഷ്ണൻ) മറൈൻ എഞ്ചിനീയറായിരുന്നു. ഷിപ്സ് എന്ന വിദേശകമ്പനിയിൽ ചീഫ് എഞ്ചിനീയർ. അദ്ദേഹത്തിന് പലപ്പോഴും ജോലിയുടെ ഭാഗമായി കപ്പൽയാത്ര ചെയ്യേണ്ടിയിരുന്നതുകൊണ്ട് സംഗീത ജോലിക്ക് പോകണമെന്നില്ല എന്നഭിപ്രായപ്പെട്ടു. അവൾക്ക് അതിനോട് വലിയ വിയോജിപ്പില്ലായിരുന്നതുകൊണ്ട് ആ ബന്ധം ഏതാണ്ട് തീർച്ചപ്പെടുത്തി. ഉണ്ണിയുടെ അച്ഛനമ്മമാർ ഞങ്ങളെപ്പോലെ ബോംബെക്കാരായി മാറിയിരുന്നതുകൊണ്ട് കാര്യങ്ങൾ വേഗം മുന്നോട്ട് നീങ്ങുകയും 1994 നവംബർ 25 ന് അവർ വിവാഹിതരാവുകയും ചെയ്തു. അതുപോലെ പ്രധാനപ്പെട്ട സംഭവം തന്നെയായിരുന്നു സന്ദീപിന്റെ ഹയർ സെക്കന്ററി പരീക്ഷയിലെ വിജയം. അന്ന് മുംബൈയിലെ പ്രസിദ്ധമായ കോച്ചിങ് ക്ലാസായിരുന്നു ദാദർ ടി ടിയിലുണ്ടായിരുന്ന അഗർവാൾ ക്ലാസസ്. അഗർവാൾ ക്ലാസിൽ കോച്ചിങ്ങിന് പ്രവേശനം കിട്ടുന്നത് വലിയ കാര്യമായിരുന്നു. ഇവരുടെ കോച്ചിങ് കൊണ്ട് ഐ ഐ ടിയിൽ പ്രവേശനം ഉറപ്പാക്കാമെന്നായിരുന്നു വിശ്വാസം. ഇന്ന് അഗർവാൾ ക്ലാസസ് ഇല്ലെന്ന് തോന്നുന്നു. (ഐ ഐ ടി കോച്ചിങ്ങിന്റെ കേന്ദ്രം ഇപ്പോൾ രാജസ്ഥാനിലെ കോട്ട എന്ന സ്ഥലമാണ്. ചേതൻ ഭഗത്തിന്റെ *റെവല്യൂഷൻ 20* എന്ന പുസ്തകത്തിൽ കോട്ടയിലെ കോച്ചിങ് ക്ലാസുകളെ പരാമർശിക്കുന്നുണ്ട്).

പരീക്ഷകൾക്ക് തയ്യാറെടുക്കാറായപ്പോഴേക്കും സന്ദീപ് അവന്റെ വഴി തെരഞ്ഞെടുത്തിരുന്നു. ഐ ഐ ടി പരീക്ഷയ്ക്ക് ശ്രമിച്ച് നല്ല റാങ്ക് കിട്ടിയില്ലെങ്കിൽ കാര്യമില്ല. അതിലും നല്ലത് ബോർഡ് പരീക്ഷയിൽ ശ്രദ്ധ കേന്ദ്രീകരിക്കുകയാണെന്ന് അവൻ തിരിച്ചറിഞ്ഞു.

സന്ദീപ് മഹാരാഷ്ട്ര ബോർഡിന്റെ ഹയർ സെക്കന്ററി പരീക്ഷ റാങ്കോടെ പാസായി എന്നുമാത്രമല്ല, കോളേജിലെ ടോപ്പറുമായിരുന്നു. പരീക്ഷാഫലം പുറത്തുവന്ന ദിവസം രാവേറെ ചെല്ലുന്നതുവരെ സന്ദീപിനെ അഭിനന്ദിക്കാൻ സന്ദർശകർ വന്നുകൊണ്ടിരുന്നു. അവനെ സംബന്ധിച്ചിടത്തോളം അതെല്ലാം അരോചകമായിരുന്നു. ആരെങ്കിലും പുകഴ്ത്തുന്നതോ പൊങ്ങച്ചം പറയുന്നതോ ഒട്ടും രസിക്കാത്ത സ്വഭാവക്കാരനായിരുന്നു സന്ദീപ്. എന്തായാലും നല്ല മാർക്കോടെ പാസായതുകൊണ്ട് വി ജെ ടി ഐ എന്ന പ്രശസ്തമായ എഞ്ചിനീയറിങ് കോളേജിൽ ആഗ്രഹിച്ച വിഷയത്തിനുതന്നെ നിഷ്പ്രയാസം പ്രവേശനം ലഭിച്ചു. ഞങ്ങളെ സംബന്ധിച്ചിടത്തോളം അനുഗ്രഹമായിരുന്നു അത്.

സംഗീതയുടെ വിവാഹമായപ്പോഴേക്കും ക്യാമ്പസ് സെലക്ഷനിലൂടെ സന്ദീപിന് ടാറ്റാ കൺസൾട്ടൻസിയിൽ ജോലിയും ലഭിച്ചു. മനസ്സിന്റെ ഭാരങ്ങൾ ലഘൂകരിച്ച സംഭവങ്ങളായിരുന്നു രണ്ടും.

സംഗീതയുടെ വിവാഹം കഴിഞ്ഞ ഉടനെതന്നെ സന്ദീപ് ഇംഗ്ലണ്ടിലേക്ക് പോയി. ഒന്നര കൊല്ലത്തിനുശേഷം തിരിച്ചുവന്നെങ്കിലും അധികം താമസിയാതെതന്നെ അമേരിക്കയിലേക്ക് പോയി. അവിടെ ജോലി ചെയ്തുകൊണ്ട് പിറ്റ്സ്ബർഗ്ഗിലെ കാർനെഗിമെലൻ യൂണിവേഴ്സിറ്റിയിൽ നിന്ന് കമ്പ്യൂട്ടർ ടെക്നോളജിയിൽ എം എസ് ബിരുദം നേടി. ഇപ്പോഴും അമേരിക്കയിൽ ജീവിക്കുന്നു. ബയോകെമിസ്ട്രിയിൽ ഡോക്ടറേറ്റുള്ള ലക്ഷ്മിയാണ് ഭാര്യ. മദ്രാസിൽ ജനിച്ചുവളർന്ന മലയാളി പെൺകുട്ടി.

ഞങ്ങൾ എവറസ്റ്റിൽ താമസിക്കുമ്പോൾ അണുശക്തി നഗറിലെ പ്രധാന ഗേറ്റിൽ നിന്ന് വീട് വരെ നടക്കാനുള്ള ദൂരം കൂടുതലായിരുന്നു. പുറത്തെവിടെയെങ്കിലും പോയി ബസിൽ യാത്രചെയ്ത് ക്ഷീണിച്ച് വരുന്ന കുട്ടികൾ രണ്ടുപേരും നടക്കാൻ വിസമ്മതിച്ചിരുന്നു. കുട്ടികളായിരിക്കുമ്പോൾ അവരെ ഞങ്ങൾ മാറിമാറി എടുത്ത് വീടെത്തിക്കുകയായിരുന്നു പതിവ്. എന്നാൽ അവർക്ക് രണ്ടും മൂന്നും വയസ്സായപ്പോൾ അത് പ്രയാസമായി. അന്ന് കോളനിയിൽ ഓട്ടോറിക്ഷകൾ ഓടിത്തുടങ്ങിയിരുന്നില്ല. ഇപ്പോഴുള്ളതുപോലെ ഗേറ്റിന് പുറത്ത് ടാക്സി സ്റ്റാന്റും ഉണ്ടായിരുന്നില്ല. എവറസ്റ്റ് ബിൽഡിങ്ങിൽ ആകെ രണ്ടു മൂന്നു പേർക്ക് മാത്രമാണ് കാറുണ്ടായിരുന്നത്. ഡോക്ടർ ആശാ ദാമോദരനും ഡോക്ടർ കരീരയ്ക്കും ഷാഫിക്കും രവി–വിജയ ദമ്പതികൾക്കും.

അന്ന് വഴി നടന്ന് മടുക്കുമ്പോൾ സംഗീത പറയാറുണ്ടായിരുന്നു, “നമ്മക്ക് ഒരു കാറുണ്ടായിരുന്നെങ്കി എന്തു സുഗായിരുന്നു! അച്ഛനെന്നാ കാറ് വാങ്ങ്വാ?”

അവളുടെ ചോദ്യം ഞാൻ കേട്ടതായി നടിക്കാറില്ല.

അടുത്തൊരു ദിവസം അണുശക്തി നഗറിൽ പോയപ്പോൾ അവിടെ കാറുകളെ തടഞ്ഞ് നടക്കാൻ വയ്യായിരുന്നു. കെട്ടിടങ്ങൾക്ക് താഴെയുണ്ടായിരുന്ന പാർക്കിങ് ലോട്ടുകൾ കവിഞ്ഞൊഴുകി, എല്ലാ റോഡുകളിലും കാറുകൾ പാർക്ക് ചെയ്തിരുന്നു. സുരക്ഷാക്രമീകരണങ്ങൾ ശക്തമാക്കിയതോടെ കാറ് വാങ്ങിയവർക്കൊന്നും ഓഫീസിൽ പോകാൻ അത് ഉപയോഗിക്കാൻ വയ്യാതായി. കോളനിയിൽ പാർക്ക് ചെയ്ത് ഷട്ടിൽ പിടിച്ച് പോകാനാണ് അവർക്ക് വിധി. ഞാൻ ജോലി ചെയ്തിരുന്ന കാലത്ത് കാറ് ഉള്ളിൽ കൊണ്ടുപോകാമായിരുന്നു. പക്ഷേ, വളരെ കുറച്ച് ഭാഗ്യവാന്മാർക്കേ വാഹനയോഗം ഉണ്ടായിരുന്നുള്ളു എന്നുമാത്രം.

1996 ആഗസ്ത് 22 നാണ് പൂജ ജനിച്ചത്. ഒരാഴ്ചയ്ക്ക് ശേഷം കോരിച്ചൊരിയുന്ന മഴയത്താണ് കുട്ടി എവറസ്റ്റിൽ ആദ്യമായി എത്തുന്നത്. പിന്നെ പൂജയുടെ വളർച്ചയിലും കളികളിലും ചുറ്റിപ്പറ്റിയായി ഞങ്ങളുടെ ജീവിതം. പൂജയെ മിക്കവാറും ഞാനെടുത്തുകൊണ്ട് താഴെപ്പോയി കിളികളും പൂക്കളും ചെടികളും പുൽത്തകിടിയുമൊക്കെയുള്ള പരിസരങ്ങൾ കാണിച്ചു കൊടുക്കുമായിരുന്നു. ചില കാര്യങ്ങൾ വളരെ പെട്ടെന്നുതന്നെ അവൾക്ക് മനസ്സിലാകും. ഞങ്ങൾ ബ്രെഡ്, മുട്ട, പഴം, ചോക്ക്ലേറ്റ് മുതലായ സാധനങ്ങൾ വാങ്ങാറുള്ള മൂർത്തിയുടെ ഷോപ്പിലേക്ക് ഞാനവളെ

പലപ്പോഴും കൊണ്ടുപോകാറുണ്ട്. അതുകൊണ്ട് മൂർത്തിയുടെ ഷോപ്പ് എന്ന് പറഞ്ഞാൽ കുട്ടി അവിടേക്ക് വിരൽ ചൂണ്ടുമായിരുന്നു. അതുപോലെ വീട്ടിൽനിന്ന് പുറത്തേക്ക് നോക്കിയാൽ അകലെ കാണുന്ന കടലിടുക്കും പാം ബീച്ച് റോഡും കെട്ടിടങ്ങളും വെളിച്ചത്തിൽ കുളിച്ചു നില്ക്കുന്ന കാഴ്ച മനോഹരമായിരുന്നു. ആ വെളിച്ചമൊക്കെ കാണിച്ച് 'ഇല്യുമിനേഷൻ' എന്ന് പറയുമ്പോൾ കുട്ടി കണ്ണുചിമ്മാതെ നോക്കിയിരിക്കും. പിന്നീട് ഇല്യുമിനേഷൻ എന്ന വാക്ക് കേട്ടാൽ അവൾ ആ ദൃശ്യത്തിലേക്ക് വിരൽ ചൂണ്ടി മിഴിയനക്കാതെ ഇരിക്കുമായിരുന്നു. ഇത്തരം മറക്കാനാവാത്ത കൊച്ചുകൊച്ചനുഭവങ്ങളിലൂടെയാണ് ആ കാലം സഞ്ചരിച്ചത്.

എന്റെ മക്കൾ നാണയങ്ങളുടെ കിലുക്കം കേട്ടല്ല വളർന്നത്. പുസ്തകങ്ങളുടെ ഗന്ധം ശ്വസിച്ചാണ്. അന്നൊക്കെ സിറ്റിയിൽ സുന്ദർഭായ് ഹാളിൽ എല്ലാ കൊല്ലവും സ്ട്രാൻഡ് ബുക്ക് സ്റ്റാളുകാരുടെ പുസ്തക പ്രദർശനം നടക്കാറുണ്ട്. ബസിൽ ഒന്നരമണിക്കൂർ യാത്ര ചെയ്ത് ഞങ്ങൾ കുട്ടികളുമായി അവിടെ പോകാറുണ്ട്. മറ്റെന്തെല്ലാം ആവശ്യങ്ങൾ വെട്ടിച്ചുരുക്കിയാലും പുസ്തകങ്ങൾ വാങ്ങുന്നതിൽനിന്നും കുട്ടികളെ പിന്തിരിപ്പിക്കാറില്ല. ഇന്ന് എന്റെ മകൾക്കുള്ളത്ര പുസ്തകശേഖരം എനിക്കില്ല. അവരിൽനിന്ന് പകർന്ന് കിട്ടിയ പുസ്തകപ്രേമമായിരിക്കണം, പൂജയേയും പുസ്തകങ്ങളോടടുപ്പിച്ചത്. അവൾ പുസ്തകങ്ങൾ വായിച്ചു തീർക്കുന്ന വേഗത എന്നെ അത്ഭുതപ്പെടുത്താറുണ്ട്. *ഹാരി പോട്ടറും എംപറർ ഓഫ് മാലഡീ*സും അതുപോലെ നിരവധി പേജുകളുള്ള പുസ്തകങ്ങളും എത്ര പെട്ടെന്നാണ് വായിച്ച് തീർക്കാറുള്ളത്! ശരിക്കും ഞങ്ങൾ ആമയും മുയലുമാണ്.

വളരെ കുട്ടിക്കാലത്തു തന്നെ അക്ഷരങ്ങളോടും വാക്കുകളോടും അവൾ ആഭിമുഖ്യം പ്രകടിപ്പിച്ചിരുന്നു. വാക്കുകൾ കൂട്ടിച്ചൊല്ലാൻ പഠിച്ച കാലത്ത് പൂജ 'ആഗ്നാപൂർ' എന്ന് പറയുമായിരുന്നു. അല്പംകൂടി വലുതായപ്പോൾ ആ സാങ്കല്പിക സ്ഥലത്തിലെ വിശേഷങ്ങൾ പറയുമായിരുന്നു. ആഗ്നാപ്പൂരിൽ മാമ്പഴങ്ങൾക്ക് നീല നിറമാണ്. അവിടത്തെ പുഴയിൽ എപ്പോഴും നീലമത്സ്യങ്ങൾ കളിക്കുന്നുണ്ടാവും. വീടുകളുടെ ചുമരുകൾക്കും ഓടുകൾക്കും നീലനിറം. കുട്ടിയുടെ ആഗ്നാപ്പൂർ വിശേഷങ്ങൾ ഞങ്ങളെ അത്ഭുതപ്പെടുത്തിയിരുന്നു. ആർ കെ നാരായണന്റെ മാൽഗുഡിപോലെ ഒരു സ്ഥലമാവാം അതെന്നും പൂജ ഭാവിയിൽ ഒരെഴുത്തുകാരി ആയേക്കാമെന്നും ഞങ്ങൾ തമാശ പറയാറുണ്ട്. വളരുംതോറും ആഗ്നാപ്പൂർ വിശേഷങ്ങൾ മാറിക്കൊണ്ടിരുന്നു. പിന്നേയും വർഷങ്ങൾക്കു ശേഷമാണ് ഇന്ത്യയിൽ പെൻഗ്വിൻ ബുക്സിന്റെ പ്രധാനിയായിരുന്ന ഡേവിഡ് ദേവീഡർ എഴുതിയ *ഹൗസ് ഓഫ് ബ്ലൂ മാംഗോസ്* എന്ന കൃതി ഞാൻ വായിച്ചത്. അതിൽ വിവരിച്ചിരിക്കുന്ന പല കാര്യങ്ങളുമായും ബന്ധപ്പെടുത്താവുന്നതായിരുന്നു പൂജയുടെ ആഗ്നാപ്പൂർ വിശേഷങ്ങൾ. ബാല്യഭാവനകളും കൗതുകങ്ങളും തികച്ചും അപരിചിതനായ മുതിർന്ന ഒരെ

ഴുത്തുകാരന്റെ ഭാവനകളോട് വിദൂര സമാനതകൾ പുലർത്തി എന്നുള്ളത് എന്നെ വിസ്മയിപ്പിച്ച വസ്തുതയാണ്. അവൾ പഠിപ്പിന്റെ ഭാഗമായി എഴുതാറുള്ള പ്രബന്ധങ്ങൾ എനിക്ക് അയച്ചു തരാറുണ്ട്. അതിൽ ചിലതിലെല്ലാം ഒരെഴുത്തുകാരിയുടെ സ്ഫുലിംഗങ്ങൾ ഞാൻ കാണാറുണ്ട്. മാത്രമല്ല, പൂജയുടെ വിദേശികളായ അദ്ധ്യാപകരിൽ ചിലരും അവളെ സാഹിത്യം പഠിക്കാൻ ഉപദേശിച്ചിരുന്നു. എന്തായാലും പൂജ ഇപ്പോൾ അമേരിക്കയിലെ പ്രശസ്തമായ ജോൺസ് ഹോപ്കിൻസ് സർവ്വകലാശാലയിൽ എഞ്ചിനീയറിങ് പഠിച്ചുകൊണ്ടിരിക്കുന്നു. ഏത് രംഗത്തായാലും അവൾക്ക് ശോഭനമായ ഒരു ഭാവിയുണ്ടെന്ന് ദൃഢമായി വിശ്വസിക്കുന്നവനാണ് ഞാൻ.

പഴയ ലോഡ്ജ്

കൈരളിയുടെ *കാക്ക* (2011 സെപ്തംബർ) എന്ന ത്രൈമാസിക ത്തിന്റെ ഉദ്ഘാടനത്തിന് പ്രസിദ്ധരായ പലരും എത്തിയിരുന്നു. മലയാള ചലച്ചിത്രരംഗത്തെ അതുല്യ പ്രതിഭയായ അടൂർ ഗോപാലകൃഷ്ണൻ, ചെറുകഥയുടെ രാജശില്പിയായ കാക്കനാടൻ, ചിത്രകാരനും കൊച്ചി മുസിരിസ് ബിനാലെയുടെ സംഘാടകനുമായ ബോസ് കൃഷ്ണമാചാരി, കഥാകൃത്ത് വി ആർ സുധീഷ് മുതലായവരുടെ സാന്നിദ്ധ്യം വ്യക്തമായി ഓർമ്മയിലുണ്ട്. ഇത് ഓർത്തുവയ്ക്കുന്നതിന് മറ്റൊരു കാരണം കൂടി യുണ്ട്. എന്റെ സുഹൃത്തായിരുന്ന കാക്കനാടനെ അവസാനമായി കണ്ട സന്ദർഭം കൂടിയായിരുന്നു അത്. അദ്ദേഹം അവശനായിരുന്നെങ്കിലും മോഹൻ കാക്കനാടന്റെ ആഭിമുഖ്യത്തിൽ നടക്കുന്ന പരിപാടിയിൽ പങ്കെ ടുത്തത് ഏറെ സന്തോഷത്തോടെയായിരുന്നു. മലയാള സാഹിത്യം, പത്ര പ്രവർത്തനം, ചിത്രരചന, സിനിമ തുടങ്ങിയ സാംസ്കാരിക രംഗങ്ങളിൽ വ്യക്തിമുദ്രകൾ പതിപ്പിച്ച അപൂർവ്വം കുടുംബങ്ങളിലൊന്നാണ് കാക്ക നാടന്മാരുടേത്. അവരുടെ കുടുംബത്തിന്റെ മുംബൈയിലെ പതാകവാഹ കനാണ് മോഹൻ കാക്കനാടൻ.

'കൈരളിയുടെ *കാക്ക*'യിൽ മാത്രം ഒതുങ്ങുന്നതല്ല, മോഹന്റെ വ്യക്തിത്വം. മുംബൈ മഹാനഗരത്തിൽ ഇന്ത്യൻ ഭാഷകളുടെ പാരമ്പ ര്യവും പ്രാധാന്യവും പരിമിതികളും വിവിധ ഭാഷാ സാഹിത്യകാരന്മാർ വിശദമായി ചർച്ച ചെയ്ത മൂന്ന് ഗേറ്റ്‌വേ സാഹിത്യോത്സവങ്ങൾ വിജയ കരമായി നടത്തിയെന്ന അഹംഭാവമോ ഗർവ്വോ പ്രകടിപ്പിക്കാത്ത മോഹൻ കാക്കനാടൻ നന്മയുടെയും അന്തസ്സിന്റെയും പ്രതീകമാണെന്നാണ് എന്റെ നിഷ്പക്ഷമായ വിലയിരുത്തൽ.

കൈരളിയുടെ *കാക്ക*യുടെ ഉദ്ഘാടനവും പിന്നീട് ഗേറ്റ്‌വേ സാഹി

ത്യോത്സവങ്ങളും ക്യാമറയിലാക്കിയത് ഇമ ബാബുവാണ്. ഇന്ദിര – മാധവൻ ദമ്പതികളുടെ പുത്രനാണ്, ഇമ ബാബു. ക്യാമറയുമായി നാടു ചുറ്റുന്ന ഇമ ബാബു *മാതൃഭൂമി*യടക്കം മലയാളത്തിലെ മിക്ക ആനുകാലികങ്ങളിലും ചിത്രങ്ങൾ പ്രസിദ്ധീകരിച്ചിട്ടുണ്ട്. ഏഷ്യാനെറ്റ് സംപ്രേക്ഷണം ചെയ്ത *സ്വത്വം, കടവ്, മതിലകം ചന്ത, അബ്ദുക്ക ബിയോണ്ട് ദ ഫ്രെയിം, കളർ ഓഫ് ദ സീഷോർ, ഒറ്റയാൾ* എന്നീ ഡോക്യുമെന്ററികളും *കാക്ക, പക്ഷിസങ്കേതം, രണ്ടാമത്തെ ഒരാൾ* എന്നീ ഷോർട്ട് ഫിലിമുകളും ചെയ്തിട്ടുണ്ട്.

ഫെയ്സ് ഓഫ് ദ സിറ്റി എന്ന ഡോക്യുമെന്ററി (മോഹൻ കാക്കനാടൻ നിർമ്മാതാവ്, എൻ ശ്രീജിത് സംവിധാനം) ചെയ്യാൻ മുംബൈയിൽ വന്നപ്പോഴാണ് ഞങ്ങൾ അടുത്തറിയുന്നത്. എന്റെ സുഹൃത്തും *മാതൃഭൂമി*യുടെ മുംബൈ ബ്യൂറോ ചീഫുമായ ശ്രീജിത്തിനോടൊപ്പമാണ് ബാബു വീട്ടിൽ വന്നത്. ഞാൻ വളരെക്കാലം ചെമ്പൂരിൽ താമസിച്ചിട്ടുണ്ടെന്ന് പറഞ്ഞപ്പോൾ ഇമ ബാബുവിന് ചെമ്പൂരിന്റെ വിശേഷങ്ങൾ ക്യാമറയിലാക്കാൻ മോഹം.

തെളിഞ്ഞ ഉച്ചവെയിലുള്ള അപരാഹ്നത്തിലാണ് ഞങ്ങൾ ചെമ്പൂരെത്തിയത്. ചെമ്പൂരിലെ എന്റെ താമസക്കാലം പ്രാചീനമായ ഒരോർമ്മയിൽനിന്ന് വർത്തമാന യാഥാർത്ഥ്യമാകുന്നത് ഞൊടിയിടയ്ക്കുള്ളിൽ. ആ കാലത്തിന്റെ ശബ്ദങ്ങളും ഗന്ധങ്ങളും ബഹളങ്ങളും എനിക്ക് ചുറ്റും നിറഞ്ഞു. ഉച്ചയുടെ ചെറിയ ആലസ്യത്തിൽനിന്ന് നഗരം സായാഹ്നത്തിന്റെ വേഷപ്പകർച്ചകളിലേക്ക് സജീവമായി. ജനബഹുലമായ റോഡിൽ തമിഴും മലയാളവും മറാത്തിയും ഹിന്ദിയും സിന്ധിയും കൂടിക്കലർന്ന സങ്കരഭാഷ ഓളം തല്ലി. തെരുവുകച്ചവടക്കാരുടെ പരസ്യവിളികളിൽ ആകൃഷ്ടരാവുന്നവരുടെ മുഖങ്ങളെ പോക്കുവെയിൽ ജ്വലിപ്പിച്ചു. കോഫിയുടെയും മസാലദോശയുടെയും ഗന്ധങ്ങൾ എന്നെ വളരെ ദൂരം പിന്നിലേക്ക് നടത്തി. എല്ലാം പഴയപോലെ തന്നെ. കെട്ടിടങ്ങളുടെ മുഖഛായയും കണ്ണാടിക്കൂടുകളിലെ പ്രദർശനവസ്തുക്കളും പുതിയ കാലത്തിന്റെ രുചിവ്യത്യാസങ്ങൾ പ്രകടമാക്കുന്നവയായിരുന്നു.

ബോംബെയുടെ (അന്ന് മുംബൈ ആയിട്ടില്ല) ഓഫീസുകളിൽനിന്ന് അണപൊട്ടിയൊഴുകുന്ന ജനം, നഗരത്തിന്റെ പ്രാന്തപ്രദേശങ്ങളിലേക്ക് ഒഴുകിയടിയുന്ന വൈകുന്നേരങ്ങളിൽ എല്ലാ റോഡുകളും പുഴകളായി ഒഴുകുന്നു. ആ ഒഴുക്കുകൾ ചെന്ന് പതിക്കുന്ന റെയിൽവേ സ്റ്റേഷനുകളിലെ പ്ലാറ്റ്ഫോമുകളിൽ സൂചി കുത്താനിടമുണ്ടാകില്ല. ആ തിക്കും തിരക്കും പകർത്താനുള്ള ആവേശത്തിൽ ബാബുവും ക്യാമറയും നുഴഞ്ഞു കയറി. ജനസഞ്ചയങ്ങളെയും അവരുടെ മുഖഭാവങ്ങളെയും വിദഗ്ദ്ധമായി പകർത്തിയതിനു ശേഷമാണ് ബാബുവിന് സമാധാനമായത്.

അതിനുശേഷം ഞാൻ വളരെ കാലം താമസിച്ച ചെമ്പൂർ ഗസ്റ്റ് ഹൗസാണ് ബാബു പകർത്തിയത്. അറുപതുകളുടെ മദ്ധ്യത്തിൽ ഞങ്ങൾ

താമസിച്ചിരുന്ന വെങ്കിടേശ്വര ലോഡ്ജ് അക്കാലത്ത് ചെമ്പൂരിൽ താമസിച്ചിരുന്ന ദക്ഷിണേന്ത്യക്കാരുടെ താവളവും ഭക്ഷണശാലയും ഒക്കെയായിരുന്നു. വെങ്കിടേശ്വര ലോഡ്ജ് തുടങ്ങിയത് ചേലക്കരക്കാരൻ കൃഷ്ണയ്യരാണ്. എ സി സി സിമന്റു കമ്പനിയിലെ ജോലി രാജിവച്ചപ്പോൾ കിട്ടിയ പണമായിരുന്നു വെങ്കിടേശ്വര ലോഡ്ജിന്റെ മുടക്കുമുതൽ. കെട്ടിടത്തിന്റെ ഉടമസ്ഥൻ ഒരു പട്ടേൽ. കെട്ടിടം പട്ടേലിന്റെ കൈയിൽ നിന്ന് വാടകയ്ക്കെടുത്തതാണെന്നും പട്ടേലും കച്ചവടത്തിൽ പങ്കാളിയാണെന്നും അന്തേവാസികൾ പറയുന്നതു കേട്ടിട്ടുണ്ട്.

ലോഡ്ജ് തുടങ്ങിയതിന്റെ പ്രധാന ഉദ്ദേശ്യം തന്റെ സഹോദരന്മാർക്ക് തൊഴിലുണ്ടാക്കിക്കൊടുക്കുക എന്നതായിരുന്നു എന്ന് ചിലർ ഊഹിച്ചു. തുടക്കത്തിൽ രണ്ടു സഹോദരന്മാരെയാണ് കൃഷ്ണയ്യർ കൊണ്ടുവന്നത്.

ഒന്ന്, സുസ്മേരവദനനായി മാത്രം കാണാറുള്ള മൂത്ത സഹോദരൻ. രണ്ടാമൻ, മൂളലുകൊണ്ടും തലയാട്ടൽ കൊണ്ടും മാത്രം ആശയവിനിമയം നടത്തുന്ന, നടക്കുമ്പോൾ പോലും ഉറങ്ങുകയാണെന്ന് തോന്നിക്കുന്ന ഒരു പ്രകൃതക്കാരൻ.

അയാൾ പ്രത്യക്ഷപ്പെട്ട ഉടനെതന്നെ ലോഡ്ജിലെ ചില വില്ലന്മാർ 'ഫ്രാൻകെൻസ്റ്റീൻ' എന്ന് പേര് ചാർത്തിക്കൊടുത്തു. (1818 ൽ കേവലം ഇരുപത് വയസ്സ് മാത്രം പ്രായമുള്ള മേരി ഷെല്ലി എന്ന എഴുത്തുകാരിയുടെ നോവലിലെ രാക്ഷസ കഥാപാത്രം. ആധുനിക പ്രൊമിത്യൂസിനോട് താരതമ്യം ചെയ്യാം).

വെങ്കിടേശ്വര തുടങ്ങിയ കാലത്ത് മുകളിലെ ഒന്നും രണ്ടും നിലകളിലെ മുറികളിലായിരുന്നു ആളുകളെ പാർപ്പിച്ചത്. ഓരോ മുറിയിലും നാലു കട്ടിലുകൾ. ഓരോ കട്ടിലിനും മാസം അമ്പത് രൂപ വാടക. താഴത്തെ നിലയിലായിരുന്നു ഹോട്ടൽ. അമ്പത് രൂപ കൊടുത്താൽ ഭക്ഷണത്തിനുള്ള മുപ്പത് കൂപ്പൺ ലഭിക്കും. മൊത്തം നൂറു രൂപകൊണ്ട് താമസവും വൈകുന്നേരത്തെ ശാപ്പാടും കഴിയുന്നത് സാധാരണക്കാരായ ഓഫീസ് ജീവനക്കാർക്ക് വലിയ അനുഗ്രഹമായി. ഹോട്ടലിന്റെ മേൽനോട്ടം കൃഷ്ണയ്യരുടെ സഹോദരന്മാർ തന്നെ.

ദക്ഷിണേന്ത്യക്കാർ സമൃദ്ധമായി വന്നടിഞ്ഞുകൊണ്ടിരുന്ന ചെമ്പൂരിൽ മറ്റൊരു കച്ചവടസാദ്ധ്യതകൂടി കൃഷ്ണയ്യർ കണ്ടുപിടിച്ചു. ഹോട്ടലിന്റെ പകുതി ഭാഗത്ത് ഉപ്പിലിട്ടതും വറുത്തുപ്പേരികളും ഊറുകയും വേപ്പിലക്കട്ടിയും ചമ്മന്തിപ്പൊടികളും തോർത്തുമുണ്ടുകളും ലുങ്കികളും.... അങ്ങനെ ദക്ഷിണേന്ത്യക്കാർക്ക് പ്രിയപ്പെട്ട എല്ലാ വിഭവങ്ങളും ലഭിക്കുന്ന ഒരു ഷോപ്പ്. വൈകുന്നേരമാകുമ്പോൾ പച്ചക്കറികൾ വാങ്ങാനിറങ്ങുന്ന മുടിയിൽ എണ്ണത്തിളക്കമുള്ള മലയാളിപെൺകിടാങ്ങളും തലയിൽ മുല്ലപ്പൂ ചൂടിയ തമിഴ് പെൺകൊടികളും ഇവിടേയും കയറാൻ തുടങ്ങി. കൃഷ്ണയ്യരുടെ മൂത്തജേഷ്ഠനായിരുന്നു മേൽനോട്ടം. സഹായി ഫ്രാൻകെൻസ്റ്റീനും. പെണ്ണുങ്ങൾ കൂട്ടമായി വന്ന് ഓരോന്ന് ആവശ്യപ്പെടുമ്പോൾ മൂത്ത ആൾ അന്ധാളിച്ചുനിന്ന് ബബ്ബബ്ബ എന്ന് പറഞ്ഞു. സഹായിയുടെ

മുഖത്തെ ഭാവമോ മൂളലോ തലയാട്ടലോ പെണ്ണുങ്ങൾക്ക് മനസ്സിലായില്ല. ഈ കുറവ് പരിഹരിക്കാനാണ് കോയമ്പത്തൂരിൽ നിന്ന് രാമസ്വാമി എന്ന സഹോദരനെ ഇറക്കുമതി ചെയ്തത്. രാമസ്വാമി തണ്ടും തടിയും ഉള്ള വനും നർമ്മോക്തികൾ കൊണ്ട് ആരേയും വശീകരിക്കാൻ കഴിവുള്ളവ നുമായിരുന്നു. രാമസ്വാമിയുടെ വരവോടെ കച്ചവടം കൊഴുത്തു. കൂടു തൽ വിഭവങ്ങൾ ചില്ലലമാരികളിൽ സ്ഥലം പിടിച്ചു. ഡിക്കോഷൻ കോഫി യുടെ ആരാധകരായ തമിഴ് ബ്രാഹ്മണർക്ക് വേണ്ടി ആവശ്യാനുസരണം ചേരുവകൾ കലർത്തി കാപ്പിക്കുരു പൊടിച്ച് ബട്ടർ പേപ്പർ കവറുകളിൽ ചൂടോടെ നല്കാവുന്ന യന്ത്രം സ്ഥാപിച്ചതോടെ വെങ്കിടേശ്വരയിലും അതിന് മുന്നിലൂടെ പോകുന്ന റോഡിലും സദാ കാപ്പിപ്പൊടിയുടെ മോഹി പ്പിക്കുന്ന മണം തങ്ങി നിന്നു. ആവശ്യം പോലെ തമിഴും മലയാളവും 'തലയാള'വും അനായാസമായി കൈകാര്യം ചെയ്യുന്ന രാമസ്വാമി പീടി കയിൽ മാത്രമല്ല, ഹോട്ടലിലും ശ്രദ്ധ ചെലുത്തി. കൃഷ്ണയ്യർക്ക് പിന്നെ തിരിഞ്ഞു നോക്കേണ്ടി വന്നില്ല. അടുക്കളയിൽ പാചകക്കാരായി തമിഴ് പശുങ്കളും മലയാളത്താന്മാരും ഉണ്ടായിരുന്നു.

മുകളിലെ മുറിയിൽ താമസിക്കുന്നവർക്ക് സരോജിൽനിന്ന് മസാല ദോശയും ഇഡ്ഡലി-വടയും ഊത്തപ്പവും കാപ്പിയും പാഴ്സൽ വാങ്ങി കൊണ്ടുവരുന്നതിനും കിടക്കവിരികളും തലയിണ ഉറകളും മാറ്റുന്നതിനും മറ്റുമായി ദൊരൈ എന്നൊരു തക്കിടിമുണ്ടനായ 'എംശിആർ' പ്രേമിയും. സത്യം പറഞ്ഞാൽ, കുഴിമടിയന്മാരും റമ്മികളി ഭ്രാന്തന്മാരുമായിരുന്ന അന്തേവാസികളിൽ ചിലർ നാഴികയ്ക്ക് നാല്പതുവട്ടം ദൊരൈ... എന്ന് പശുക്കൾ അമറുന്നതുപോലെ വിളിച്ചുകൊണ്ടിരുന്നാലും അവന് ദേഷ്യം വരാറില്ല. ഒഴിവ് കിട്ടുമ്പോൾ 'എത്ക്ക് കത്തറത്....' എന്ന് വെളുത്ത പല്ലുകൾ മുഴുവൻ പ്രദർശിപ്പിച്ച് അവൻ പ്രത്യക്ഷപ്പെടും.

ഒഴിവു സമയങ്ങളിൽ, 'നാൻ ആണയിട്ടാൽ അത് നടന്ത് വിട്ടാൽ തൈവം ഏതുമില്ലൈ....' എന്ന ദൊരൈരാഗം ലോഡ്ജിൽ എവിടെയെ ങ്കിലും മുഴങ്ങുന്നുണ്ടാവും. ആഴ്ചയിൽ ഒരിക്കൽ ഫ്ളിറ്റ് പമ്പും ബെയ് ഗോൺ മരുന്നുമായി 'ഓപ്പറേഷൻ മൂട്ടപ്പൂച്ചി' എന്ന മൂട്ടകളെ ഉന്മൂലനം ചെയ്യുന്ന പരിപാടിയുമുണ്ട്, ദൊരൈയുടെ വകയായിട്ട്. അപ്പോൾ ആകാശം ഇടിഞ്ഞുവീണാലും ഭൂമി കുലുങ്ങിയാലും അവൻ അറിയില്ല.

ലോഡ്ജിലെ താമസക്കാർ കേരളത്തിന്റെ വിവിധ ഭാഗങ്ങളിൽനിന്ന് വന്നവരായതുകൊണ്ട് അവരുടെ ഭാഷയിലും പെരുമാറ്റത്തിലും വിശ്വാ സങ്ങളിലും വ്യത്യസ്തതയുണ്ടായിരുന്നു.

മങ്ങിത്തുടങ്ങിയ ഓർമ്മകളിൽനിന്ന് ചിലരെ പൊടിതട്ടിയെടുക്കാൻ ശ്രമിക്കട്ടെ.

തൊണ്ടയിൽ ചൊറിച്ചിലുള്ളതുപോലെ സദാ നേരവും ഇടയിറക്കി ക്കൊണ്ടോ ചുമച്ചുകൊണ്ടോ നടക്കുന്ന ഒരു നമ്പ്യാരുണ്ടായിരുന്നു ലോഡ് ജിൽ. വടകരയോ കാസർഗോഡോ ആയിരുന്നു നാട്. നരച്ച കുറ്റിത്തല മുടിയിൽ താരനുള്ളതുപോലെ ചൊറിയുന്നത് കാണാം പലപ്പോഴും. അത്

ഗഹനമായ ഏതോ ആലോചനാവേളയിലാണെന്ന് അഭിജ്ഞമതം. ആലോചനയിലാണെങ്കിലും അല്ലെങ്കിലും പറയുന്നത് എപ്പോഴും അപൂർണ്ണ വാചകങ്ങളിലായിരിക്കും. നമ്പ്യാരെ പരിചയമില്ലാത്തവർ ഇതെന്ത് ഭ്രാന്ത് എന്ന് അതിശയിച്ചാലും കുറ്റം പറയാനാവില്ല.

കാലത്ത് പലരും സരോജിൽ പ്രാതൽ കഴിക്കാൻ പോകുമ്പോൾ നമ്പ്യാർ ഗീതാഭവൻ എന്ന കണ്ണൂരുകാരൻ പവിത്രന്റെ ഹോട്ടലിലേ പോകാറുള്ളു. അവിടെ ചെന്ന് പുട്ടും മറ്റതും തരാൻ പറയുമ്പോൾ മറ്റതെന്താണെന്ന് മനസ്സിലാകാതെ മിഴിച്ചു നില്ക്കുന്ന സപ്ലയറോട് ഹോട്ടലുടമ പവിത്രൻ പറയും. 'യ്യ് മുയിച്ച് നിക്കാതെ അയാക്ക് പുട്ടും കടലയും കൊടുക്ക്....' അത് കേട്ടാൽ നമ്പ്യാരുടെ മുഖത്ത് കടത്തനാടൻ ചിരി തെളിയും. ചുമച്ച് തലമാന്തി പ്ലെയ്റ്റിനെ ആക്രമിക്കാൻ തയ്യാറായി ഇരിക്കും. ഭക്ഷണം കഴിക്കുമ്പോൾ ചുമ വരാറില്ലെന്നത് കളരിദൈവങ്ങളുടെ അനുഗ്രഹം.

നമ്പ്യാരുടെ എല്ലാ ആവശ്യങ്ങളും അപൂർണ്ണ വാചകങ്ങളിലൂടെയാണ് പുറത്തുവരിക. ഏതെങ്കിലും ഷോപ്പിൽ കയറി 'ബ്രഷ് ഔർ വോദോ' എന്ന് പറയുമ്പോൾ കടയുടമസ്ഥൻ സംശയത്തോടെ കക്ഷിയെ നോക്കും. അപ്പോൾ കുറ്റിത്തലമുടി ചൊറിഞ്ഞ്, തൊണ്ടയിൽ ചുര മാന്തി വെറുതെ ഇറങ്ങിപ്പോരും. പിന്നെ ദൊരൈയാണ് ബ്രഷും പെയ്സ്റ്റും വാങ്ങിക്കൊടുക്കുക. നമ്പ്യാരുടെ ചെയ്തികൾ എഴുതിയാൽ ഒരു പുസ്തകമാവും. അത് വേണ്ട. നിരൂപകനും കുസൃതിക്കാരനുമായ വി ടി ഗോപാലകൃഷ്ണൻ നമ്പ്യാരെ പറ്റിച്ച കഥ കൂടി പറയാം. ജാലവിദ്യക്കാരനെപ്പോലെ, ചെറിയൊരു സൂത്രപ്പണികൊണ്ട് നമ്പ്യാരുടെ ബ്രഷിൽ ഗില്ലറ്റ് ക്രീം കയറ്റിവച്ചാണ് അയാളുടെ വായിൽ പതയുടെ സമുദ്രം സൃഷ്ടിച്ചത്.

അതിനുശേഷം വി ടി മുറിയിലില്ലാത്തപ്പോഴേ നമ്പ്യാർ പല്ലു തേക്കാറുള്ളു.

വി ടിയുടെ മൗനവും ഏകാകിതയും കണ്ടാൽ ആളൊരു കുസൃതിക്കാരനാണെന്ന് ആർക്കും തോന്നില്ല. കുരുത്തക്കേടുകൾക്ക് ഒത്താശ നല്കി മാറി നിന്ന് ചിരിക്കുന്നത് വി ടിയുടെ വിനോദം. വി ടിയുടെ മുമ്പിൽ യാദൃച്ഛികമായി വന്നുപെട്ട ആട്ടിൻകുട്ടിയായിരുന്നു, വാടാനംകുറിശ്ശിക്കാരൻ വെങ്കിട്ടരമണി. ഇന്ത്യൻ എണ്ണക്കമ്പനിയിൽ സ്റ്റെനോഗ്രാഫറായി ഉദ്യോഗ പ്രവേശനത്തിന് വന്നതാണ് ചങ്ങാതി. വന്ന ഉടനെ എല്ലാ മുറിയിലും കയറിയിറങ്ങി അച്ചടിഭാഷയിൽ സ്വയം പരിചയപ്പെടുത്തി, വെങ്കിട്ടരമണി. വി ടി അയാൾ പറയുന്നത് നിർദ്ദോഷമായ ഒരു പുഞ്ചിരിയോടെ കേട്ടു. അയാൾ പോയപ്പോൾ വി ടി പറഞ്ഞു, ഇയാൾ നമ്മുടെ അപ്പുക്കിളി. ഒ വി വിജയന്റെ നോവൽ വെങ്കിട്ടരമണി വായിക്കാത്തതുകൊണ്ട് ആ പേരിന്റെ നിഗൂഢാർത്ഥങ്ങൾ മനസ്സിലായില്ല. ഒരു ദിവസം വി ടിയുടെ മേശപ്പുറത്ത് ഓൾഡ് മോങ്കിന്റെ കുപ്പി കണ്ട് അതിശയം കൂറി അപ്പുക്കിളി ചോദിച്ചു.

"വീടി ഈ കുപ്പീലുള്ള ആസവം കഴിക്കണതെന്തിനാ?"

"നല്ല ഒറക്കം കിട്ടാൻ, ദുഃസ്വപ്നങ്ങൾ കാണാതിരിക്കാൻ."

"ദൈവസോം കഴിക്കോ?"

"മിക്കവാറും."

അപ്പുക്കിളി ആശ്ചര്യത്തോടെ വി ടിയുടെ മുഖത്ത് നോക്കി.

"ഒരു ഗ്ലാസ് കുടിച്ചാ എങ്ങനേരിക്കും?"

"അതൊന്നും പറഞ്ഞറീക്കാനാവില്ല. പരീക്ഷിച്ച് നോക്കണം."

"ഞാനോ. ആണ്ടവനേ, മുരുഹാ.... നല്ല കാര്യായി!'

"എന്നാ വേണ്ട."

അപ്പുക്കിളി തെല്ലിട പതുങ്ങിനിന്നു. കുപ്പിയെടുത്ത് തിരിച്ചും മറിച്ചും നോക്കി. അടപ്പ് തുറന്ന് മണത്ത് നോക്കി. പിന്നെ ചുറ്റും നോക്കി രഹസ്യമായി ചോദിച്ചു.

"അടുത്ത തവണ ലേശം എനിക്കും രുചിക്കാൻ തരോ?"

"അയ്യോ, അതങ്ങനെ സൗജന്യമായി കൊടുക്കാനുള്ളതല്ല. മിലിട്ടറിയാണ്. ഞാൻ അവരിൽനിന്ന് മുടിഞ്ഞ വെല കൊടുത്ത് രഹസ്യമായി സംഘടിപ്പിക്കുന്നതാണ്. മഞ്ഞിലും മഴയിലും രാത്രി ഉറക്കമൊഴിച്ച് അതിർത്തി കാക്കുന്നവർക്ക് ഉണർവ്വും ഉന്മേഷവും നല്കാനും ഉറക്കത്തെ അകറ്റി നിർത്താനും വേണ്ടി സർക്കാർ കൊടുക്കുന്ന ഔഷധമാണിത്."

"ന്നാലും ന്റെ ഒരാഗ്രഹമല്ലേ സർ, ഒന്ന് രുചിക്കാൻ മാത്രം, പ്ലീസ്...."

വി ടി തെല്ലിട ആലോചനയിലാണ്ടു. "ഞാൻ ഉറപ്പ് പറയുന്നില്ല. എന്നാലും ശ്രമിക്കാം... അഡ്വാൻസായി ഒരു നൂറുറുപ്പിക തന്നേക്കൂ. കാര്യം മറക്കാതിരിക്കാനാണ് പണം കൈപ്പറ്റുന്നത്...."

"ദാറ്റീസ് ആൾ റൈറ്റ്" എന്ന് തലകുലുക്കി മൂളിപ്പാട്ടും പാടി അപ്പുക്കിളി സ്ഥലം വിട്ടു.

രണ്ടു ദിവസം കഴിഞ്ഞ് വി ടി ദൊരൈയെ വിളിച്ച് നല്ല കട്ടൻ ചായയുണ്ടാക്കാൻ ഏർപ്പാട് ചെയ്തു. അത് കുപ്പിയിൽ നിറച്ച് അരക്കുരുക്കി സീൽ വയ്ക്കുമ്പോൾ ദൊരൈ ചോദിച്ചു.

"എത്ക്ക് അന്ത പാവത്താനെ ഏമാത്തറ്ത്?"

"അയാള് എന്റെ സ്വൈരം കെടുത്തീട്ടല്ലേ. കുടിച്ച് രസിക്കട്ടെ...."

ചുരുക്കിപ്പറഞ്ഞാൽ ഒരു ഗ്ലാസ് കട്ടൻ ചായ വലിച്ചുകേറ്റി അപ്പുക്കിളി ഔട്ടായി. വെളിവറ്റതുപോലെ കിടന്നുറങ്ങി.

ലോഡ്ജിന്റെ പരിസരങ്ങളിൽ കുറെ സമയം ചെലവഴിച്ചപ്പോൾ മനസ്സിൽ മുഖങ്ങളുടെ ഘോഷയാത്ര.

അല്പം ചിലരെ ഒഴിച്ചുനിർത്തിയാൽ മറ്റുള്ളവരൊക്കെ എവിടെയാണെന്ന് അറിഞ്ഞുകൂടാ. പെൻഷൻ പറ്റുന്നതിന് മുമ്പുതന്നെ ഒരു ദിവസം രാത്രി ഉറങ്ങാൻ കിടന്ന വി ടി പിറ്റേദിവസം രാവിലെ ഉറക്കമുണർന്നില്ല. പ്രായം ചെന്ന അമ്മയോടും സഹോദരന്മാരോടുമൊപ്പം ജുഹുവിൽ സ്വന്തം ഫ്ളാറ്റ് വാങ്ങി, ലോഡ്ജ് ജീവിതം ഉപേക്ഷിച്ചിരുന്നു. വി ടി പതിനേഴു വയസ്സു മുതൽ പ്രമേഹരോഗിയായിരുന്നു. സ്വയം ഇൻസുലിൻ

കുത്തിവച്ചും കൃത്യസമയങ്ങളിൽ സമീകൃതാഹാരം കഴിച്ചും എഴുത്തും വായനയുമായി ജീവിച്ച ഏകാന്തപഥികൻ.

വി ടിയുടെ മുറിയിൽ രണ്ടുപേർ കൂടിയുണ്ടായിരുന്നു. പാലക്കാട്ടുകാരൻ ഒരു രാമസ്വാമിയും കോന്നിയിൽ നിന്നോ റാന്നിയിൽ നിന്നോ വന്ന ഒരു ആന്റണിയും. ലോഡ്ജുവാസികളെല്ലാം ആന്റണിയെ അന്തോണിമാഷ് എന്ന് വിളിച്ചുപോന്നു. കുർളയിലെ ഒരു ഇലക്ട്രിക് സബ്സ്റ്റേഷനിൽ ഓവർസീയറായിരുന്നു. മൂന്നു ഷിഫ്റ്റുകളിലും മാറിമാറി ജോലി ചെയ്തിരുന്നതുകൊണ്ട് അന്തോണിമാഷ്ക്ക് വേണ്ടത്ര ഉറക്കം കിട്ടാറില്ല. അതുകൊണ്ട് ഉറങ്ങുമ്പോഴൊക്കെ സബ് സ്റ്റേഷനിൽ തന്നെയാകും മനസ്സ്. ഉറക്കത്തിൽ, "ഹലോ കുർള കോളിങ് മാഹൂൾ... വോൾട്ടേജ് ഡൗൺ... പ്ലീസ് റെയ്സ്...." എന്നിങ്ങനെ ജോലി സംബന്ധമായ സംഭാഷണം കൊണ്ട് മറ്റ് രണ്ടുപേരുടെയും ഉറക്കം നശിപ്പിക്കും. വി ടിയുടെ ഈ പ്രസ്താവനയിൽ എത്രത്തോളം മസാല ചേർത്തിട്ടുണ്ടെന്ന് പറയാനാവില്ല. എന്നാൽ മറ്റുള്ളവരുടെ മുമ്പിൽ പ്രദർശിപ്പിക്കുന്ന സ്വഭാവ വിശേഷങ്ങൾ എല്ലാവർക്കും അറിവുള്ളതാണ്.

ഒരു കാര്യത്തിൽ ആർക്കും തർക്കത്തിന് പഴുതുണ്ടായിരുന്നില്ല. ഉച്ചയ്ക്ക് രണ്ടുമണിക്കായാലും രാത്രി പത്തുമണിക്കായാലും പുലർച്ചെ അഞ്ചുമണിക്കായാലും അന്തോണി മാഷ് കറുത്ത കൂളിങ് ഗ്ലാസ് വച്ചിരിക്കും. അതുപോലെ കാലത്ത് എഴുന്നേറ്റാൽ കുളിമുറിയിലും വാഷ്ബെയ്സിനിലും മറ്റാർക്കും പ്രവേശനമില്ല. കൈ എത്ര തവണ കഴുകിയാലും മുഖം പല പ്രാവശ്യം കഴുകിയാലും അയാൾക്ക് സംശയമാണ്. വല്ല ബാക്ടീരിയയോ ജൈവകീടങ്ങളോ പറ്റിയിരുന്നാലോ? ആ ഭയം കൊണ്ടാണ് ലൈഫ്ബോയ് സോപ്പുകൊണ്ട് വീണ്ടും വീണ്ടും കഴുകുന്നത്. ദൊരൈ ആന്റണി മാഷെ 'ജലപ്പിസാസ്' എന്നാണ് വിശേഷിപ്പിക്കുക. നാലാം നമ്പറിലെ ജഗജില്ലികളായ ജനാർദ്ദനനും ശ്രീനിവാസനും പ്രഭുവും നായരും പറഞ്ഞുപരത്തുന്ന ഒരെപ്പിസോഡു കൂടിയുണ്ട് അന്തോണിമാഷെക്കുറിച്ച്. കാലത്ത് കുർളയ്ക്കുള്ള ട്രെയിൻ പിടിക്കുന്നതിന് മുമ്പ് സരോജിലാണ് ബ്രേക്ക് ഫാസ്റ്റ്. നാൽവർ സംഘം ചെല്ലുമ്പോൾ അന്തോണി മാഷ് അവസാനത്തെ പിടി പിടിക്കുകയായിരിക്കും. അവർക്കുള്ള ഭക്ഷണം വരുമ്പോഴേക്കും അന്തോണി മാഷ്ക്ക് വണ്ടി പിടിക്കണം. അതുകൊണ്ട് നാട്ടുമര്യാദയനുസരിച്ച് എന്നാ ഞാൻ നിക്കട്ടെ... എന്നതിനുപകരം അന്തോണി മാഷ് പറയുക, "സൊ... ഷാൽ ഐ സ്റ്റാന്റ് അപ്പ്" എന്ന യഥാർത്ഥ പരിഭാഷയാണ്. പോരെ പൂരം? പാവം അന്തോണി മാഷ്....

കൂളിങ് ഗ്ലാസ് വച്ച് ജോലിക്ക് പോകുന്ന അന്തോണിമാഷെ നോക്കി നില്ക്കുമ്പോൾ, ലുങ്കിയും സാന്റോ ബനിയനും തോർത്ത് കൊണ്ട് തലക്കെട്ടുമായി കുമാരു മേനോൻ കടന്നു വന്നു. പിന്നെ, ആരെയും നിരായുധനാക്കുന്ന നിർദ്ദോഷമായ ആ ചിരി. മേനോന് ജീവിതത്തിൽ ഒരേയൊരു കമ്പമേയുള്ളൂ. കുതിരക്കമ്പം. ഓഫീസും മഹാലക്ഷ്മിയിൽ ഓടുന്ന കുതി

രകളുമായി ജീവിക്കുന്ന രസത്തിൽ പെണ്ണുകെട്ടാൻ പോലും മറന്നു.

മഹാലക്ഷ്മിയിൽ കുതിരക്കുളമ്പടി പൂഴി പറത്തിത്തുടങ്ങിയാൽ കുമാരു അസ്വസ്ഥനാണ്. *കോൾ* എന്ന പുസ്തകം തുറന്ന് ധ്യാനം തുടങ്ങും. ധ്യാനത്തിന്റെ അവസാനം വെളിപാടുണ്ടായതു പോലെ കടലാസിൽ കുതിരകളുടെ പേരുകൾ കുറിക്കുന്നു. പിന്നെയാണ് കാശന്വേഷണം. തലചൊറിഞ്ഞ് ചിരിച്ചുകൊണ്ടാണ് സമീപനം. "ഒരു നൂറുറുപ്യ എടുക്കാണ്ടാവോ. വല്ലതും തടഞ്ഞാ ഇന്ന് വൈന്നേരംതന്നെ തിരിച്ച് തരാം. അല്ലെങ്കി അടുത്ത മാസത്തെ ശമ്പളം കിട്ടുമ്പോ.... ന്തായാലും തിരിച്ച് തരും."

"എന്റെ കൈയിലില്ലല്ലോ മേന്നെ...."

മറുപടി മേനോന്റെ മുഖത്ത് നിരാശയുടെ നിറം പകർത്തി.

ഒരു നിമിഷം കഴിഞ്ഞ് മേനോൻ സ്വകാര്യമായി പറഞ്ഞു, "എന്റടുത്തും ഇല്ല്യ....' പിന്നെ ഒന്നും മിണ്ടാതെ തല താഴ്ത്തി നടന്നു.

ലോഡ്ജിന്റെ മുഖചരായ ബാബു ക്യാമറയിൽ പകർത്തുന്നത് നോക്കിനില്ക്കുമ്പോൾ എന്റെ തോളിൽ ഭാരമുള്ള ഒരു കൈ അമർന്നു. തിരിഞ്ഞു നോക്കുമ്പോൾ കൊടുങ്ങല്ലൂർക്കാരനായ യു പി കെ മേനോൻ. വെഞ്ചാമരം പോലെ നരച്ച സമൃദ്ധമായ മുടി കാറ്റിൽ പറന്നു. കുടന്ത വയറിന്റെ വ്യാസം കൂടിയിട്ടുണ്ടോ എന്ന് ഞാൻ സംശയിച്ചു. വർഷങ്ങളുടെ വിടവിന് ശേഷവും എന്നെ തിരിച്ചറിഞ്ഞതിൽ ഞാൻ സന്തോഷിച്ചു. വിഭാര്യനായ മേനോൻ ജോലിയിൽ നിന്ന് വിരമിച്ചതിന് ശേഷവും നാട്ടിൽ പോകാതെ മകന്റെ കൂടെ കൊച്ചുമക്കളോടൊപ്പം വിക്രോളിയിൽ താമസിക്കുന്നു. മേനോൻ തന്റെ ട്രേഡ് മാർക്ക് ചിരി ചിരിച്ചു. മുഖത്തെ ചുളിവുകളിൽനിന്ന് നീർച്ചാലുകളായി പൊട്ടിയൊഴുകി വയറിൽ ആർത്തലച്ച് സമുദ്രം പോലെ തിരതല്ലുന്ന ചിരി. മുഖത്തെ ചിരി മാഞ്ഞാലും വയറ് തുളുമ്പിക്കൊണ്ടിരിക്കും. വല്ലാത്ത ആ ചിരിയുടെ ഉറവിടം അദ്ദേഹത്തിന്റെ ശുദ്ധമനസ്സു തന്നെ. വളരെ നേരം സംസാരിച്ച്, വിശേഷങ്ങൾ കൈമാറിയതിന് ശേഷമാണ്, ബാബു 'പാക്കോഫ്' പറഞ്ഞത്.

അക്ഷരലോകം

ജീവിതത്തിൽ ഏഴു പതിറ്റാണ്ടുകൾ പിന്നിട്ട എന്നെ ഓർമ്മകളുടെ വഴിത്താരയിലേക്ക് കൈപിടിച്ച് നടത്തിയത് ഞങ്ങളുടെ കൊച്ചുമകൾ പൂജയാണ്. ബാല്യകൗതുകം തുളുമ്പിനിന്ന അവളുടെ അന്വേഷണങ്ങൾക്കുള്ള മറുപടികൾ കണ്ടെത്തുവാൻ വേണ്ടിയാണ് ഞാൻ എന്റെ ജീവിതത്തിന്റെ പുസ്തകത്താളുകൾ പുറകോട്ട് മറിച്ചത്. ഓർമ്മകൾ ചികഞ്ഞ് ഞങ്ങൾ ആദ്യമെത്തുന്നത് എന്റെ ഗ്രാമത്തിലെ പ്രാഥമിക വിദ്യാലയത്തിന്റെ അക്ഷരമുറ്റത്തു തന്നെയായത് യാദൃച്ഛികമാവാം. ഭാഷയുടെ ആദ്യക്ഷരങ്ങൾ സ്ലേറ്റിൽ എഴുതി പഠിച്ച പഴയ ബെഞ്ചുകളിലൊന്നിൽ ചെന്നിരുന്നപ്പോൾ ഞാനൊരു അഞ്ചുവയസ്സുകാരനായതു പോലെ തോന്നി. എന്റെ തൊട്ടടുത്തിരിക്കാറുള്ള ചുരുളൻ മുടിയുള്ള വേലായുധനും അവൻ എഴുതാറുള്ള കുനുകുനുന്നനെ മനോഹരമായ കൈയക്ഷരവും എന്റെ കൺമുന്നിൽ തെളിഞ്ഞുവന്നു. സ്ലേറ്റിൽ കണക്കുകൾ ചെയ്ത് കഴിഞ്ഞാൽ അത് കാണിച്ചു കൊടുക്കാൻവേണ്ടി എനിക്ക് ജീരകമിഠായികൾ സമ്മാനിക്കാറുള്ള ഔസേപ്പിനേയും ഒരു കാക്കി ട്രൗസർ മാത്രം ധരിച്ച, കാലിന് മുടന്തുള്ളതുകൊണ്ട് ഞൊണ്ടി ദേവസ്സി എന്ന് കുട്ടികൾ വിളിക്കാറുള്ള സതീർത്ഥ്യനേയും മുഖച്ഛായകൾ നഷ്ടപ്പെട്ട മറ്റ് നാല്പതോളം സഹപാഠികളെയും ഞാൻ ആ ബെഞ്ചിലിരുന്ന് കണ്ടു. അവരൊക്കെ ഇന്ന് എവിടെയാണെന്ന് അറിഞ്ഞുകൂടാ. അതിൽ എത്ര പേർ ജീവിക്കുന്നുണ്ടെന്നും എത്ര പേർ മരിച്ചുവെന്നും അറിഞ്ഞുകൂടാ. കാലത്തിന്റെ ഒരു മഹാസമുദ്രം ഞങ്ങളെ വേർതിരിക്കുന്നു. അപരിചിതരാക്കുന്നു. കാലസാഗരത്തിന്റെ ഇരമ്പൽ എനിക്കവിടെയിരുന്നപ്പോൾ കേൾക്കുമാറായി....

ഞങ്ങളുടെ കുഗ്രാമത്തിലെ ആ വിദ്യാലയം തുടങ്ങിയത് എന്റെ

മുത്തച്ഛനാണെന്നും അച്ഛൻ തന്റെ അവസാന ദിവസം വരെ ജോലി ചെയ്തത് അവിടെയാണെന്നും കേട്ടപ്പോൾ പൂജയുടെ കണ്ണുകളിൽ അത്ഭുത വിളക്കുകൾ കത്തി.

ആഡംബരങ്ങളോ ആധുനിക സൗകര്യങ്ങളോ ഇല്ലാത്ത സ്കൂൾ പൂജയ്ക്ക് വല്ലാതെ ഇഷ്ടപ്പെട്ടതുപോലെ തോന്നി. അതെന്നെ അത്ഭുതപ്പെടുത്തി. അക്ഷരങ്ങളെ സ്നേഹിക്കുന്ന തലമുറകൾ ഞങ്ങൾക്ക് പിൻഗാമികളായുണ്ടെന്നത് ആശ്വാസമാണ്. പൂജ ഏറ്റവും ആധുനിക സൗകര്യങ്ങളുള്ള വിദ്യാലയങ്ങളിൽ പഠിച്ചതുകൊണ്ടാവാം അവൾക്ക് പ്രശസ്തമായ സർവ്വകലാശാലയിൽത്തന്നെ എത്തിപ്പെടാൻ കഴിഞ്ഞത്.

ഓർമ്മകളുടെ ഉറവ മനുഷ്യന്റെ അന്ത്യശ്വാസം വരെ മനസ്സിൽ വറ്റുന്നില്ലെങ്കിലും അത് എഴുതി വയ്ക്കുമ്പോൾ എവിടെയെങ്കിലും പൂർണ്ണ വിരാമചിഹ്നം ഇടേണ്ടത് ആവശ്യമാണെന്ന് തോന്നുന്നു. വായനക്കാരെ വലപ്പിക്കുന്ന വിധം എഴുതിക്കൊണ്ടിരിക്കുന്നതിൽ അർത്ഥമില്ലെന്ന് എനിക്ക് ഉറച്ച വിശ്വാസമുണ്ട്. അതേസമയം എവിടെവച്ച് നിർത്തണമെന്ന ആശയക്കുഴപ്പവുമുണ്ട്. വളരെ ദിവസത്തെ ആലോചനയ്ക്കുശേഷം എനിക്ക് ഒരു വഴി തെളിഞ്ഞു. അക്ഷരമുറ്റത്ത് നിന്ന് തുടങ്ങിയ എന്റെ കുറിപ്പുകൾ ഏതാണ്ട് അക്ഷരങ്ങളോട് ബന്ധപ്പെട്ടുതന്നെ അവസാനിപ്പിക്കുന്നത് അനുചിതമാവില്ല എന്ന ഒരു തോന്നൽ. ജീവിതത്തെ വികസ്വരമാക്കുന്ന, അതിന് ആസ്വാദ്യത നല്കുന്ന പല ബന്ധങ്ങളും നിലനിർത്തിക്കൊണ്ടാണ് നാമൊക്കെ ജീവിക്കുന്നത്. ആ ബന്ധങ്ങൾ പലപ്പോഴും ഉരുത്തിരിഞ്ഞു വരുന്നത് യാദൃച്ഛികമായിട്ടാണ്. ഉദ്യോഗത്തിൽനിന്നും വിരമിച്ച് സ്വസ്ഥജീവിതം നയിച്ചിരുന്ന ഞാൻ എങ്ങനെയോ വീണ്ടും എന്റെ മാതൃഭാഷയുടെയും അക്ഷരങ്ങളുടെയും ലോകത്ത് ചെന്നുപെട്ടിരിക്കുന്നത് കേവലം യാദൃച്ഛികമാവാം. 2011 ലാണെന്ന് ഓർമ്മ. അന്ന് മുംബൈയിലെ നോർക്ക ഓഫീസറായ ജോസ്കോ പണിക്കരുടെ ഒരു ഫോൺ. അദ്ദേഹത്തിന് എന്നെ ഒന്ന് കണ്ടാൽ കൊള്ളാമെന്നുണ്ട്. എപ്പോഴാണ് സൗകര്യപ്പെടുക. ജോസ്കോ പണിക്കരെ അതിനുമുമ്പ് ഞാൻ കണ്ടിട്ടില്ല. പരിചയപ്പെട്ടിട്ടില്ല. എന്തായാലും ഉടനെ പോയി അദ്ദേഹത്തെ കാണാവുന്ന ചുറ്റുപാടിലായിരുന്നില്ല ഞാൻ. ഒരാഴ്ചയ്ക്കുശേഷം തമ്മിൽ കാണാമെന്ന് പറഞ്ഞു. എന്റെ അസൗകര്യത്തിന്റെ കാരണം അദ്ദേഹത്തെ പറഞ്ഞു മനസ്സിലാക്കി.

പിന്നീട് അദ്ദേഹം എന്നെ വിളിക്കുകയോ ഞങ്ങൾ തമ്മിൽ കാണുകയോ ഉണ്ടായില്ല. ഞാൻ അത് സൗകര്യപൂർവ്വം മറക്കുകയും ചെയ്തു.

വളരെ നാളുകൾക്കുശേഷം നവിമുംബൈയിലെ ചില സാമൂഹ്യപ്രവർത്തകരും സംഘടനാപ്രവർത്തകരും എന്നെ കണ്ടുമുട്ടി. അവരാണ് കേരളാ ഗവൺമെന്റ് മറുനാടൻ മലയാളികളുടെ കുട്ടികളെ അവരുടെ മാതൃഭാഷയായ മലയാളം പഠിപ്പിക്കുവാനുള്ള ഒരു പദ്ധതി ആവിഷ്കരിച്ചിരിക്കുന്നതായി അറിയിച്ചത്. മലയാളം മിഷൻ എന്നറിയപ്പെടുന്ന അത് മലയാളഭാഷയും കേരളചരിത്രവും സംസ്കാരവുമായുള്ള ഇഴയടുപ്പം

മനസ്സിലാക്കുവാനും നമ്മുടെ ഭാഷയെ അതിന്റെ സ്വാഭാവികമായ അപചയങ്ങളിൽനിന്നും മൃത്യുവിൽനിന്നും രക്ഷിക്കുവാനും മലയാളഭാഷയുടെ മധുരം വരും തലമുറകളിലേക്ക് സംക്രമിപ്പിക്കുന്നതിനും അനുയോജ്യമായ വിധത്തിലാണ് രൂപം നല്കിയിരിക്കുന്നതെന്ന് അവർ ബോദ്ധ്യപ്പെടുത്തി. ബഹുമാന്യനായ സഖാവ് വി എസ് അച്യുതാനന്ദനായിരുന്നു അന്ന് മുഖ്യമന്ത്രി. കെ സുരേഷ്കുമാർ ഐ എ എസ് മലയാളം മിഷൻ ഡയറക്ടറും.

അദ്ദേഹം അതിനിടെ മുംബൈ സന്ദർശിക്കുകയും നോർക്ക ഓഫീസറായ ജോസ്കോ പണിക്കരെ മുംബൈ മലയാളം മിഷന്റെ പ്രാരംഭ നടപടികൾക്കായി അധികാരപ്പെടുത്തുകയും ചെയ്തു. മുംബൈയിൽ മലയാളം മിഷന്റെ പ്രാരംഭ പ്രവർത്തനങ്ങൾക്കായി കേരളാ ഹൗസിൽ ചില യോഗങ്ങൾ ചേർന്നിരുന്നുവെങ്കിലും ഞാനതറിഞ്ഞില്ല. പങ്കെടുത്തതുമില്ല. ഇതിനിടയ്ക്ക് എന്നോ മുംബൈയിലെ എനിക്ക് പരിചയമുള്ള ചില സാമൂഹ്യപ്രവർത്തകർ മുംബൈ മലയാളം മിഷന്റെ അദ്ധ്യക്ഷനായിരിക്കാൻ എന്നോട് ആവശ്യപ്പെടുകയുണ്ടായി. സംഘടനാപ്രവർത്തനങ്ങളിൽ പരിചയമൊന്നും ഇല്ലാതിരുന്ന ഞാൻ ആ രംഗത്ത് ശോഭിക്കില്ലെന്ന് തുടക്കത്തിൽതന്നെ പറഞ്ഞുനോക്കി. അങ്ങനെ ഒഴിഞ്ഞുമാറരുതെന്ന് അവർ നിർബ്ബന്ധിച്ചെങ്കിലും ഞാനത് കാര്യമായെടുത്തില്ല. രാഷ്ട്രീയപ്രേരിതമോ വ്യക്ത്യധിഷ്ഠിതമോ ആയ താല്പര്യങ്ങളില്ലാത്ത, ഭാഷയെ മാത്രം സ്നേഹിക്കുന്ന ഒരാളെയാണ് അധികാരികൾ അന്വേഷിക്കുന്നതെന്നും അവർ പറഞ്ഞു. നഗരത്തിൽ അരനൂറ്റാണ്ടുകാലം ജീവിച്ച ഞാൻ സംഘടനാപ്രവർത്തന പാരമ്പര്യമൊന്നും ഇല്ലാത്തവനാണെന്ന് പറഞ്ഞ് ഒഴിയാൻ ശ്രമിച്ചു.

എന്നാൽ പിന്നീട് കേരളാഹൗസിൽ മലയാളം മിഷൻ ഡയറക്ടറുടേയും രജിസ്ട്രാറുടേയും സാന്നിദ്ധ്യത്തിൽ നടന്ന മലയാളം മിഷൻ പ്രവർത്തക യോഗത്തിൽവച്ച് മുംബൈ മലയാളം മിഷൻ അദ്ധ്യക്ഷനായി എന്നെ തിരഞ്ഞെടുത്ത വിവരം പിറ്റേ ദിവസത്തെ മലയാളപത്രങ്ങളിൽ നിന്നാണ് ഞാനറിയുന്നത്. ഇത് എന്നെ സന്തോഷിപ്പിക്കുന്നതിലധികം ഉൽക്കണ്ഠാകുലനാക്കുകയാണുണ്ടായത്. ഗവൺമെന്റ് ജോലിയുടെ സുരക്ഷിതത്വത്തിൽ ഒതുങ്ങിക്കൂടി ജീവിച്ചിരുന്ന എനിക്ക് നമ്മുടെ ഭാഷയുടെ അദ്ധ്യയനവും പഠനകേന്ദ്രങ്ങളുടെ സുഗമമായ നടത്തിപ്പും എത്രത്തോളം ഫലവത്തായി നടപ്പാക്കാനാകും എന്ന ആശങ്ക എന്നെ അലട്ടാൻ തുടങ്ങി. എന്നാൽ എന്നോട് വളരെ സഹകരണവും സ്നേഹവും തുടക്കം മുതലേ പ്രകടിപ്പിച്ച മലയാളം മിഷൻ പ്രവർത്തകർ എന്റെ ഉൽക്കണ്ഠകളെ മയപ്പെടുത്തുകയും വേണ്ടത്ര ആത്മവിശ്വാസം നല്കുകയുമുണ്ടായി എന്ന് വളരെ നന്ദിയോടെ സ്മരിക്കുന്നു. എന്റെ എല്ലാ പോരായ്മകളേയും സഹിച്ചും പൊറുത്തും എനിക്കൊപ്പം നില്ക്കുന്ന അവരാണ് വാസ്തവത്തിൽ മലയാളം മിഷന്റെ ചാലകശക്തി. അതുപോലെ സ്വന്തം സുഖസൗകര്യങ്ങളെ അവഗണിച്ച് മുടക്ക ദിവസങ്ങളിൽ മറുനാടൻ മലയാളി

കളുടെ കുട്ടികളെ പഠിപ്പിക്കാൻ സേവന സന്നദ്ധരായി മുന്നോട്ട് വന്ന അദ്ധ്യാപകരും. അവരിൽ ഭൂരിപക്ഷവും സ്ത്രീകളായിരുന്നു എന്നതും ശ്രദ്ധേയമാണ്.

കാലാകാലങ്ങളായി മുംബൈയിൽ ജീവിതായോധനത്തിൽ ഏർപ്പെട്ടിരിക്കുന്ന ലക്ഷക്കണക്കിന് മലയാളികളുടെ കുട്ടികൾക്ക് മലയാള ഭാഷയുടെ മധുരം പകർന്നുകൊടുക്കുന്ന പ്രവർത്തനങ്ങളിൽ പങ്കാളിയാവാൻ കഴിയുന്നു എന്നുള്ളത് എന്റെ വാർദ്ധക്യജീവിതത്തിന് അർത്ഥവും ഉദ്ദേശ്യവും നല്കുന്നു എന്നുള്ളതിൽ എനിക്ക് സന്തോഷമുണ്ട്. പ്രായത്തിനൊപ്പം വന്നുചേരുന്ന ആരോഗ്യപ്രശ്നങ്ങളും ശാരീരിക ദൗർബല്യങ്ങളും എന്നെ പിന്നോട്ട് വലിക്കുന്നുണ്ടെന്നുള്ള ഭയാശങ്കകളും അലട്ടുന്നുണ്ട്. അതുകൊണ്ട് ഇതൊക്കെ എത്രനാൾ എവിടംവരെ എന്നുള്ള ചോദ്യങ്ങൾ ഞാൻ എന്നോടുതന്നെ ഉറക്കെ ചോദിച്ചുകൊണ്ടിരിക്കുന്നു. ഉത്തരങ്ങൾ തേടിക്കൊണ്ടിരിക്കുന്നു.

ഒരാളുടെ പ്രായം അയാളുടെ മനസ്സിലാണെന്ന് പലരും ഉപദേശരൂപേണ പറയാറുണ്ട്. ഇതിനോട് ഞാൻ ഒട്ടും യോജിക്കുന്നില്ല. കാരണം, മനസ്സിൽ നാം എന്ത് പ്രായം വിചാരിച്ചാലും ശരീരവും അതിനെ അംഗീകരിക്കണം. മനസ്സ് എത്തുന്നേടത്ത് ശരീരം എത്താത്ത ഒരവസ്ഥയിൽ മനസ്സിൽ വിചാരിക്കുന്ന പ്രായത്തിന് ഒരു പ്രസക്തിയുമില്ല.

കഴിഞ്ഞ ആറു കൊല്ലമായി മുംബൈ മലയാളം മിഷന്റെ മലയാളം ക്ലാസുകൾ മുംബൈയിൽ ഏതാണ്ട് 120 പഠനകേന്ദ്രങ്ങളിലായി നടക്കുന്നു. 2011 ജൂലൈ 31 ന് മുംബൈ മലയാളം മിഷൻ ക്ലാസുകളിലേക്കുള്ള ആദ്യത്തെ പ്രവേശനോത്സവം സംഘടിപ്പിച്ചു.

തുടക്കത്തിൽ ഏതാണ്ട് ഏഴായിരത്തോളം കുട്ടികൾ മലയാളം പഠിക്കാൻ എത്തി എന്നത് ആവേശജനകമായിരുന്നു. പിന്നീട് വർഷങ്ങളുടെ ഒഴുക്കിൽ കുട്ടികളുടെ എണ്ണം കുറയുന്നത് ഞങ്ങളെ ഉൽക്കണ്ഠാകുലരാക്കി. എന്നാൽ അടുത്തകാലത്ത് കേരള ഗവൺമെന്റ് സ്കൂളുകളിൽ പഠനമാദ്ധ്യമം മലയാളമായിരിക്കണമെന്ന് നിർബ്ബന്ധമാക്കിയതിന് ശേഷം മലയാളം ക്ലാസുകളിൽ കുട്ടികളുടെ എണ്ണം വർദ്ധിച്ചിരിക്കുന്നു എന്നത് പ്രതീക്ഷയ്ക്ക് വക നല്കുന്നു.

ഇന്ന് തിരിഞ്ഞുനോക്കുമ്പോൾ അമിതാഹ്ലാദത്തിന് വകയില്ലെങ്കിലും മിതമായ ചാരിതാർത്ഥ്യം അനുഭവപ്പെടുന്നുണ്ട്.

ഒരുകാലത്ത് മറുനാട്ടിൽ ജോലി ചെയ്യുന്നവർ വേനൽ ഒഴിവുകളിൽ കുടുംബത്തോടൊപ്പം നാട്ടിൽ വരുമ്പോൾ അവരുടെ കുട്ടികളുമായി ആശയവിനിമയം ചെയ്യാൻ കഴിയാത്ത ഒരു ബാല്യം എന്റെ ഓർമ്മയിലുണ്ട്. ആ കുട്ടികൾ മുന്തിയ ഉടുപ്പുകളിട്ട് ഇംഗ്ലീഷും ഹിന്ദിയും സംസാരിക്കുമ്പോൾ അപകർഷതാബോധത്താൽ തലതാഴ്ത്തി നില്ക്കേണ്ടിവന്ന ഒരു കാലം. അക്കാലത്ത് ഉപജീവനം തേടി അന്യനാടുകളിലെത്തിയവർ അമ്മയുടെ മുലപ്പാലിലൂടെ നുണഞ്ഞ് ഉള്ളിലാക്കിയ ഭാഷയെ നിർദ്ദയം മറന്നു. അവരുടെ കുട്ടികളെക്കൊണ്ട് ഇംഗ്ലീഷോ ഹിന്ദിയോ മാത്രം

സംസാരിപ്പിച്ചു. മലയാളം പറയുന്നത് എന്തോ മഹാപരാധമാണെന്ന ബോധം കുഞ്ഞുങ്ങളിൽ വളർത്തിയെടുത്തു. ഇതൊക്കെ കണ്ടും അനുഭവിച്ചും വളർന്ന എനിക്ക് ഇന്ന് പൊതുവേദികളിൽ മുംബൈയിൽ മലയാളം പഠിക്കുന്ന കുട്ടികൾ, കുഞ്ചന്റെയും ഇടശ്ശേരിയുടെയും ചങ്ങമ്പുഴയുടെയും വൈലോപ്പിള്ളിയുടെയും കവിതകൾ മാത്രമല്ല, സുഗതകുമാരി, ഒ എൻ വി, വയലാർ, പി ഭാസ്കരൻ, ബാലചന്ദ്രൻ ചുള്ളിക്കാട് വരെയുള്ളവരുടെ കവിതകൾ ഉച്ചാരണശുദ്ധിയോടെ ചൊല്ലുന്നത് കേൾക്കുമ്പോൾ നമ്മുടെ ഭാഷയെ പുനരുജ്ജീവിപ്പിക്കാൻ സജ്ജരായ ഒരു തലമുറ പുറകേ വരുന്നു എന്നുള്ള ബോധം അഭിമാനം വർദ്ധിപ്പിക്കുന്നു. അക്ഷരം പഠിക്കലും കവിത ചൊല്ലലും മാത്രമായി കുട്ടികൾ അവരുടെ ഭാഷാപഠനം പരിമിതപ്പെടുത്തുന്നില്ല. അവർ മലയാളം നാടകങ്ങൾ അഭിനയിച്ചും പാട്ടുകൾ പാടിയും മലയാളത്തെ നെഞ്ചിലേറ്റുന്ന ഒരു തലമുറയുടെ പുറപ്പാട് അറിയിക്കുന്നു. അവരുടെ വരവിന്റെ കോലാഹലം മുൻകൂട്ടിയറിഞ്ഞ മുംബൈയിലെ മലയാളം പത്രങ്ങൾ കുട്ടികളുടെ ഭാഷാപഠനത്തെ പ്രോത്സാഹിപ്പിക്കുന്നതിന് വേണ്ടി പത്രങ്ങളിൽ സ്ഥലമൊരുക്കുന്നു എന്നതിൽ അവരോട് എനിക്ക് അളവറ്റ ആദരവുണ്ട്.

ആറ് വർഷംകൊണ്ട് മലയാളം ക്ലാസുകളിൽ കുട്ടികൾ നേടിയ അറിവിനെ തുലോം നിസ്സാരമായി കാണുന്നവരുണ്ടാവാം. എന്നാൽ ഈ കുട്ടികൾ മറ്റു ഭാഷകൾ പഠിക്കുകയും കടുത്ത മത്സരപ്പരീക്ഷകൾക്ക് തയ്യാറെടുക്കുകയും ചെയ്യുന്നതിനിടയിലാണ് ഈ നേട്ടം കൈവരിച്ചതെന്ന് ഓർക്കുക. നമ്മുടെ ഭാഷയെ ജഡതയിൽനിന്നും ക്രമാനുഗതമായ തിരോധാനത്തിൽനിന്നും രക്ഷിക്കുവാൻ മലയാളം മിഷന് കഴിയുമെന്നാണ് എന്റെ വിശ്വാസം. ഈ വിശ്വാസം ഉറപ്പിക്കുന്നത് മുംബൈയിൽ മലയാളം മിഷന് വേണ്ടി പ്രവർത്തിക്കുന്ന അദ്ധ്യാപകരുടെയും മറ്റു പ്രവർത്തകരുടെയും നിസ്വാർത്ഥതയും സേവന താല്പര്യവും വിലയിരുത്തുമ്പോഴാണ്. മുംബൈയിലെ മലയാളം മിഷൻ പ്രവർത്തനങ്ങളിൽനിന്ന് ശാരീരികമായി പിൻവാങ്ങിയാലും മാനസികമായി ജീവിതാവസാനംവരെ അവരോടൊപ്പമുണ്ടാവും. അവരുടെ ദൗത്യത്തിനും മലയാളഭാഷയ്ക്കും മഹത്തായ വിജയങ്ങൾ നേർന്നുകൊണ്ട്, ഓർമ്മകളിലൂടെയുള്ള യാത്രയിൽനിന്ന് ഞാൻ വിരമിക്കുന്നു.

www.ingramcontent.com/pod-product-compliance
Lightning Source LLC
LaVergne TN
LVHW060124051026
849517LV00007B/2385